# அ. மார்க்ஸ்

## தேர்வு செய்யப்பட்ட படைப்புகள்

அ. மார்க்ஸ்

# தேர்வு செய்யப்பட்ட படைப்புகள்

எழுத்து
பிரசுரம்

Title: A. Marx Thervu Seyyappatta Padaippugal
Author's Name: A. Marx

Published by Ezutthu Prachuram



**Ezutthu Prachuram**
(An imprint of Zero Degree Publishing)
No. 55(7), R Block, 6th Avenue,
Anna Nagar,
Chennai - 600 040

Website: www.zerodegreepublishing.com
E Mail id: zerodegreepublishing@gmail.com
Phone : 89250 61999

Ezutthu Prachuram First Edition: December 2021
ISBN: 978-93-90884-13-1
TITLE NO EP: 278

**Rs. 270/-**

Cover Design & Layout: Vijayan
Printed at Manipal Technologies, India.

சமர்ப்பணம்

மதிப்பிற்குரிய தியோடர் பாஸ்கரன் அவர்களுக்கு...

# முன்னுரை

கிட்டத்தட்ட நாற்பது ஆண்டுகளாக நான் எழுதிக் கொண்டுள்ளேன். அவை அவ்வப்போது நூல்களாக வெளிவந்து கொண்டுள்ளன. இவற்றில் பல இப்போது அச்சில் இல்லை. நண்பர்கள் பலரும் அவற்றை மீண்டும் பதிப்பிக்க வேண்டும் என வற்புறுத்திக் கொண்டே உள்ளனர். எனவே புதிய நூல்கள் வந்து கொண்டுள்ள அதே நேரத்தில் அச்சில் இல்லாத முக்கிய படைப்புகளையும் தேர்வு செய்து வெளியிடும் திட்டத்தில் முதல் நூலாக இந்தத் தொகுப்பு வருகிறது. பழைய தொகுப்புகளை அப்படியே முழுமையாக மீள் அச்சு செய்யாமல் அவற்றில் மிகவும் முக்கியமானவையாகப் படும் சில கட்டுரைகளைத் தேர்வு செய்து தற்போது புதிதாக எழுதப்பட்ட பொருத்தமான கட்டுரைகளை அவற்றுடன் இணைத்து முதற் கட்டமாகப் பத்து நூல்களைக் கொண்டுவரலாம் எனத் திட்டமிட்டுள்ளோம்.

இது முதல் தொகுப்பு. இதில் பதினாறு கட்டுரைகள் உள்ளன. முதலாவதாக அமையும் ‘சென்றுவா இருபதாம் நூற்றாண்டே’ எனும் விரிவான கட்டுரை இருபது ஆண்டுகளுக்கு முன்னர்

கன்னியாகுமரியில் நடந்த கருத்தரங்கொன்றைத் தொடங்கி வைத்துப் பேசியதன் சுருக்கம். கடந்துபோன இருபதாம் நூற்றாண்டை நினைவுகூரும் முகமாக நடத்தப்பட்ட கருத்தரங்கம் அது. சென்ற நூற்றாண்டு பல்வேறு வகைகளில் முக்கியமான ஒன்று. இரண்டு உலகப் போர்களைக் கண்ட நூற்றாண்டு அது. பாசிசம் உருவாகி உச்சத்தை எட்டி, உலகளவில் பேரழிவுகளை உருவாக்கிய நூற்றாண்டு அது. இன்னொரு பக்கம் புரட்சிகளின் ஊடாக சோஷலிச அரசுகள் முகிழ்த்ததும் இந்த நூற்றாண்டில்தான். அந்த சோஷலிச நாடுகள் வீழ்ந்ததும் இந்த நூற்றாண்டில்தான். இந்தியா, இலங்கை, பாகிஸ்தான் முதலான நாடுகள் அந்நிய ஆட்சிகளிலிருந்து விடுதலை ஆனதும் இதே நூற்றாண்டில்தான். ஈன்ஸ்டின் போன்றோரின் மிக முக்கியமான அறிவியல் கண்டுபிடிப்புகள் பலவும் உருவானதும் இந்தக் கால கட்டத்தில்தான். இரண்டு உலகப்போர்களின் அழிவுகள். அத்துமீறல்கள் ஆகியவற்றின் பின்னணியில் இங்கே மிக்க நம்பிக்கைகளுடன் 'உலக நாடுகள் அவை', 'உலகளாவிய மனித உரிமைப் பிரகடனம்' எல்லாம் உருவாகின. பெரிய அளவில் தகவல் தொழில்நுட்பங்கள், தொடர்பு சாதனங்களின் பெருக்கம், புதிய எழுத்துகளின் உருவாக்கம் இப்படிச் சொல்லிக் கொண்டே போகலாம். சட்டைப் பைக்குள் உலகம் எனச் சொல்லத் தக்க அளவில் நிலைமைகள் மாறின. சோஷலிச நாடுகளின் வீழ்ச்சியை ஒட்டி, 'உலகம் ஒரு கிராமமாகிவிட்டது' என்பன போன்ற உலகமயக் கோட்பாடுகளை சாமுவேல் ஹட்டிங்டன் போன்றோர் உதிர்க்கத் தொடங்கியதும் சென்ற நூற்றாண்டின் இறுதிக் கால பகுதியில்தான். இந்தியா அண்டை நாடுகளுடன் மோதல்களைச் சந்திக்க நேர்ந்ததும் இக்கால கட்டங்களில்தான். சென்ற நூற்றாண்டில் தொடங்கி இந்த நூற்றாண்டின் தொடக்கத்தில் முடிந்த இலங்கைப்போர் தமிழகத்தில் பெரிய தாக்கத்தை ஏற்படுத்தியது. இப்படிச் சொல்லிக் கொண்டே போகலாம். புதிதாக உருவான உலகமயச் சூழலின் பின்னணியில் பொது மதிப்பீடுகளில் பெரிய மாற்றங்களை ஏற்பட்டன. எனினும் உலக அரசியல் அப்படி ஒன்றும் நம்பிக்கை ஊட்டக் கூடியதாக

இருக்கவில்லை என்பது வேறு விடயம். *9/11* உடன்தான் இன்றைய நூற்றாண்டு தொடங்கியது.

இப்படியான ஒரு நூற்றாண்டை ஒரு கட்டுரைக்குள் அடக்கிவிட முடியாது. எனினும் அப்படியான ஒரு எளிய முயற்சியாக இத் தொகுப்பின் முதல் கட்டுரை அமைகிறது.

உலக அளவிலும், தமிழிலும் வழமையான கதை சொல்லும் போக்கிலிருந்து வேறுபட்ட இரு எழுத்தாளர்களாக இடாலோ கால்வினோ மற்றும் நமது பிரமிள் ஆகியோரைக் காணும் இரு கட்டுரைகளும் இத் தொகுப்பில் உண்டு. இந்திய மத உருவாக்கங்களை ஒரு அகன்ற நோக்கில் வைதிகம், சிரமணம் என இரண்டாகப் பார்க்கலாம். வைதிக அணுகல்முறையை மறுத்து எழுந்தவைதான் சமணம், பௌத்தம் உள்ளிட்ட அவைதிக சிரமண மதங்கள். பிரமிளை ஒரு வகையில் சிரமணப் போக்கில் வைத்துக் காண முடியும் என அவர் குறித்த கட்டுரையில் நிறுவ முயற்சித்துள்ளேன். அதே நேரத்தில் அவர் மீதான விமர்சனமும் அதில் உண்டு. இடாலோ கால்வினோவும் வழக்கமான கதை சொல்லும் முறையிலிருந்து பெரிதும் விலகியவர். வாசிப்பவர்களை வெறுமனே வாசித்துவிட்டுப் போக அனுமதிக்காதவர்.

சிரமண மதங்களின் மீது, குறிப்பாக பௌத்தத்தின் மீது எனக்கு மிகவும் ஈடுபாடு உண்டு என்பதையும், தமிழக பௌத்த இயக்கங்களுடன் நெருக்கமான தொடர்புடையவன் என்பதையும் நண்பர்கள் அறிவர். பௌத்தம் குறித்த என் நூல் இதுவரை பல பதிப்புகள் வெளி வந்துள்ளன. இத் தொகுப்பிலும் பௌத்தம் குறித்து மூன்று கட்டுரைகள் உண்டு. சென்னைப் பல்கலைக்கழகத்தில் பௌத்தம் குறித்து நான் சமர்ப்பித்த விரிவான ஆய்வுரை *(Endowment lecture)* ஒன்றும் இதில் அடக்கம். அறம் சார்ந்த வாழ்விற்கு அழுத்தம் அளிக்கும் பௌத்தத்தில் பக்தி எனும் கருத்தாக்கத்திற்கு இடமில்லை என்பதற்கு அழுத்தம் தந்து எழுதப்பட்ட கட்டுரைகள் இவை.

பரமசிவ அய்யர் குறித்த ‘இராமன் கடந்த தொலைவு’ கட்டுரையும், மகாவித்வான் ரா.இராகவையங்காரின்

'ஆத்திச்சூடி' பற்றிய கட்டுரையும் நான் சற்றே மனம் நெகிழ்ந்து எழுதியவை. இருவரும் இந்து உயர் குடியில் பிறந்தவர்கள். இறை பக்தி நிறைந்தவர்கள். எனினும் தங்களின் நம்பிக்கைகளுக்கு அப்பால் அவர்களால் படைப்புகளை அணுக முடிந்துள்ளது என்பது என்னை மிகவும் ஈர்த்த ஒன்று. 'இராமன் கடந்த தொலைவு' என்பது நமக்கு முந்திய தலைமுறையில் வாழ்ந்த ஒருவர் மத நம்பிக்கைகளைச் சற்றே ஒதுக்கி வைத்துவிட்டு தனது அறிவியல் திறனின் ஊடாக எவ்வாறு இராமாயண வரலாற்றை விளக்குகிறார் என்பதைச் சொல்வது.

'தேவதாசிமுறையும் பரத நாட்டியமும்' எனும் கட்டுரையும் இதேபோல இன்னொரு வகையில் வித்தியாசமான ஒன்று. தேவதாசி முறையை நாம் நூறு சதம் எதிர்க்கிறோம். ஒரு குறிப்பிட்ட சமூகத்தில் பிறக்க நேர்ந்த பெண்களைக் கட்டாயமாகச் சாதியின் பெயரால் பொட்டுக்கட்டுவது என்பதையும் அதனூடாக அப்பெண்ணின் தேர்வுச் சுதந்திரங்கள் அழிக்கப்படுவதையும் நாம் எப்படி ஏற்க முடியும். ஆனால் அதே நேரத்தில் அக்குலப் பெண்கள் வழிவழியாக வளர்த்து வந்த கலை ஒன்று குறித்த ஒரு ஆய்வையும், அதன் தனித்துவத்தை விளக்கி ஒருவர் ஆய்வறிக்கை அளிப்பதையும் எப்படித் தடுக்க முடியும். அப்படியான கட்டுரையில் உள்ள தவறுகள் மற்றும் உள் நோக்கங்கள், அப்படி ஏதும் இருந்தால், அவற்றை அம்பலப்படுத்துவது என்பது வேறு.

முடியரசுகள் எத்தனை கொடுமையானவை, இராஜராஜ சோழர்கள் காலத்தில் நிறுவனமயப்படுத்தப்பட்ட இந்த தேவதாசி முறை எத்தனை அநீதியான ஒன்று என்பதற்கு தஞ்சையில் அமைந்திருந்த பேஷ்வா ஆட்சி மிகப் பெரிய ஒரு சாட்சி. அவர்கள் மீது மேற்கொள்ளப்பட்ட வன்முறைகளின் பின்னணியில் நிகழ்ந்த ஒரு முஸ்லிம் தளபதியின் மரண தண்டனையைச் சொல்கிறது தஞ்சை பேஷ்வா ஆட்சி குறித்த ஒரு கட்டுரை.

'தேசம், அகதி, மனிதம்' கட்டுரை ஈழப் போரின்போது யாழ்ப்பாண முஸ்லிம்கள் இருபத்து நான்கு மணி நேரத்தில்,

எதையும் எடுத்துச் செல்ல அனுமதிக்காமல் வெளியேற்றபட்ட சோக வரலாற்றைச் சொல்வது. இக் கட்டுரை ஆசிரியர் கவிஞர் யாழ் அஸீம் அப்படியாக வெளியேற்றப்பட்ட ஒருவர். போர் முடிந்தாலும் இன்றுவரை அவர்களுக்கு நீதி கிடைக்கவில்லை.

சாதி, வருணம், தீண்டாமை ஆகியவற்றின் ஊடாக உலக அளவில் தனித்துவமாக விளங்கும் நாடு நம்முடையது. ஆனால் இந்தச் சாதி அமைப்பு இந்தியா முழுவதும் ஒரே மாதிரி இருப்பதில்லை. எடுத்துக்காட்டாக வடக்கே உள்ளதுபோல பார்ப்பனர்களுக்கு அடுத்த நிலையில் சத்திரியர்கள் எனும் நிலை தமிழகத்தில் இல்லை. இவை குறித்துப் பேசுகிறது 'தமிழகத்தில் சத்திரியர்கள்' பற்றிய கட்டுரை.

மறைந்த முக்கிய எழுத்தாளர் கி.ரா அவர்கள் சாதாரண மக்கள் மத்தியில் வழங்கப்படும் பாலியல் கதைகளைத் தொகுத்தளித்தபோது இவற்றை எல்லாம் இலக்கியமாகக் கருதலாமா என்றொரு சர்ச்சை எழுந்தது. பாலியல் கதைகள் ஆங்கிலம் முதலான மொழிகளில் எவ்வாறு ஒரு இலக்கிய வகையாக இருந்தது என்பது குறித்து அப்போது நான் விரிவாக எழுதிய கட்டுரை முக்கியமான ஒன்று. அன்று பெரிதாகச் சர்ச்சைக்கு உள்ளாகிய கட்டுரையும்கூட. தமிழில் அப்படியான ஆய்வு அதிகம் இல்லை.

சென்ற நூற்றாண்டின் தொடக்கத்தில் அயோத்திதாசர், கர்னல் ஆல்காட், அனகாரிக தர்மபாலா, பேராசிரியர் லட்சுமி நரசு ஆகியோர் தமிழகத்தில் பௌத்தம் குறித்துப் பேசியது குறித்த செய்திகளைச் சொல்கிறது ஒரு கட்டுரை.

மதமும், ஆன்மீகமும் ஒன்றல்ல. புத்தர் ஆன்மா எனும் கருத்தாக்கத்தையே மறுத்தார். பதிலாக 'ஆன்மா அல்லாதது' (அநாத்மா) என்கிற கருத்தை முன்வைத்தார். இந்திய மதங்கள் முன்வைக்கும் ஆன்மீகப் பார்வைகள் குறித்த கட்டுரை கிறிஸ்தவப் பாதிரியார்கள் மத்தியில் நான் பேசியது.

சமீபத்தில் மறைந்த கெய்ல் ஓம்வெத் ஒரு களப் போராளி மட்டுமல்ல. ஒரு ஆய்வாளராக இந்தியா வந்து இங்கேயே

வாழ்ந்து இறந்தவர். இங்குள்ள சாதி அமைப்பு, தீண்டாமை, உலகிற்கு இந்தியாவின் கொடையாக விளங்கும் பௌத்தம் முதலியன குறித்து நிறைய எழுதியவர். பௌத்தம் குறித்த அவரது பார்வையைச் சொல்கிறது இந்நூலின் இறுதியாக அமைந்துள்ள கட்டுரை.

தற்போது என் நூல்களைச் சிறப்பாக வெளியிட்டு வரும் ஸீரோ டிகிரி நிறுவனம் இந்நூலைச் சிறப்பாக வெளியிடுகிறது. அவர்களுக்கு என் நன்றிகள்.

**அ.மார்க்ஸ்,**

*நவம்பர் 09, 2021*

பொருளடக்கம்

## சென்று வா இருபதாம் நூற்றாண்டே...

ஒரு நூற்றாண்டைத் திரும்பிப் பார்த்துச் சிலவற்றை அடையாளப் படுத்துதல், தொகுத்துப் பார்த்தல் என்பது ஒரு எளிய முயற்சியல்ல. நீண்ட காலம் மேற்கொள்ள வேண்டிய கடின உழைப்பு அது. அத்தகைய எந்த முயற்சியுமின்றி மனதில் பட்ட, நினைவுக்கு வந்த சில நிகழ்வுகளை, அவற்றினடியாக அடையாளம் காணமுடிந்த சில போக்குகளை உங்களோடு பகிர்ந்து கொள்ளும் ஒரு வாய்ப்பாகவே இந்தத் தொடக்க உரையை நான் அமைத்துக் கொள்கிறேன்.

சென்ற நூற்றாண்டை மதிப்பீடு செய்கிற போது நமக்கு ஏற்படுகிற ஒரு பிரச்சினை நாமும் அந்த நூற்றாண்டில் வாழ்ந்தவர்களாய் இருப்பது. நமது செயற்பாடுகளுடன் நாமும் இந்த நூற்றாண்டின் அங்கமாய் இருந்திருக்கிறோம். என்னை எடுத்துக்கொண்டால் ஒரு அரை நூற்றாண்டு காலம் சென்ற நூற்றாண்டில் வாழ்ந்துள்ளேன். ஒரு கால் நூற்றாண்டு ஓரளவு இலக்கிய, அரசியல் களங்களில் பங்கு பெற்றிருக்கின்றேன். இங்கு இருக்கக் கூடிய நம் எல்லோருக்கும் இது பொருந்தும். கால அளவுகள் வேண்டுமானால் சற்று வேறு படலாம். எனவே சென்ற நூற்றாண்டை நாம் மதிப்பீடு செய்ய முற்படும் போது முற்றிலும் புற வயமான ஒரு மதிப்பீடு சாத்தியமில்லை. முற்றிலும் புறவயமான மதிப்பீடு எதிலுமே சாத்தியமில்லை என்பதை மனதிற்கொண்டு தொடர்வோம் சென்ற நூற்றாண்டை நாம் மதிப்பீடு செய்வது என்பதைப்

பொருத்த மட்டில் நாம் ஒரு பங்கேற்பு ஆய்வாளராக *(Participant Observer)* மட்டுமே இருக்க முடியும். நமது விருப்பு வெறுப்புகள், பார்வைகள், கருத்தியல்கள் ஆகியவற்றின் அடிப்படையில் நம்மில் சிலருக்கு முக்கியமாகப்படக் கூடிய நிகழ்வுகள் வேறு சிலருக்கு முக்கியமற்றதாகத் தோன்றலாம் என்பது போன்ற சிக்கல்களை நாம் மறந்துவிடலாகாது.

உலகளாவிய அனுபவங்களின் அடிப்படையில் சென்ற நூற்றாண்டை மதிப்பிட்டு ஆங்கில இதழ்களில் பல கட்டுரைகள் வந்திருப்பதைக் கவனித்திருப்பீர்கள். சில நல்ல புத்தங்களும்கூட வந்துள்ளன. புகழ்பெற்ற மார்க்சீய வரலாற்றாசிரியரான எரிக் ஆப்ஸ்வாம் எழுதியுள்ள *'The Age of Extremes'* இவற்றில் குறிப்பிடத்தக்க ஒரு நூல். இந்தக் கட்டுரைகள், நூற்கள் ஆகியவற்றில் சொல்லப்படுகிற இரண்டு கருத்துக்கள் இங்கே குறிப்பிடத்தக்கன.

முதலாவது : சாதாரண மனிதன் கதாநாயகனாக உலா வந்த ஒரு நூற்றாண்டு இது. செய்தியாக்கம் *(reportage)*, காமிரா ஆகியவற்றின் யுகம் என்றும் இதைச் சொல்வார்கள், தொடர்பூடகத்தில் ஏற்பட்ட பெரு மாற்றங்கள் அச்சு, சினிமா, எளிதாய் எங்கும் கிடைக்கக் கூடிய நாளிதழ்கள், தொலைக்காட்சி, வானொலி, 'நான்காவது எஸ்டேட்' எனப்படும் பத்திரிக்கைத் துறையின் இன்றியமையாமை ஆகியன சாதாரண மனிதன் நடுநாயகமாக ஆன நிகழ்வோடு பொருத்திப் பார்க்கத்தக்கன. பெண்கள், தலித்துகள், கறுப்பினத்தவர், ஒடுக்கப்பட்ட இனங்கள் மேலெழுந்த ஒரு காலகட்டமாகவும் சென்ற நூற்றாண்டு விளங்குகிறது.

இரண்டாவது: மேலைச் சூழலைப் பொருத்தமட்டில் ரொம்பவும் பயங்கரமான நூற்றாண்டாக இது கணிக்கப்படுகிறது. இருபெரும் உலகப் போர்கள். மில்லியன் கணக்கில் மக்கள் கொன்று குவிக்கப்பட்ட நிகழ்வுகள் நிறைந்த ஒரு யுகம் இது. இவற்றிற்கு ஈடான நிகழ்வுகளை முந்திய நூற்றாண்டுகளில் நீங்கள் தேட இயலாது. இந்தப் பேரழிவுகள் இந்தியத் துணைக் கண்டத்தில் ஏற்படுத்திய நேடித் தாக்கங்கள் குறைவுதான்.

நமது ஈழத்தமிழர்கள் சந்தித்த கொடூரங்களைக் கூட நாம் சந்தித்ததில்லை. உலகப் போர்கள் நமது தமிழ்ச் சூழலில் ஏற்படுத்திய தாக்கங்களைக் காட்டிலும் ஈழப் பிரச்சனை ஏற்படுத்திய தாக்கம் அதிகம்.

மற்றபடி சென்ற நூற்றாண்டை யோசிக்கும்போது நம் நினைவிற்கு வரக்கூடியன: *(1)* பொதுவுடைமைக் கட்சிகள் முன்னின்று நடத்திய புரட்சிகள், சோசலிசக் கட்டுமானங்களின் தோற்றமும் தேய்வும் *(2)* பாசிசத்தின் தோற்றம், வீழ்ச்சி, புத்துயிர்ப்பு. சுருக்கமாகச் சொல்வதானால் சோவியத் யூனியன், மூன்றாவது ரீச் ஆகியவற்றின் எழுச்சியும் வீழ்ச்சியும் சென்ற நூற்றாண்டில் மிக முக்கியமான இரு நிகழ்வுகள்.

அறிவுத் தோற்றவியல், சிந்தனைமுறை, தத்துவம் ஆகியவற்றைப் பொருத்த மட்டில் 'தர்க்க பூர்வமான விஞ்ஞானத் தன்மை' குறைந்த அதர்க்க அடிப்படையிலான சிந்தனைகளும் பார்வைகளும் எழுச்சி பெற்ற ஒரு சகாப்தமாகவும் சென்ற நூற்றாண்டைப் பார்க்க இயலும். சசூர், ஃபூக்கோ, விட்கென்ஸ்டெய்ன், தெரிதா, கடாமர், தெல்யூஸ், கத்தாரி முதலிய சில பெயர்கள் உடனடியாக நினைவுக்கு வருபவை. இலக்கிய விமர்சனத்துறைகளிலும் இது எதிரொலித்ததை நாம் அறிவோம். அய்ரோப்பிய, அமெரிக்க, மேலை இலக்கியங்கள் என்பதிலிருந்து லத்தின் அமெரிக்க மற்றும் கறுப்பு இலக்கியங்கள், மூன்றாம் உலக எழுத்துக்கள் என்கிற விளிம்புகளை நோக்கி இலக்கியக் கவனங்கள் திரும்பிய நூற்றாண்டாகவும் இதனைக் குறிப்பிடலாம். சென்ற நூற்றாண்டின் மிக முக்கியமான எழுத்தாளர்கள் எனச் சிலரைச் சொல்ல நேர்ந்தால் அதில் கப்ரியேல் கார்ஷியா மார்க்யூஸ் என்கிற லத்தீன் அமெரிக்கரின் பெயர் முதலில் அமையும் என்பதை யாரும் மறுத்துவிட இயலாது.

*2*

*1914* ஜூன் *28*ந் தேதியன்று பிரான்ஸ் பெர்டினார்ட் என்கிற ஆஸ்திரிய ஹங்கேரி நாட்டு இளவரசன் சராஜீவோவில் சுட்டு கொல்லப்பட்டதை அடுத்து முதல் உலகப் போர் முகிழ்ந்தது

என்று பள்ளி நாட்களில் படித்திருக்கிறோம். அப்புறம் 1917ல் ருஷ்யப் புரட்சி. இது உலகெங்கிலுமிருந்த குடியேற்ற நாட்டு மக்களிடம் ஏற்படுத்திய எழுச்சிக்கு நமது சுப்பிரமணிய பாரதி எடுத்துக்காட்டு இந்த நூற்றாண்டின் முதல் இருபதாண்டுகளில் உலகெங்கிலும் தாராள ஜனநாயகச் சிந்தனைகள் ஓங்கி நின்றன. சட்டத்தின் ஆட்சி, அரசியல் சட்டத்தின் அடிப்படையில் இயங்கும் அரசுகள், சிவில் உரிமைகள், சர்வாதிகார எதிர்ப்பு என்கிற சிந்தனைகள் மேலெழுந்தன. இவற்றிற்கு எதிரான பாரம்பரிய மதங்கள் மற்றும் மடாலயங்களின் எதிர்ப்புகள் மிகவும் பலவீனமாகவே இருந்தன. புதிதாக உருவான சமூக சனநாயக இயக்கங்களும் தொழிலாளர் இயக்கங்களும் மிகவும் ஆபத்துக்குரியவையாகக் கருதப்பட்டன. எனினும் இந்த இடதுசாரி இயக்கங்கள் அனைத்தும் அவற்றின் கோட்பாடுகளிலும் நடைமுறைகளிலும் சனநாயகம், ஒழுங்கு, தர்க்கம், முற்போக்கான வளர்ச்சி என்பதான விஞ்ஞானப் பொருத்தமுடைய சிந்தனைகளையே முன் வைத்தன. ஜெர்மன் நாட்டில் சமூக ஜனநாயகக் கட்சி வெளியிட்ட மே தினப் பதக்கத்தில் ஒரு புறம் கார்ல் மார்க்சின் படமும் மறுபுறம் அமெரிக்க சுதந்திர தேவதைச் சிலையும் பொறிக்கப் பட்டிருந்தது நினைவுக்கு வருகிறது.

1929-'33 கால கட்டத்தில் உலக முதலாளியம் மிகப் பெரிய பொருளாதாரப் பின்னடைவைச் சந்தித்தது. அதை ஒட்டி தாராள சனநாயகச் சிந்தனைகளெல்லாம் சற்றே பின்னுக்குத் தள்ளப்பட்டு பாசிச உணர்வுகளும், சிந்தனைகளும், இயக்கங்களும் மேலெழுந்தன. 1920களின் தொடக்கத்திலிருந்தே இந்தப் போக்கினைக் காணமுடியும்.

இதில் கவனிக்க வேண்டிய அம்சம் என்னவெனில் பாசிசம் என்றால் ஏதோ ஜெர்மனியில் ஹிட்லரும், இத்தாலியில் முசோலினியும் உருவாக்கிச் செயற்படுத்திய அரசியற் கோட்பாடு என்றுதான் நினைத்துக் கொண்டிருக்கிறோம். ஆனால் உலகெங்கிலும் குறிப்பாக மேலை நாடுகள் அனைத்திலும் இத்தகைய பாசிச உணர்வுகளும், கோட்பாடுகளும், இயக்கங்களும் அன்று தலையெடுத்திருந்தன. லத்தீன் அமெரிக்க

நாடுகள் சிலவற்றிலும் பாசிச எதிரொலிகள் எழும்பின. தாராள ஜனநாயகச் சிந்தனைகள் ஒதுக்கப்பட்டன. 1945 வரை இந்நிலை நீடித்தது எனலாம். இந்தியாவிலுங்கூட இக்கால கட்டத்தில்தான் (1925) இந்து உயர்சாதியினர் ஆர். எஸ். எஸ். இயக்கத்தை உருவாக்கினர்.

இரண்டாம் உலகப் போர் முடிவுற்ற பின் மூன்றாம் உலக நாடுகள் காலனிய ஆட்சிகளிலிருந்து விடுதலை பெறத் தொடங்கின. கிழக்கு அய்ரோப்பிய நாடுகளில் பொதுவுடைமைக் கட்சிகள் சோவியத் யூனியனின் ஆதரவோடு அரசுகளை அமைத்தன. எல்லையற்ற கனவுகளோடு மக்கள் இந்நாடுகளில் தேச நிர்மாணப் பணிகளிலும் சோசலிசக் கட்டுமானப் பணிகளிலும் ஈடுபட்டனர். கிழக்கு அய்ரோப்பிய அரசுகளுக்கு மட்டுமின்றி மூன்றாம் உலக அரசுகளுக்கும் சோவியத் யூனியன் ஆதரவு குறிப்பிடத் தக்கதாய் அமைந்தது. ஸ்டாலினிய அரசுகளின் சனநாயக மறுப்புகள், மொத்தத்துவ ஆட்சிகள் (totalitarian governments) பற்றிய விரிவான விமர்சனங்களை நாம் செய்துள்ளோம். 1950 - 1990 கால கட்டத்திய பனிப்போர்(cold war) குறித்தும் விரிவான விளக்கத்திற்கும் இது நேரமல்ல. 'வளர்ச்சி' என்கிற கோட்பாட்டிற்கு ஆட்பட்ட மூன்றாம் உலகத்தின் சார்பு முதலாளிய அரசுகள் ஒரு பக்கம் அமெரிக்கா, இதர முதலாளிய நாடுகள், உலக நிதி நிறுவனங்கள் ஆகியவற்றின் பிடியில் சிக்கியிருந்த போதிலும் இன்னொரு பக்கம் சோவியத் யூனியனின் தலைமையிலான சோசலிச நாடுகளின் ஆதரவு அவற்றிற்கு இருந்தது உலக முதலாளியத்தை ஓரளவு சரியீடு (balance) செய்வதாக இருந்தது.

எனினும் அடுத்த இருபதாண்டுகளில் தேச நிர்மாணக் கனவுகளுடன் காலடி எடுத்து வைத்த மூன்றாம் உலக நாடுகளாயினுஞ் சரி சமத்துவ லட்சியத்தை முன்னிறுத்தி இயங்கிய சோசலிச நாடுகளாயினுஞ் சரி மிகவும் இறுக்கமான, பொருளாதார ரீதியாய்த் தேங்கிப்போன, தேசிய இனங்களையும் சிறுபான்மையினரையும் ஒடுக்குகிற எதேச்சாதிகார அரசுகளாக மாறின. பெருமளவில் வறுமை, வேலையின்மை ஆகியவற்றையும் மூன்றாம் உலக மக்கள் எதிர் கொள்ள வேண்டியதாயிற்று. முதல்

உலகம் எனச் சொல்லப்படுகிற பிரிட்டன், பிரான்ஸ் முதலான அய்ரோப்பிய நாடுகளிலும் பொருளாதாரத் தேக்கங்கள் உருவாயின. வளர்ச்சி *(Development)* மற்றும் சனநாயகம் குறித்த பெருங்கதையாடல் களெல்லாம் வீழ்ச்சியுற்றன.

இந்தப் பின்னணியில்தான் 1960 களின் இறுதியில் மேலை நாடுகளில் பெரும் அரசெதிர்ப்பு இயக்கங்கள், மாணவர் இயக்கங்கள், போர் எதிர்ப்பு இயக்கங்கள், பசுமை இயக்கங்கள் முதலியன ஒரு வகை பின் நவீனச் சாய்வுடன் உருவாயின. சோவியத் மேலாண்மைக்கு எதிராகக் கிழக்கு அய்ரோப்பிய நாடுகளிலும் சலசலப்புகள் தோன்றின. மூன்றாம் உலக நாடுகளில் தேசிய இன இயக்கங்கள், மாவோயிச இயக்கங்கள் தலைகாட்டத் தொடங்கின.

இரண்டாம் உலகப் போரில் பாடங் கற்றுக் கொண்ட முதலாளிய நாடுகள் 1945-1983க்கு இடைப்பட்ட காலத்தில் பெரும் போர் எதையும் தமது மண்ணில் அனுமதிக்கவில்லை என்பது சிந்திக்கத் தக்கது. எல்லாப் போர்களும் இராணுவ மோதல்களும் மூன்றாம் உலக நாடுகளிலேயே நடத்தப்பட்டன. இந்தப் போர்களில் அழிந்து போன இருபது மில்லியன் மக்களும் மூன்றாம் உலகத்தவரே. வியட்நாம் போரில் கொல்லப்பட்ட அய்ம்பதாயிரம் அமெரிக்கர் மட்டும் ஒரு விதி விலக்கு. அறுபதுகளுக்குப் பிந்திய புரட்சிகளுங்கூட லத்தீன் அமெரிக்க நாடுகளிலேயே மய்யங்கொண்டன. சே. பிடல், ட்ராட்ஸ்கி மாவோ ஆகியோர் உலகெங்கிலுமுள்ள இடதுசாரி இயக்கங்களின் புரட்சித் திருஉருக்களாக *(icons of revolution)* மாறினர். லத்தீன் அமெரிக்காவில் உருவான இந்த இயக்கங்களில் சோசலிசத் தன்மைகளைக் காட்டிலும் தேசீயக் குணாம்சங்களே விஞ்சி நின்றன. சைமன் பொலிவர் முதலான தேசீய வீரர்கள் மறு கண்டுபிடிப்புக் குள்ளாயினர். "தந்தையர் நாடா, மரணமா?" என்கிற முழக்கத்தைத் தான் பிடல் காஸ்ட்ரோவும் கூட ஒலித்தார். ஆயுத எழுச்சிகளாக இவை அமைந்தன. 1970கள் பயங்கரவாதம், எதிர் பயங்கரவாதம் இவை எல்லாவற்றிற்கும் மூலாதாரமான அரசு பயங்கரவாதம், மோதல் சாவுகள், காவல் நிலையச் சித்திரவதைகள் நிரம்பிய

ஒரு கொடுங்கால கட்டமாக விளங்கின.

இந்தியாவிலுங்கூட மாவோயிச முழுக்கங்களுடன் நக்சல்பாரி எழுச்சி உருவானது இக்காலகட்டத்தில்தான். தரகு முதலாளியம் என்கிற வரையறையையும் ஆயுதப் புரட்சி, அழித்தொழிப்பு முதலான வழி முறைகளையும் இது முன் வைத்தது. ஆகக் கொடுமையான அரச பயங்கரவாதத்தின் மூலம் நக்சல்பாரி எழுச்சி எதிர்கொள்ளப்பட்டது. இலங்கையில் ரோகண விஜய வீராவின் தலைமையிலான எழுச்சியும் இவ்வாறே நசுக்கப்பட்டது.

இந்தியக் குடியரசுத் தலைவர்களில் ஒருவரான சஞ்சீவ ரெட்டி என்பவரின் மருமகனும் ஆந்திரச் சட்டமன்றத்தில் கம்யூனிஸ்ட் கட்சி உறுப்பினராக இருந்தவருமான தரிமேள நாகிரெட்டி, “ஏகாதிபத்தியத்திடம் இந்தியா அடகு வைக்கப்பட்டு விட்டது. சட்ட மன்றத்தின் மூலம் இனி மக்களுக்கு விடுதலை இல்லை” என முழங்கி சட்டமன்றத்தை விட்டு வெளியேறினார். பின்னாளில் கைது செய்யப்பட்டு நீதி மன்றத்தில் நிறுத்தப்பட்டபோது இந்தியா அடகு வைக்கப்பட்டது’ *(India Mortgaged)* என்கிற விரிவான தகவல்களும் தரவுகளும் அடங்கி அவரது வாக்குமூலம் எங்களைப் போன்ற இளைஞர்களுக்கு அன்று உணர்ச்சியூட்டுவதாக அமைந்தது. அன்று நக்சல்பாரிகள் சொன்னது இன்னும் விரிந்த பரிமாணங்களுடன் இன்று நடைமுறையாகியுள்ளது; இது இன்று எல்லோருக்கும் விளங்கி நிற்கிது. ஆனால் சாரு மஜூம்தாரையும் நாகிரெட்டியையும் நினைவு கொள்ளத்தான் யாருமில்லை.

*3*

*1975*ல் நெருக்கடி நிலை அறிவிக்கப்பட்டது. பத்திரிகைத் தணிக்கை, கடும் அடக்குமுறை. ‘இந்திராவே இந்தியா, இந்தியாவே இந்திரா’ என்கிற முழக்கம். ஜனநாயக மறுப்பு என்பவற்றை நாம் மறந்துவிட இயலாது. இவற்றிற்கெதிராகக் கனன்றெழுந்த எதிர்ப்பு, சனநாயக விழிப்புணர்வு, ஜனதா

ஆட்சியில் நிறுவப்பட்ட மண்டல் குழு, பிற்படுத்தப்பட்ட சாதியினரின் படிப்படியான எழுச்சி, அம்பேத்கர் நூற்றாண்டை ஒட்டி தலித் மக்கள் மத்தியில் ஏற்பட்ட விழிப்புணர்வு முதலியன சமீபத்திய நிகழ்வுகள். உலக அளவில் சோவியத் யூனியன் பலவீனமடைந்ததும், சோவியத் மேலாண்மைக்கும் ஏதேச்சதிகார அரசுகளுக்கும் எதிராக கிழக்கு அய்ரோப்பிய மக்கள் கிளர்ந்தெழுந்ததும், சோவியத் யூனியன் மற்றும் கிழக்கு அய்ரோப்பிய அரசுகள் வீழ்ந்ததும் ஒப்பீட்டளவில் சமீபத்திய நிகழ்வுகள். இதில் உலக முதலாளியம், தொலைகாட்சி, தொடர்பு சாதனங்கள் ஆகியவற்றின் பங்கு என்பது நாம் சமீபமாகக் கண்டவை, அனுபவித்தவை.

ஒற்றைத் துருவ உலகின் கொடிய விளைவுகளை வளைகுடாப் போரின் போது பார்த்தோம் இன்றளவும் ஈராக், ஆப்கானிஸ்தான், கியூபா, ஓரளவிற்குச் சீனா முதலான நாடுகள் உலக முதலாளியத்தால் குறி வைத்துத் தாக்கப் படுகின்றன. இந்த நூற்றாண்டின் இறுதியில் நாம் கண்ட இன்னொரு கவலைக்குரிய விஷயம் எல்லா நாடுகளிலும் புத்துயிர்ப்புப் பெற்று வருகின்ற நவ பாசிசப் போக்குகள். முந்தைய பாசிசம் யூதர்களை எதிரிகளாய் நிறுத்தியது. இன்றைய பாசிசம் மூன்றாம் உலக அகதிகளை, இஸ்லாமியரை எதிரிகளாக நிறுத்தி வளர்கிறது. மண்டல் குழு அமுலாக்கத்திற்கெதிரான உயர்சாதி எதிர்ப்புகள், இந்துத்துவப் புத்துயிர்ப்பு, பாபர் மசூதி இடிக்கப்பட்டமை, மாட்டுக்கறியின் பெயரில் மேற்கொள்ளப்பட்ட சிறுபான்மையினர் மீதான தாக்குதல்கள் முதலியன இதற்கிணையான இந்திய நிகழ்வுகள்.

‘உலகம் என்றொரு கிராமம்’ என்கிற முழக்கத்தோடு மேற்கொள்ளப்படுகிற உலகமயமாதலின் உச்ச நிகழ்வுகள் சென்ற நூற்றாண்டின் இறுதிக் காட்சிகளாக அமைந்தன. கருத்தியல்களின் காலம் மலையேறிவிட்டது, முடிந்து விட்டது என்கிற அறிவிப் போடு உலகமயச் சிந்தனையாளர்கள் வலம் வருகின்றனர். எல்லாவற்றையும் பிரும்மாண்டங்களாக நிகழ்த்துவதும், சிறிய நிறுவனங்களைப் பெரிசுகள் உட் செரித்துக் கொள்வதும், கல்வி, மருத்துவம் உட்பட அனைத்தையும் சந்தைக்கான பொருட்களாக, லாபத்தை அடிப்படையாக கொண்ட

நடவடிக்கைகளாக்குவதும் உலகமயச் செயற்பாடுகளாக உள்ளன.

உலகமயமாக்கலின் இரும்புப் பிடிக்கு இந்தியாவும் தப்பவில்லை. புத்துயிர்ப்புப் பெற்று வருகிற வலதுசாரி எழுச்சிகள், நவ பாசிசப் போக்குகள் என்பன மீண்டும் தாராளவாத, ஜனநாயக, புரட்சிகரச் சிந்தனைகளைப் பின்னடைவுக் குள்ளாக்கியிருக்கின்றன. தொழிற் சங்க இயக்கங்கள் தேக்கத்தை எட்டியுள்ளன. நம்பிக்கையூட்டிய தலித் எழுச்சியைக் கூட உட்செரித்துக் கொள்ள இந்துத்துவம் முனைகிறது. பாசிசத்திற்குரிய எல்லாப் பண்புகளுடனும் வெற்றிகரமாக மேலெழுந்த இந்துத்துவம் இன்று ஆட்சியில். தமிழகமும் இந்தப் பொதுப் போக்குகளுக்கு விதி விலக்காய் இல்லை.

*4*

1958 அல்லது 59 ஆக இருக்கலாம். நான் படித்துக் கொண்டிருந்த பாப்பாநாடு அரசு இடைநிலைப்பள்ளியில் ஏதோ ஒரு விழா. 'தண்டல் நாயகம் அவர்களே வருக வருக' என்றொரு வரவேற்பு வாசகம் பெரிதாக எழுதப்பட்டிருந்தது. 'தண்டல் நாயகம்' என்ற சொல்லிற்கு 'கலெக்டர்' எனப் பொருளென்பதைப் பின்னர் அறிந்து கொண்டேன். 'மாவட்ட ஆட்சியர்' என்பது இன்று பொதுமக்கள் மத்தியிலும் புழக்கத்திலுமுள்ள ஒரு சொல். 'அக்கிராசனர்' 'கனம்,' 'அபேட்சகர்' முதலான சொற்களைத் தினசரி இதழ்களில் பார்த்திருக்க நம்மில் சிலருக்கு வாய்ப்புண்டு. 'விவாஹ முகூர்த்தப் பத்திரிகை', 'கிரஹப் பிரவேசம்', 'ஹாஸ்யம்' முதலான பிரயோகங்களும் கூட இன்று பழங்கதைகளாகிவிட்டன. மொழிப் பயன்பாட்டில் நிகழ்ந்தேறியுள்ள இந்த ஜனநாயக மாற்றம் இந்த நூற்றாண்டின் தொடக்கத்திலிருந்து செயல்பட்ட தமிழுணர்வு, அச்சு இதழியல் துறைகளின் விரிவாக்கம் ஆகியவற்றின் விளை பொருள்.

சென்ற நூற்றாண்டின் தொடக்கத்தில் (1902) வேதாசலம் பிள்ளை 'ஞானசாகரம்' என்கிற தனது இதழின் பெயரை 'அறிவுக் கடல்' எனத் தூய தமிழாக்கினார். தனது பெயரையும் மறைமலை

அடிகள் என மாற்றிக்கொண்டார். மாதவய்யா கூடத் தனது இதழுக்கு 'தமிழர் நேசன்' என்றுதான் பெயரிட்டார். மதுரைத் தமிழ்ச் சங்கத்தின் சார்பாக 'செந்தமிழ்' வெளிவரத் தொடங்கியது (1902). பாரதியார் 'சக்கரவர்த்தினி' தொடங்கியபோது (1906), 'தமிழ்நாட்டு மாதர்களில், அபிவிருத்திய நோக்கமாகக் கொண்டு வெளியிடப்படும் மாதாந்திர பத்திரிகை' என்றுதான் அதை அறிமுகப்படுத்தினர். 'தமிழ் மாது' (1906) 'தமிழ்நேஷனல் பத்திரிகை' (1907), அயோத்தி தாச பண்டிதரின் 'ஒரு பைசாத் தமிழன்' (பின்னர் 'தமிழன்' 1907), 'தமிழ் அபிமானி' (1921), 'செந்தமிழ்ச் செல்வி' (1923), 'தமிழ்ப் பொழில்' (1925) என்பன சென்ற நூற்றாண்டின் தொடக்கத்தில் வெளிவந்த சில தமிழ் இதழ்கள். இப்படிப் பெண்கள் இதழாயினும் சரி, தாழ்த்தப் பட்டவர்களின் இதழாயினும் சரி 'தமிழ்' என்கிற அடையாளத்துடன் வெளிவர நேர்ந்த சூழல் நமது கவனத்திற்குரிய ஒன்று.

1907 தொடங்கி வெள்ளையராட்சிக்கு எதிரான (அகில இந்திய) தேசியப் பேரலை வீசத் தொடங்கியது. பாரதி சொன்னது போல "சென்ற சுபகிருது வருஷத்திலே (1907) பாரத நாட்டில் எல்லாச் சுபங்களுக்கும் மூலாதாரமாகிய தேசபக்தி என்ற நவீன மார்க்கம் தோன்றியது". இக் கூற்றில் இரு அம்சங்கள் நம் கவனிப்பிற்குரியன. ஒன்று: தேசத்தின் சுபமும் குடிமகனின் சுபமும் ஒன்று என்பது. மற்றது: இதுவரை இல்லாத புதிய மார்க்கமாகத் 'தேசபக்தி' யை முன் வைப்பது. Nationalism என்ற சொல்லை 'ஜாதீய அறிவு' என்று மொழியாக்கிய பாரதி, 'நாட்டினுடைய ஷேம லாபமே தன்னுடைய லாபம்' என அதற்கு விளக்கமளித்தார். 'தேசத்தைக் காத்தல் செய்' என்பது அவரது ஆத்திச்சூடி. "ஸ்வதேசாபிமானமும் ஸ்வபாஷாபி மானமுமில்லாத காகத்தை ஒரு காகம் என்று சொல்லுதல் தகுமோ? அதைப் பறந்து தீனி தின்று திரியும் கரும் சிறு பிணமென்றுதான் சொல்ல வேண்டும்" என்று கதை எழுதியவரும் ('காக்கை இலக்கணம் கற்ற கதை') அவரே. இவ்வாறு முகிழ்த்த (அகில இந்தியத்) தேசிய உணர்வுக்கும் தமிழுணர்வுக்கும் இடையிலான சில வேறுபாடுகள் இங்கே

கருதத்தக்கன. அகில இந்தியத் தேசியத்தை முன்னெடுத்ததில் முன்னணிப் பாத்திரம் வகித்தவர்கள் பாரதி, வ.வே.சு. அய்யர், ஜி. சுப்பிரமணிய அய்யர் முதலானோர். குறிப்பாகப் பார்ப்பனர்கள் தேசியத்துடனும் வேளாளர், செட்டியார், முதலியார் முதலான இதர மேற் சாதியினர் தம்மைத் தமிழுணர்வுடனும் அடையாளம் கண்டனர். தமிழுணர்வைப் பொருத்தமட்டில் அது சென்ற நூற்றாண்டின் தொடக்கத்தில் தேசீய உணர்வாக, தனி நாட்டுக் கோரிக்கையாக உருப்பெறவில்லை. 1930களின் பிற்பகுதியில் இந்தி எதிர்ப்புப் போராட்டத்திற்குப் பின்பே 'தமிழ்நாடு தமிழருக்கே' போன்ற கோரிக்கை உருப்பெற்றது. தொடக்கத்தில் தமிழுணர்வு என்பது சைவ உணர்வுடன் பின்னிப் பிணைந்ததாகவே இருந்தது. அயோத்திதாச பண்டிதர் மட்டும் விதிவிலக்கு. தாழ்த்தப்பட்ட வகுப்பினராகிய இவர் தமிழ் என்னும் அடையாளத்தைச் சைவத்திலிருந்து பிரித்து பவுத்தமரபுடன் இணைக்க முயற்சித்து ஒரு முக்கியமான மாற்று அரசியல் செயல்பாடாக அமைகிறது.

தமிழ் மீட்பு வாதத்திற்கு அடிக்கல் நாட்டிய மறைமலை அடிகள், ஜே.எம். நல்லுசாமிப் பிள்ளை (சித்தாந்த தீபிகை, சித்தாந்த சமாஜம்) முதலியோர் முழுமையாகத் தமிழைச் சைவத்தோடு பிணைத்தனர். சி.வை.தாமோதரம்பிள்ளை, ஆறுமுக நாவலர் முதலான 'யாழ்பாணக் குழாத்தினர்' இவர்களுக்கு மூலாதாரமாக விளங்கினர். யாழ்பாணத் தமிழ்ச் சங்கத்தின் மாதிரியிலேயே மதுரைத் தமிழ்ச் சங்கத்தைப் பாண்டித்துரைத் தேவர் நிறுவினார். யாழ்பாணம் ரிட்ஜ்வே மண்டபத்தில் 1892ல் நடைபெற்ற கூட்டமொன்றில் "தமிழ் மொழியின் வளர்ச்சியைப் போன்ற சமாந்தரப் போக்கு தமிழர் தேசியத் தத்துவமாகிய சைவ சித்தாந்தத்தில் காணப்படுகிறது" என முழங்கினார் செ. கனகசபைப் பிள்ளை. "1800 ஆண்டுகட்கு முற்பட்ட தமிழகம்" என்கிற முக்கிய நூலின் ஆசிரியர் இவர். 19ம் நூற்றாண்டில் இறுதியிலிருந்தே பல்வேறு தமிழ்ச் சாதியினரும் அவரவர்கள் சாதி அடையாளத்தை முதன்மைப்படுத்தி இயங்கவும் இதழ்கள் நடத்தவும் தொடங்கினர். இருபதாம் நுற்றாண்டிலும் இது தொடர்ந்தது. 'முத்தரையர் முழக்கம்', 'மீனவர் ஓசை', 'முக்குல

முரசு', 'மறவர் தூதன்', 'செங்குந்த மித்திரன்', 'வேளாளன்', 'கருணீக மித்திரன்', 'முசுலிம் தூதன்', 'இசுலாம் நேசன்' முதலியன இவ்வாறு வெளியான சில இதழ்கள். ஆக சாதிகளை ஒழித்து அதனூடாகத் தமிழ் அடையாளம் அல்லது இந்திய அடையாளத்தைக் கட்டுவது என்பதற்குப் பதிலாக இத்தகைய சாதி அடையாளங்களை உறுதிப்படுத்திக் கொண்டே, சாதீய ஏற்றத்தாழ்வுகளை ஏற்றுக்கொண்டே அவற்றை இணைத்து மூடி நிற்கும் ஒரு குடையாக இங்கு தேசிய உணர்வுகள் உருவாக்கப் பட்டன. "ஆயிரம் உண்டிங்கு சாதி, எனில் அன்னியர் வந்திங்கு புகலென்ன நீதி" எனப் பாரதி சினந்தது இதற்கு ஒரு சான்று. தேசிய உணர்வைக் கற்பிப்பதற்கென இவர்கள் சார்ந்திருந்த கலாச்சாரக் கூறுகள் இந்நிலைக்கு இட்டுச் சென்றதன் தவிர்க்க இயலாமையும் சிந்திக்கத்தக்கது.

வெள்ளையாட்சி ஏற்படுத்திய சில மாற்றங்களினூடாக தாழ்த்தப் பட்ட மக்கள் தமது அடையாளத்தை உறுதிப்படுத்தி, உரிமைகளைக் கோர மேற்கொண்ட முயற்சிகள் பத்தொன்பதாம் நூற்றாண்டின் இறுதியில் தொடங்கி இருபதாம் நூற்றாண்டில் தொடர்ந்தன. 1891ல் 'ஆதிதிராவிட மகாஜன சபை'யை இரட்டை மலை சீனிவாசன் உருவாக்கினார். 1891 - 1900 காலகட்டத்தில் 'பறையன்' என்னும் வார இதழையும் நடத்தினார். 'பஞ்சமன்', 'திராவிட மித்திரன்', 'திராவிட பாண்டியன்' முதலானவை தாழ்த்தப்பட்ட மக்களால் நடத்தப்பட்ட வேறு சில இதழ்கள். தமிழ்த் தேசிய உணர்விலிருந்தும் தேசிய இயக்கங்களிலிருந்தும் தாழ்த்தப்பட்டவர்கள் தம்மை விலக்கி நிறுத்திக் கொண்டது குறிப்பிடத்தக்கது. சென்ற நூற்றாண்டின் தொடக்கத்தில் உலகெங்கிலும் உணரப்பட்ட தாராள ஜனநாயகக் கருத்துக்களும் ரசியப் புரட்சியின் விளைவான புதிய சிந்தனைகளும் தமிழகத்திலும் எதிரொலித்தன. பார்ப்பனராயினும் மாதவய்யா சாதி எதிர்ப்புக் கருத்துக்களையும் விதவைத் திருமணம் முதலான சீர்திருத்தக் கருத்துக்களையும் தாங்கின கதைகளை எழுதினார். 1903ல் அவரது 'முத்து மீனாட்சி அல்லது பார்ப்பன விதவை மறுமணம்' வெளிவந்த போது 'இந்து' நாளிதழ் அதனைக் கண்டித்தது. இந்த நூற்றாண்டின் தொடக்கத்தில் இயங்கிய தமிழ்

எழுத்தாளர்களில் நவீனத்துவ மாற்றங்களை அவற்றுக்குரிய முக்கியத்துவங்களுடன் விளங்கிக் கொண்டவர்களாக நமக்குக் காணக் கிடைப்பது பாரதியும் மாதவய்யாவும் மட்டுமே. ஒரு மாற்று வரலாற்று வாசிப்பை நிகழ்த்தியவர் என்கிற வகையில் குறிப்பிடப் பட வேண்டியவர் அயோத்தி தாச பண்டிதர்.

தாராள ஜனநாயகக் கோரிக்கைகள் அரசியலில் ஏற்படுத்திய தாக்கத்தின் விளைவாகவே 1916ல் உருவான 'தென்னிந்திய நல உரிமைச் சங்கம்' மற்றும் அது முன் வைத்த பார்ப்பனரல்லாதார் அறிக்கையையும் இரட்டை மலை சீனிவாசன் முதலானோர் அன்றைய சட்ட அமைப்புகளைப் பயன்படுத்திக் கொண்டு வந்த தீண்டாமை ஒழிப்புச் சட்டங்களையும் காணவேண்டும். 1920ல் நீதிக் கட்சி ஆட்சியிலமர்ந்தது. 1921ல் வகுப்புவாரி ஆணை பிறப்பிக்கப்பட்டது. 'அறநிலையப் பாதுகாப்புச் சட்டம்' கொண்டுவரப்பட்ட போது, "கடவுளரையும் மதத்தையும் அழிக்க முனைந்து விட்டார்கள்; ஆண்டவனையே சட்டம் போட்டு அடக்கப் பார்க்கிறார்கள்" என்றும், 'தேவதாசி ஒழிப்பு மசோதா' தாக்கல் செய்யப்பட்ட போது (1929), "இந்தியக் கலாச்சாரத்தை அழிக்க முனைந்துவிட்டார்கள்" என்றும் சத்திய மூர்த்தி முதலான உயர்சாதித் தேசியத் தலைவர்கள் ஒடுக்கப்பட்டவர்களின் உரிமைக் குரலை அழிவு சக்தியாக உருவகப்படுத்திக் கடுமையாகத் தாக்கினர். 1920களில் தீண்டாமைக்கெதிரான பல சட்டங்களை நிறைவேற்றுவதில் சீனிவாசன் வெற்றி பெற்றாராயினும் அவர் முன் மொழிந்த சாதி ஒழிப்பு சட்டங்கள் பல வீழ்த்தப்பட்ட செய்தியும் இங்கே குறிப்பிடத்தக்கது.

1920களில் நிகழ்ந்த இரு அரசியல் பிரவேசங்கள் இந்திய அளவிலும் தமிழகத்திலும் பெருந்தாக்கங்களை விளைவித்தன. அகில இந்திய அளவில் காந்தி, தமிழக அரசியலில் பெரியார். தீண்டாமைக்கெதிராக காங்கிரஸ் இயக்கம் நடத்திய வைக்கம் போராட்டத்தில் (1923-'24) பெரியார் பங்கு பெற்றார். 1925ல் சேரன்மாதேவி குருகுலப் பிரச்சனையை முன்வைத்து காங்கிரசை விட்டு விலகிச் சுயமரியாதை இயக்கத்தைத் தொடங்கினார். தொடக்கத்தில் சோசலிசக் கருத்துக்களின் பால்

ஈர்க்கப்பட்ட, பெரியார் பின்னர் நீதிக்கட்சியை இணைத்துத் 'திராவிடர் கழகமாக' உருவாக்கினார். சாதி எதிர்ப்பை மய்யமாகக் கொண்ட அவரது தீவிரமான செயற்பாடுகள் சுமார் அய்ம்பதாண்டு காலம் தமிழகத்தில் தடம் பதித்தன.

இந்த நூற்றாண்டின் தொடக்கத்திலிருந்தே தொழிலாளர் இயக்கங்கள் உருவாயின; வேலை நிறுத்தக் கிளர்ச்சிகள் நடைபெற்றன. திலகர் கைது செய்யப்பட்டதை எதிர்த்து பம்பாய்த் தொழிலாளர் (1908) வேலை நிறுத்தம் நடைபெற்றது. 1928, 30 களில் தொழிற்சங்கப் போராட்டங்கள் உச்சம் அடைந்தன. திரு.வி.க., சர்க்கரை செட்டியார் முதலானோர் தொழிற்சங்க இயக்கங்களில் முன்னோடியாக இருந்தனர். சிங்காரவேலர், ஜீவா முதலியோர் பொதுவுடைமைச் சிந்தனைகள் அறிமுகமாவதில் முக்கிய பங்காற்றினார். 1920ல் திரு.வி.க. 'நவசக்தி' இதழைத் தொடங்கினார். ம. சிங்காரவேலரின் 'தொழிலாளர்' (1923), வ.சுப்பையாவின் 'சுதந்திரம்' (1935), திரு. வி. க.வின் 'சமதர்மம்' (1934) முதலியன தொடக்ககால இடதுசாரி இதழ்களில் சில.

முதற்கட்ட நாவலாசிரியர்கள், சிறு கதையாசிரியர்கள், ஆராய்ச்சியாளர்கள் வரலாற்றாசிரியர்கள், பதிப்பாசிரியர்கள் ஆகியோரின் உயர் சாதிப் பின்புலத்தையும் அவர்களது 'படைப்பு' முயற்சிகளில் தொனித்த 'பண்பாட்டுக் கவலை', அதாவது நவீன மாற்றங்கள் இந்துப் பண்பாட்டைச் சிதைத்துவிடக் கூடாதே என்ற கவலையையும் பற்றி விரிவாகப் பலமுறை பேசியாயிற்று. வெள்ளைக்காரர்களின் தயவில் இங்கே அறிமுகமான நவீனநிலை (Modernity) இந்துத்துவ கறைப்பட்டுச் சிதைந்த நவீனத்துவமாகவே வெளிப்பட்டது என்பதை மட்டும் நினைவிற் கொள்வோம்.

எழுதப் படிக்கத்தெரியாத பெருந்தொகையினரான கிராமப்புறத் தமிழ் மக்களின் ஒரே பொழுது போக்காகவும் கலை, இலக்கிய ரசனையாகவும் அன்றைய 'பாய்ஸ் கம்பெனி' நாடக சபைகளே விளங்கின. திருவிழாக்கள் மற்றும் சடங்குகளோடு இணைந்த தெருக்கூத்துகள், ஊர் ஊராகச் சென்று நிகழ்ச்சிகள் நடத்துகிற தோல்பொம்மை நாடகக்

குழுவினர், திருவிழாக்களில் நடைபெறும் நாட்டுப்புற இசை மற்றும் ஆடல்கள், பாய்ஸ் கம்பெனி நாடகங்கள் என யாவும் பெரும்பாலும் புராண, இதிகாச நிகழ்வுகளையே பாடு பொருளாகக்கொண்டிருந்தன. நாட்டுப்புற ஆடல் பாடல்கள் மட்டும் சிறிது விதிவிலக்காகவிருந்தன என்று சொல்லலாம். ஓரிரவிற்குள் ஒரு நாடகம் இயற்றுகிற புலமைத் திறம் வாய்ந்த சங்கரதாஸ் சுவாமிகளின் 'தத்துவ மீனலோசனி வித்துவ பால சபை' தொடக்க கால 'பாய்ஸ் கம்பெனி' களில் ஒன்று. மேற்தட்டு ரசிகர்களை நோக்கிய சாஸ்திரீய சங்கீதம் எனப்பட்ட கருநாடக இசை என்பது பெரும்பாலும் உயர் சாதியினரின் பிடியிலேயே இருந்தது.

*5*

ஹிட்லர் ஆட்சியைக் கைப்பற்றிய அதே காலகட்டத்தை ஒட்டி இங்கே ஏற்பட்ட சில அரசியல், பண்பாட்டு நிகழ்வுகள் குறிப்பிடத் தக்கன. தாழ்த்தப்பட்டவர்களுக்காக அம்பேத்கர் முன் மொழிந்த இரட்டை வாக்குரிமைக்கு இங்கு மிகப்பெரிய எதிர்ப்பு இருந்தது. அன்றைய சூழலில் மகாத்மா காந்தி இரு தரப்புக்கும் இடையே அதிக அளவு சாத்தியமான வகையில் இரட்டை வாக்குரிமை என்பதற்கு மாற்றாக 18 சத இட ஒதுக்கீடு என்கிற கருத்தாக்கத்திற்கு முன்னுரிமை அளித்த வரலாறு எல்லோரும் அறிந்த ஒன்று. இதற்கான பூனா ஒப்பந்தம் 1932-ல் கையெழுத்தாகியது. தாழ்த்தப்பட்ட மக்களுக்கு இழைக்கப் பட்ட அநீதியை ஈடுகட்ட 1933-34 காலப்பகுதியில் காந்தியும் காங்கிரஸ்காரர்களும் முன்னின்று ஆலயப் பிரவேச நிகழ்ச்சிகளை வெற்றிகரமாக நடத்தினார்கள். எனினும் காங்கிரஸ்காரர்கள் இதை மனப்பூர்வமாகச் செய்தார்கள் எனச் சொல்ல முடியாது. காங்கிரஸில் அன்று பெரிய அளவில் பார்ப்பனர்கள் இருந்தது குறிப்பிடத்தக்கது. காந்திதான் இதற்கெல்லாம் மூலக்காரணமாகவும் பின்புலமாக இருக்கிறார் எனும் நோக்கில் காந்தி தமிழகம் வந்தபோது சிதம்பரம் கோயில் முதலியன மூடப்பட்டன. "காந்தி திரும்பிப் போ"

என சுவரொட்டிகள் ஒட்டப்பட்டன. சங்கராச்சாரியாரின் நிதி உதவியுடன் காந்திக்கு எதிராக என்றொரு பத்திரிக்கையும் நடத்தப்பட்டது. தமிழகத்திலும் இதன் எதிரொலிப்புகளைக் காண முடிந்தது. தென்மாவட்டங்களில் தாழ்த்தப்பட்டவர்கள் ஆலய உரிமைகள் கோரி ஏற்கனவே போராட்டங்கள் நடத்தி வந்தனர். இன்றும் நடைபெறுகிற திருவாடனை கோயில் போராட்டம் அன்றே தொடங்கியிருந்தது. 1934-ல் தாழ்த்தப்பட்ட மக்களின் தலைவர் தேவகோட்டை பூச்சி, சாதி இந்துக்களால் கொல்லப்பட்டார். இந்தக் கொலையைக் கண்டித்து காந்தி அறிக்கை விட வேண்டியதாயிற்று. காங்கிரஸ்காரர்கள் கண்டன நிகழ்ச்சிகள் நடத்தினர்.

பாரத மாதா படம், 'மகாத்மா காந்தி வாழ்க' என்கிற முழக்கம் ஆகியவற்றோடு 1925-ல் 'குடி அரசு' இதழைத் தொடங்கிய பெரியார், தனது அய்ரோப்பியப் பயணத்தை முடித்து வந்து சிலகாலத்திற்குப் பிறகு 'விடுதலை' (1935) இதழைத் தொடங்கினார். 1930களின் இறுதியில் இந்தி எதிர்ப்புப் போராட்டத்தைத் தலைமை ஏற்று நடத்தியவரும் தனது வாழ்நாள் முழுமையும் தமிழ்நாடு பிரிவினைக் கோரிக்கையை முன் வைத்தவருமான பெரியார் தொடர்ந்து தேசப்பற்று, மொழிப் பற்று ஆகிய கட்டமைப்புகளுக்கு எதிராகவே இருந்தார். 'தேசாபிமானமும் பாஷாபிமானமும்' இல்லாதவர் மனிதரே அல்ல எனத் தேசியவாதிகள் மொழிந்து கொண்டிருந்தபோது, மனிதன் விட்டொழிக்க வேண்டிய பற்றுகளில் முதன்மையாகத் தேசப் பற்றையும் மொழிப் பற்றையும் கூறிப்பிரச்சாரம் செய்தார் பெரியார். 'தேசபக்தி என்பது அயோக்கியர்களின் கடைசிப் புகலிடம்' என்று சொல்லி வந்த பெரியார் தன்னை ஒரு 'தேசத் துரோகி' என்றே அழைத்துக் கொண்டார். 'தமிழ்நாடு தமிழருக்கே' என்று சொன்னபோது கூட தமிழ்த் தேசப் பெருங்கதையாடல் எதையும் அவர் முன்வைக்காதது குறிப்பிடத் தக்கது. சொல்லப்போனால் இத்தகைய பெருங்கதையாடல்களை அவர் சிதைத்தே வந்தார். தமிழைக் காட்டுமிராண்டி மொழி என அவர் சொல்லி வந்தது சிந்திக்கத் தக்கது. வருணாசிரமத்தை உள்ளடக்கியுள்ள அரசியல் சட்டத்தை நான் ஏற்காததால்தான்

தனி நாடு கோருகிறேன், அரசியல் சட்டத்தில் திருத்தம் செய்து விட்டாயானால் நான் பிரிவினைக் கோரிக்கையை விட்டுவிடுவேன் என்று கூட அவர் சொன்னார்.

இந்த நூற்றாண்டில் சுயமாய்ச் சிந்தித்த ஒரே தமிழ்ச் சிந்தனையாளர் எனச் சொல்லத் தக்க ஈ. வெ. ராமசாமிப் பெரியார் தன் வாழ்நாள் இறுதிவரை (1973) தேசப்படம், தேசியக் கொடி, அரசியல் சட்டம், கடவுளரின் புனித உருவங்கள், கம்ப இராமாயணம் உள்ளிட்ட இதிகாசங்கள் ஆகியவற்றை அழிப்பவராகவும் அவமானம் செய்தவருமாகவே இருந்தார் என்பதும் தேசத்திற்கும், மொழிக்கும், மரபுகளுக்கும், இந்து மதத்திற்கும் விசுவாசமற்ற சுயமரியாதை மிக்கத் தன்னிலைகளை உருவாக்குவதாகவே அவரது செயற்பாடுகள் அமைந்தன என்பதும் இங்கே நினைவு கூரத்தக்கன. பன் நூற்றாண்டுகளாக இங்கே மேலாண்மை செய்துவந்த பார்ப்பனியம் சற்றே கதி கலங்கியது இந்நூற்றாண்டில்தான், அதுவும் பெரியாரைக் கண்டுதான்.

சுதந்திர தினத்தைத் (1947) துக்க நாளாக அறிவித்த பெரியாரிட மிருந்து இந்தக் காரணத்திற்காக விலகத் தொடங்கிய அண்ணா வெகுவிரையில் (1949) 'திராவிட முன்னேற்றக் கழகத்தை' உருவாக்கினார். பெரியாரைப் போலன்றி தேர்தலில் பங்கேற்று படிப்படியாக ஆட்சி அதிகாரத்தை நோக்கி தி.மு.க. முன்னேறியது. தேசத்திற்கும் சமூக அமைப்பிற்கும் விசுவாசமான கடமை, கண்ணியம், கட்டுபாடு மிக்க குடிமக்களைக் கட்டமைப்பதாக தி.மு.க.வின் சொல்லாடல்களும் செயல்பாடுகளும் விளக்கின. பெரியாரும் சரி, தி.மு.க.வும் சரி தமிழர் யார் என்பதிலும் எதிரிகளைக் கட்டமைப்பதிலும் இறுக்கமற்ற (*fuzzy definition*), இஸ்லாமியர், தாழ்த்தப்பட்டோர் பிறமொழியினர் ஆகிய அனைவரையும் உள்ளடக்குகிற ஒரு வரையறையை முன்வைத்ததன் மூலம் தமிழ்த் தேசியம் தமிழ்ப் பாசிசமாக உருப்பெறுவதைத் தடுத்து நிறுத்தினர். பெரியார் பார்ப்பனீய எதிப்பைத்தான் முன்வைத்தாரே ஒழிய அவர் எந்நாளும் இந்தப் பார்ப்பன எதிர்ப்பை இன/சாதி வெறியாக மாற்றியதில்லை. எல்லாப் பிரிவினருக்கும் அவரவர் என்ணிக்கைக்கு நேர்

விகிதத்தில் இட ஒதுக்கீடு தரவேண்டும் எனச் சொன்ன அவர் பார்ப்பனர்களுக்கு அவர்களின் மக்கள் தொகைக்கு ஏற்ப 2.5 சதம் இட ஒதுக்கீடு தந்துவிடலாம் என்றே கூறினார். எந்தப் பிரிவினரையும் இரண்டாம் தரக் குடிமக்களாக்குவதோ, வெளியேற்றுவதோ திராவிட இயக்க அரசியலாக என்றுமே இருந்ததில்லை.

1933ல் தான் தமிழ் மறுமலர்ச்சியின் அடையாளமாகவும் சிற்றிதழ் பாரம்பரியத்தின் முன்னோடியாகவும் சொல்லப்படுகிற 'மணிக் கொடி' இதழ் தொடங்கப்பட்டது. தீவிர ஏகாதிபத்திய எதிர்ப்பு இதழாகப் பிறப்பெடுத்த மணிக்கொடி மிக விரைவில் அரசியலை உதறிவிட்டு' முற்றிலும் ஒரு இலக்கிய இதழாக (சிறுகதைப் பதிப்பு) மாறியது. கு.ப. ராஜகோபாலன், புதுமைப் பித்தன், பிச்சமூர்த்தி, எம். வி. வெங்கட்ராம் முதலான சென்ற நூற்றாண்டின் மிக முக்கியமான எழுத்தாளர்கள் மணிக்கொடிக்காரர்களாகவே இன்று அடையாளம் காட்டப்படுகின்றனர்.

மணிக்கொடியின் மூன்றாவது பரிமாணத்தில் மீண்டும் அரசியல் நுழைந்தது, தமிழுணர்வு, இந்தி எதிர்ப்பு முதலியவை கேலி செய்யப்பட்டன. பெரியாரின் சுயமரியாதை இயக்கம் 'காலிகளின் இயக்கம்' என மணிக்கொடி இதழில் தொடர்ந்து எழுதப் பட்டது. சாதிப் பிரச்சினை, தொழிலாளர் இயக்கங்கள், நடைபெற்றுக் கொண்டிருந்த ஏகாதிபத்திய எதிர்ப்புப் போராட்டங்கள் எதைப் பற்றியும் மணிக்கொடி (சிறுகதைப் பதிப்பு) கண்டு கொண்டதில்லை பெரும்பாலும் உயர்சாதி எழுத்தாளர்களாலேயே நடத்தப் படுவதாகவும், அரசியலை முற்றிலும் விலக்கியதாகவும் உள்ள ஒரு சிற்றிதழ்ப் பாரம்பரியத்தின் தோற்றப்புள்ளி இதுவே. மேலை x கீழை (மரபு) என்கிற முரணை உருவாக்கி, கீழை மரபை உன்னதமென உயர்த்திப்பிடிக்கும் சனாதனச் சிந்தனைகள் மிகுந்தவர்களாகவே பெரும்பான்மை மணிக்கொடி எழுத்தாளர்கள் விளங்கினர். "மணிக்கொடி எந்நாளுமே பட்டொளி வீசிப் பறந்ததில்லை" என்று பின்னாளில் கைலாசபதி அவர்கள் குறிப்பிட்டது எளிதில் புறக் கணிக்கப்படக் கூடியதல்ல.

தமிழ்க் கவிதையின் வடிவத்தில் மணிக்கொடி எழுத்தாளர்கள் ஏற்படுத்திய ஒரு தாக்கமாகப் புதுக்கவிதையின் உருவாக்கத்தை குறிப்பிடவேண்டும். இலக்கணத் தளைகளிலிருந்து கவிதை மொழியை மீட்டெடுத்ததன் மூலம் கவிஞனின் சுதந்திரம் வடிவத்தில் மட்டுமின்றி உள்ளடக்கத்திலும் விரிந்த பரிமாணங்களுடையதாக மாறியது. புதுக்கவிதை வடிவத்தைப் புலவர்களும் மார்க்சியர்களும் எதிர்த்தனர். மாற்றங்களைப் புலவர் மரபு சகிக்க இயலாமற் போனதை நம்மால் விளங்கிக் கொள்ள இயலுகிறது. “மாறுவது ஒன்றே மாறாதது” என்று கூறுகிற மார்க்சியர்கள் இந்த மாற்றத்தைப் புரியாமலிருந்தது சிந்தனைக்குறியது.

1940களின் பிற்பகுதியில் தொடங்கி 1950களின் முற்பகுதிவரை தீவிரமாக இயங்கிய திராவிட இயக்கத்தவரின் கலை இலக்கியச் செயற்பாடுகள் குறிப்பிடத் தக்கவை. நாடகத் துறையில் தேசிய இயக்கம் ஏற்கனவே சில தாக்கங்களை ஏற்படுத்தியிருந்தது. முற்றிலும் புராணக் கதைகள் என்பதிலிருந்து சமூகக் கதைகளும் நாடகப் பொருளாக மாறியிருந்தன. ‘தேசபக்தி’, ‘ஜம்புலிங்கம்’, ‘கதரின் வெற்றி’, ‘டம்பாச்சாரி’, ‘பம்பாய் மெயில்’, ‘மேனகா’ முதலிய நாடகங்கள் சில எடுத்துக்காட்டுகள். நாடக மேடைகளைத் தேசியப் பிரச்சாரத்திற்குப் பயன்படுத்தியதும், பகத்சிங் தூக்கிலிடப்பட்டபோது (1931) கடும் அடக்குமுறைகளையும் மீறி அதனைக் கண்டிக்கிற பாடல்களை நாடக மேடைகளில் பாடியதும் குறிப்பிடத் தக்கன. 1937ல் மேடை ஏறிய ‘குமாஸ்தாவின் பெண்’ குறிப்பிட வேண்டிய ஒன்று, பெரியார், அண்ணா முதலியோர் இந்நாடகத்தைப் பாராட்டினர். 1944 - 45 ஆண்டுகளில் தமிழக அளவில் நாடகக் கலை மாநாடுகள் நடத்தப்பட்டன. தொடர்ந்து மேற்கொள்ளப்பட்ட திராவிட இயக்கத்தவரின் நாடக, திரைப்பட முயற்சிகள் புராணக் கதைகளிலிருந்து தமிழ் நாடகத்தை பெருமளவிற்கு விடுதலை செய்தன. சமூக சீர்திருத்தக் கருத்துக்கள், மூட நம்பிக்கை எதிர்ப்பு, பார்ப்பன ‘சம்பாஷணை’ களைத் தவிர்த்து ஓரளவு நல்ல தமிழில் உரையாடல்கள் அமைத்தல் என்பன இவர்களது நாடக, திரைப்பட முயற்சிகளின் முக்கிய அம்சங்களாயிருந்தன.

அண்ணா, கலைஞர், எம். ஆர். ராதா முதலியோர் இவ்வகையில் குறிப்பிடப்பட வேண்டியவர்கள்.)

'பார்ப்பனரல்லாதோர் இயக்கமாகத் தோன்றித் திராவிட இயக்கமாகப் பரிணமித்த இவர்களது அரசியலிலிருந்து தாழ்த்தப் பட்டவர்கள் அன்னியப்பட்டு நிற்க நேர்ந்ததைக் கண்டோம். நீதிக் கட்சி ஆட்சி இறக்கப்பட்டபோது, தாழ்த்தப்பட்ட மக்களின் அன்றைய தலைவர் எம்.சி.ராஜா கடவுளுக்கு நன்றி சொன்னார். திராவிட இயக்கத்தவரின் இலக்கிய முயற்சிகளிலும் தாழ்த்தப்பட்ட மக்களின் பிரச்சனைகளுக்கு உரிய கவனமளிக்கப்பட்டதில்லை. காங்கிரஸ்காரர்கள் மேற்கொண்ட அளவிற்குக் கூட அரசியலிலும் சரி, கலை இலக்கியங்களிலும் சரி தி.மு.க. வினர் தீண்டாமைப் பிரச்சினையைத் தொட்டதில்லை. நாட்டுப்புற இலக்கியங்கள், நாட்டுப்புற நாயகர்கள், நாட்டுப்புற மொழி ஆகியவற்றையும் கூட திராவிட இயக்கத்தவர் கண்டு கொண்டதில்லை. 1960 வரை இந்நிலை தொடர்ந்தது.

நாட்டுப்புறக் கலை இலக்கியங்களின்பால் கவனம் ஈர்த்ததில் இடதுசாரிகளின் பங்கு கணிசமானது. பின்னாளில் பொதுவுடைமை யாளர்களாலேயே கைவிடப்பட்ட சோசலிச எதார்த்தவாதம், பிரதிபலிப்புக் கொள்கை, அடித்தள - மேற்கட்டுமானச் சிந்தனை ஆகியவை உச்சம் பெற்று விளங்கிய காலகட்டமாயினும் 1958-65ல் வெளிவந்த 'சரஸ்வதி', 'தாமரை', 'சாந்தி' முதலிய இடதுசாரி இதழ்களின் பங்களிப்பு குறிப்பிடப்படவேண்டிய ஒன்று. பாரதியின் முற்போக்குப் பரிமாணத்தை உயர்த்திப் பிடித்த இடதுசாரிகள் தமது இதழ்களின் வாயிலாக ஈழத்து எழுத்தாளர்கள் பலரையும், கிராமப் புறங்களிலிருந்து எழுதவந்தவர்களையும் அறிமுகம் செய்தனர். கே.டானியல், கி. ராஜநாராயணன் முதலியோர் இடதுசாரி இதழ்கள் மூலமாகவே தமிழ்ச் சூழலில் அறிமுகமாயினர்.

1948-1952 காலகட்டத்திய விவசாய இயக்கங்கள், அவற்றின் மீதான கடும் அடக்குமுறைகள் ஆகியவற்றிற்குப் பிறகு

பொது வுடமையாளர்கள் பாராளுமன்றப் பாதையைத் தெரிவு செய்தனர் (1952). தங்களின் கவனத்தை இலக்கிய / பண்பாட்டுப் பிரச்சினைகளின் பால் திருப்ப வாய்ப்புக்கிடைத்த போது அவர்கள், இதர புலவர் மரபோ, கல்வியாளர்களோ, திராவிட இயக்கத்தினரோ, சிறு பத்திரிக்கையாளர்களோ கண்டு கொள்ளாமல் புறக்கணித்திருந்த மேற்குறித்த கலை - இலக்கியக் கூறுகளுக்கு முதன்மை அளித்தனர். தாழ்த்தப்பட்டோரின் பிரச்சனைகளைக் கருவாய்க் கொண்ட இலக்கிய முயற்சிகளிலும் இவர்களின் பங்கு முக்கியமானது.

இடதுசாரிப் பின்புலத்தில் உருவாகிப் பின்னாளில் தமிழில் பரவலாக வாசிக்கப் படக்கூடிய எழுத்தாளர்களாகப் பரிணமித்தவர் ஜெயகாந்தன். அவரும் ஜி. நாகராஜனும் அடித்தளமக்கள், விளிம்பு நிலையினரை நடுநாயகமாகக் கொண்ட இலக்கிய வார்ப்புகளைச் செய்தனர். ஈழத்து எழுத்தாளர்களாகிய டானியல், டொமினிக் ஜீவா, ரகுநாதன், எஸ். பொன்னுத்துரை முதலியோர் ஈழத்தின் விளிம்பு நிலையினரான தாழ்த்தப்பட்டோரின் பிரச்சினைகளை எழுதினர். இவர்களுள் எஸ். பொ பாலியல் பிரச்சினைகளை முக்கிய கதைப் பொருளாக்கி எழுதிய புதினங்கள் குறிப்பிடத்தக்கன. முதன் முதலில் ஒரு ஓரினப் புணர்ச்சியாளனை, பெரு வியாதிக்காரனை நாயகனாக வைத்து எழுதப்பட்ட கரிச்சான் குஞ்சுவின் 'பசித்த மானுடம்' 1978ல் தமிழகத்தில் வெளிவந்தது.

1965-74 கால கட்டத்தில் வெளிவந்த 'கசட தபற', 'கண்ண தாசன்', 'கணையாழி', 'தீபம்' முதலிய சிற்றிதழ்கள் மணிக்கொடிப் பாரம்பரியத்தின் தொடர்ச்சியாகச் செயற்பட்டன. பல முக்கிய எழுத்தாளர்கள் இவற்றினூடாக வெளிப்பட்டனர். கவிஞர் கண்ணதாசனை ஆசிரியராகக் கொண்டு வெளிவந்த 'கண்ணதாசன்' முழுக்கவும் மணிக்கொடி மரபில் வைத்துச் சொல்ல முடியாத ஒரு இதழ். ஜி.நாகராஜன், ஜெயகாந்தன், என்.ஆர். தாசன் முதலியோரின் எழுத்துக்கள் இதில் தொடர்ந்து இடம் பெற்றன. கொஞ்சகாலம் ஜெயகாந்தனை ஆசிரியராகக் கொண்டு 'ஞானரதம்' இதழ் வெளிவந்தது. மேற்குறித்த சிற்றிதழ்களும் சரி பின்னர் வெவ்வேறு நபர்களாலும்

குழுக்களாலும் வெவ்வேறு காலக் கட்டங்களில் வெளிவந்த 'கொல்லிப் பாவை', 'வைகை', 'யாத்ரா' முதலான எண்ணற்ற பல சிற்றிதழ்களும் சனரஞ்சக இதழ்களுக்கு மாற்றாக விளங்கின. சோதனை முயற்சிகளுக்கு இடமளித்தன. எனினும் மிகவும் தர்க்க வகைப்பட்ட ஒழுங்கு முறைகளுக்குள் தேங்கி நின்ற இவை தமிழ் எழுத்துலகில் பெரிய பண்பு மாற்றம் எதையும் ஏற்படுத்தத் தக்கனவாக இல்லை .

தமிழ் ஆய்வுச் சூழலிலும், விமர்சனத் துறையிலும் மார்க்சிய சிந்தனையாளர்கள் ஏற்படுத்திய தாக்கம் குறிப்பிடத்தக்கது. இன்று அனைத்துத் தரப்பினராலும் முற்றாக ஒதுக்கப்படுகிற கறாரான ஸ்தானோவியப் பார்வையை வரித்துக் கொண்டவராயினும் நா. வானமாமலை, மார்க்சீய ஆய்வை வெறும் மனிதாயத் தேடல் என்கிற நிலையிலிருந்து அடுத்த கட்டத்திற்கு நகர்த்தினார். 'ஆராய்ச்சி' என்னும் இதழைத் தொடர்ச்சியாக *(1969 - 71)* நடத்தியதோடு, ஒரு நிறுவனமாகச் செயற்பட்டு பல இளம் மார்ச்சிய ஆய்வாளர்கள் உருவாவதற்கும் வாய்ப்புக்கள் ஏற்படுத்தினார். நாட்டுப்புற கலை இலக்கியங்களின் பால் தமிழுலகின் கவனத்தை ஈர்த்ததில், 'ஆராய்ச்சி' குழுவினரின் பங்கு கணிசமானது. சமண, பவுத்த அவைதீக மரபில் வந்த பண்டைய இலக்கியங்களின்பால் கவனத்தை ஈர்த்ததும் உலகாயதக் கருத்துக்களைத் தொட்டுக் காட்டியதும் வானமாமலையின் முக்கிய பங்களிப்புகள் எனலாம். 1950களில் வெளிவந்த டி.டி. கோசாம்பி, தேவி பிரசாத் சட்டோபாத்யாயா ஆகியோரின் இந்திய வரலாறு - தத்துவ ஆய்வு நூற்கள் இங்கிருந்த மார்க்சிய ஆய்வாளர்களுக்குப் பெரும் உந்துதலாக இருந்தன. பின்னாளில் இவற்றில் சில தமிழிலும் பெயர்க்கப்பட்டன.

கைலாசபதி அவர்களின் 'தமிழ் நாவல் இலக்கியம்' 1968 ல் வெளி வந்தது. அவரது பிற நூற்களான 'அடியும் முடியும்', 'பண்டைத் தமிழர் வாழ்வும் வழிபாடும்' முதலிய நூற்கள் இலக்கியச் சூழலிலும் கல்விச் சூழலிலும் பெருந் தாக்கத்தை ஏற்படுத்தின. இலக்கியம் என்பது காலத்தை விஞ்சியது *(Transcedental)*, வரலாற்றிற்கு அப்பாற்பட்டது என்கிற கருத்தாக்கத்தை கைலாசபதி, சிவத்தம்பி, கோ. கேசவன் முதலான மார்க்சிய

ஆய்வாளர்கள் கேள்விக்குள்ளாக்கினர். இலக்கியத்தை வரலாற்றில் வைத்து, வரலாற்றின் விளை பொருளாய்ப் பார்க்க வேண்டியதின் அவசியத்தை முதலில் மொழிந்தவர்கள் இவர்களே. 1980 - 90 களில் தீவிரமாக இயங்கிய கேசவன் சங்க இலக்கியம் குறித்த புனைவுகளைக் கட்டவிழ்த்தார்.

மார்க்சிய இலக்கிய அணுகல் முறைகள் ஏற்படுத்திய தாக்கத்திற்கான எதிர்வினைகளும் தமிழ்ச் சூழலில் ஏற்படாமல் இல்லை. 'மார்க்சின் கல்லறையிலிருந்து ஒரு குரல்' என்னும் வெங்கட் சாமிநாதனின் நூல் 1970ல் வந்தது.

இன்னொரு பக்கம் 'அந்நியமாதல்' என்கிற மார்க்சியக் கோட்பாட்டின்பால் ஈர்க்கப்பட்டு எஸ். என். நாகராஜன், கோவை ஞானி முதலியோர் இயங்கினர். கீழை மரபுக்குரிய மார்க்சியம் ஒன்றைக் கட்டமைக்க வேண்டும் என்கிற கருத்தை இவர்கள் முன் வைத்தனர். எஸ். வி. இராசதுரை மார்க்சின் அந்நியமாதல் கோட்பாட்டையும் சார்த்தரின் 'எக்சிஸ்டென்ஷியலிச'த்தையும் அறிமுகம் செய்து நூல்கள் எழுதினார். இவர்கள் தரப்பிலிருந்து வெளிவந்த 'பரிமாணம்', 'நிகழ்' முதலான இதழ்கள் இங்கே குறிப்பிடத்தக்கன. சிற்றிதழ்கள் என்பன அரசியல், தத்துவம் ஆகியவை குறித்து பேசக்கூடாது என்று இங்கே நிறுவப்பட்ட மரபை மீறி இவை நின்றன.

1980களில் மார்க்சீய அணுகல் முறை குறித்து விரிவான பல விவாதங்கள் நடந்தன. இன்னொரு பக்கம் நமது மார்க்சீய விமர்சகர்கள், கிழக்கு அய்ரோப்பிய நாடுகள் மற்றும் சோவியத் யூனியன் வீழ்ச்சியின் பின்னணியில் தமது அணுகல் முறைகள் குறித்துச் சுய விமர்சனங்கள் மேற்கொண்டனர். கோ. கேசவனின் 'இலக்கிய விமர்சனம் ஒரு மார்க்சீயப் பார்வை' (1984) என்கிற நூல் கடும் விமர்சனத்திற்குள்ளாகியது. இதை ஒட்டிய விவாதங்கள் கலை இலக்கியம் குறித்த மார்க்சியப் புரிதல்களை விரிவுபடுத்தின. மார்க்சிய அழகியல் குறித்த ஜி. பி. மோகன் தம்பி (1984), சச்சிதானந்தன் (1985) ஆகியோரின் நூற்கள் தமிழில் மொழி பெயர்க்கப்பட்டன. ஞானியின் கட்டுரைத் தொகுப்பு 1988ல் வெளிவந்தது. மார்க்சீய இலக்கிய விமர்சனம் குறித்த

ஸ்தானோவியப் போக்குகளையும், சோசலிச எதார்த்தவாதம் என்கிற கருத்தாக்கத்தையும் தொ.மு.சி. ரகுநாதன், கா. சிவத்தம்பி ஆகியோர் சுயவிமர்சனம் செய்து கொண்ட நிகழ்வுகளும் இக்காலக் கட்டத்தில் அரங்கேறின. இந்தியக் கம்யூனிஸ்ட் கட்சியின் 'கலை இலக்கிய பெரு மன்றம்' ஒரு ஆய்வரங்கை நடத்தி சோஷியலிச எதார்த்தவாதம் எனும் கோட்பாட்டைக் கைவிட்டதாக அறிவித்தது குறிப்பிடத்தக்கது.

ஒரு நூற்றாண்டு காலத் தமிழ் இலக்கியச் செயற்பாடுகளைத் தொகுத்துக் கொள்ளும் ஒரு முயற்சி 1975 - 85 கால கட்டத்தில் மேற்கொள்ளப்பட்டது. வரலாறு எழுதுவதிலுள்ள எல்லாவிதமான அரசியலும் இந்த முயற்சிகளிலும் வெளிப்பட்டது. தொகுப்பின் மூலம் கட்டப்படும் இலக்கிய மரபு, அதிகாரக் குவிப்பு ஆகியவற்றிற்கும் இம் முயற்சிகள் இடமளித்தன. 1977ல் வெளிவந்த 'தமிழ் நாவல் நூறாண்டு வரலாறும் வளர்ச்சியும்' (சிட்டி, சிவபாதசுந்தரம்), வல்லிக்கண்ணனின் 'புதுக்கவிதை தோற்றமும் வளர்ச்சியும்', பி. எஸ். ராமையாவின் 'மணிக்கொடி காலம்', க்ரியா வெளியீடாக வந்த 'தமிழ்ச் சிறுகதை தோற்றமும் வளர்ச்சியும்' (1989), சி.சு. செல்லப்பாவின் தமிழ்ச் 'சிறுகதை வரலாறு' முதலியன இந்த வகையில் சுட்டிக்காட்டத் தக்கவை. ஒரு தோற்றம், சில மைல் கற்கள், சில சாதனையாளர்கள், சில திரு உருக்கள் (icons) ஆகியவற்றைக் கட்டமைப்பதிலும், இனி நவீன தமிழ் இலக்கியத்தை இத்தகைய மரபின் வெளிச்சத்தில்தான் பார்க்க வேண்டும் என்கிற ஒரு அதிகார வரையறையை உருவாக்குவதிலும், சில பிதாமகர்களை அடையாளங் காட்டுவதிலும் இந்த நூற்கள் ஆற்றிய பங்கு கணிசமானது. இவ்வாறு உருவாக்கப்பட்ட திரு உருக்கள் மற்றும் பிதாமகர்களின் பெயர்களில் 'இலக்கியத் தடங்களை' வெளியிட்டு புத்தக வணிக நிறுவனங்கள் இன்று லாபம் சம்பாதித்து வருவதை நாம் அறிவோம். சென்ற நூற்றாண்டின் இடைப்பகுதியில் மிகத் தீவிரமாக இலக்கியக் களத்தில் செயல்பட்டவரும், இலக்கியத் தரம் குறித்த தீவிரக் கரிசனை உள்ள வரும், 'மகா இலக்கியங்கள்' பலவற்றைத் தமிழுக்கு அறிமுகம் செய்தவரும், பட்டியல்கள் வரைவதில்

ஆர்வமுள்ளவருமான க.நா.சு. இத்தகைய வரலாற்றெழுது முயற்சியில் இறங்கவில்லை என்பது இங்கே குறிப்பிடத்தக்கது. இவ்வாறு திரு உருக்களைச் சமைப்பதிலும், இலக்கிய மரபைக் கட்டமைப்பதிலும் உள்ள ஆபத்துக்களைச் சுட்டிக்காட்டும் பணியை 'நிறப்பிரிகை' தொடர்ந்து செய்து வந்தது.

*7*

மார்க்சீயத்திற்கு உலக அளவில் ஏற்பட்ட வீழ்ச்சிகள் என்பன இலக்கியம், சமூகம், வரலாறு ஆகியவை குறித்த அணுகல் முறைகளில் எதிர்ப்புகளற்ற ஒரு ஒற்றைப் பரிமாணப் பார்வையை நிலை நாட்டிவிடாதபடிக்கு இங்கே அறிமுகம் செய்யப்பட்ட சில புதிய அதர்க்க வகைப்பட்ட சிந்தனைகள் காப்பாற்றின. 1980-களின் இடைப் பகுதியில் வெளிவந்த தமிழவனின் 'ஸ்ட்ரக்சுரலிசம்', முத்துக்குமாரசாமி, நாகர்ஜுனன் முதலியோர் அறிமுகம் செய்த 'பின் அமைப்பியல் சிந்தனைகள்', கட்டவிழ்ப்பு முறைகள், 'நிறப்பிரிகை' மூலமாக மேற்கொள்ளப்பட்ட விரிவான முயற்சிகள், பின் நவீன நிலை குறித்த எனது நூற்கள் இவ்வகையில் குறிப்பிடத்தக்கன. உயிரோட்டமான பல விவாதங்களுக்கும், கடுந்தாக்குதல்களுக்கும் இவை ஆளாயின. எனினும் கேள்வி முறையற்ற ஒற்றை இலக்கியப் பார்வையை நிலைநாட்டுகிற முயற்சிகள் தோற்பதற்கு இந்த முயற்சிகளே ஆதாரமாக இருந்தன.

புதிய சிந்தனைகளையும் இலக்கியப் போக்குகளையும் அறிமுகம் செய்த வகையில் எண்பதுகளின் பிற்பகுதியில் இயங்கிய 'மீட்சி' இதழ் குறிப்பிடப்பட வேண்டிய ஒன்று. 'சீரியஸ்' இலக்கியம் என்கிற பெயரில் சனாதனமான இலக்கியப் பார்வைகளிலிருந்து பெரிதும் விடுபடாத சிற்றிதழ் பாரம்பரியத்தைப் பின்னோக்கிப் பார்க்கும்போது மிகவும் வித்தியாசமாகக் காட்சியளிக்கும் இவ்விதழ் பிரும்மராஜனை ஆசிரியராகக் கொண்டு வெளிவந்தது. புதிய மேலைச் சிந்தனைகள், ஃபூக்கோ போன்ற சிந்தனையாளர்களின் கருத்துக்கள், புதிய இலக்கிய முயற்சிகள், கவிதைகளில் உலகளவில் ஏற்பட்டுள்ள மாற்றங்கள்

ஆகியவற்றை தமிழ் இலக்கிய வாசகர்களுக்கு அறிமுகம் செய்த வகையில் 'மீட்சி'யின் பங்கு முக்கியமானது. இதே போல குறிப்பிட்டுச் சொல்லப்படவேண்டிய வேறு சில முக்கிய இதழ்கள் 'படிகள்', 'புறப்பாடு', 'இனி' ஆகியன. இலக்கியம் என்பது அரசியலுக்கு அப்பாற்பட்டது என்கிற பொய்மையை உடைத்தெறிந்து கலாச்சார அரசியலை முன் வைத்தவைகளாக இவற்றையும் 'நிறப்பிரிகை' யையும் குறிப்பிடுவது அவசியம். 1980 களின் பிற்பகுதியில் ப்ரெக்ட்டின் நூற்கள் சில மொழிபெயர்க்கப்பட்டதும் (மு. இராமசாமி, பிரம்மராஜன்) ப்ரெக்ட் பற்றி சில கட்டுரைகள் (அ. மார்க்ஸ்) வெளிவந்ததும் இலக்கியம் குறித்த மார்க்சியப் பார்வை விசாலிப்பதற்கு வழிகோலின.

இத்தகைய புதிய சிந்தனைகளினூடாக 1985-'95 காலகட்டம் வளமான சாத்தியங்கள் நிரம்பியதாக விளங்கியது. பிரதி, ஆசிரியன், வாசிப்பு, வாசகனின் முக்கியத்துவம் முதலான பல்வேறு சிந்தனைகள் மேலெழுந்தன. இந்திய வரலாற்றறிஞர்களால் அறிமுகம் செய்யப்பட்ட புதிய அணுகல் முறையாகிய 'அடித்தள ஆய்வுகள்' (Subaltern Studies) முதலியனவும் இதற்குப் பெரிய அளவில் உதவின. அம்பேத்கர் நூற்றாண்டை ஒட்டி, 1990களில் ஏற்பட்ட தலித் எழுச்சி தலித் இலக்கியமாகவும், தலித் அரசியலாகவும், தலித் பண்பாட்டு அமைப்புகளாகவும் இங்கே முகிழ்ந்தன. இதுகாறும் ஒதுக்கி வைக்கப்பட்ட சேரி மொழியும் சேரி மனிதர்களும் இலக்கியக் களத்திற்குள் தாமதமாகவேனும் பிரவேசம் செய்தனர். தலித் இலக்கியத்தை மய்யமாக வைத்து சில முக்கிய விவாதங்களும் இங்கு எழுந்தன. பாமா, சிவகாமி, இமயம் முதலியோர் குறிப்பிடத்தகுந்த தலித் எழுத்தாளர்களாகத் தம்மை நிறுவிக் கொண்டனர். ராஜ்கவுதமனும் ரவிக்குமாரும் முக்கிய தலித் விமர்சகர்களாக வெளிப்பட்டனர். கலை மற்றும் நாடகத்துறையில் கே.ஏ.குணசேகரன் முக்கிய கலைஞராகத் தடம் பதித்தார். இக்கால கட்டத்தில் கோமல் சுவாமிநாதனை ஆசிரியராகக் கொண்டு வெளி வந்த 'சுபமங்களா' என்னும் இலக்கிய இதழ் இலக்கியம் குறித்த பன்முகப் பார்வைகளுக்கும்

இடமளித்தது விருப்பு வெறுப்பின்றி பல்வேறு இலக்கியக் கருத்தாடல்களுக்கும் இடம் அளிப்பதாக சுபமங்களா இருந்தது.

பண்டைய இலக்கியங்களானாலும் சரி, நவீன இலக்கியத் திருஉருக்களின் எழுத்தானாலும் சரி எதுவும் விமர்சனத்திற்கு அப்பாற்பட்டவையல்ல. கோ. இராசாராம், ராஜன்குறை, ரவிக்குமார், ராஜ்கவுதமன், அ.மார்க்ஸ் முதலானோர் இவ்வாறு திருஉருக்களையும் அவர்களது இலக்கியங்களையும் மறுவாசிப்பிற்குள்ளாக்கினர், மறுவாசிப்பின் அவசியத்தையும் வலியுறுத்தினர். அமெரிக்க கறுப்பு இலக்கியத்தை அறிமுகம் செய்தும், தலித் இலக்கியத்திற்கெனவும் சிறப்பு மலர்களை 'நிறப்பிரிகை' வெளியிட்டது. மாற்று இலக்கியங்களையும் இலக்கிய கோட்பாடுகளையும் அறிமுகம் செய்வதற்கென இலக்கிய இணைப்புகளையும் அது வெளியிட்டது. தேசியம், பெண்ணியம், பெரியாரியம், சோசலிசக் கட்டுமானம் ஆகியன குறித்து 'நிறப்பிரிகை' முன் வைத்த சிந்தனைகள் சென்ற நூற்றாண்டின் இறுதியில் தமிழ்ச் சூழலில் மிகப் பெரிய விவாதங்களுக்குக் காரணமாயின. 'கோடாங்கி', 'தலித்', 'மனுசங்க' முதலான இதழ்களும் தலித் இலக்கியத்திற்கெனவே வெளிவந்தன. 'தோழமை' என்கிற அமைப்பின் மூலமாக டானியலின் தலித் எழுத்துக்கள் சிலவற்றையும் பழமலய் அவர்களின் 'சனங்களின் கதை'யையும் எண்பதுகளில் நாங்கள் வெளியிட்டோம். பொடியவெற்பன் பதிப்பாசிரியராக இருந்தார். 'விடியல்', 'அலைகள்' முதலான சிறு பதிப்பகங்கள் பின்பு இப்பணியைத் தொடர்ந்தன. அம்பேத்கர், பெரியார் போன்றோரின் சிந்தனைகள் வெளிவருவதில் இப் பதிப்பகங்கள் முக்கிய பங்காற்றின.

இலக்கிய இயக்கங்களைப் பொருத்தமட்டில் 'கலை இலக்கியப் பெருமன்றம்', 'முற்போக்கு எழுத்தாளர் சங்கம்' முதலிய இடதுசாரி அமைப்புகள் இலக்கியத்தை அதிபுனிதமாக்கி மக்களிடமிருந்து அந்நியப்படுத்தாமல் ஓரளவு சமூக சிந்தனைகளைத் தாங்கிய ஆக்கங்களையும் நாட்டுப்புறக்கலைகளையும் வெகுசனங்களிடம் கொண்டு செல்லும் பணியைச் சிறப்பாகச் செய்தன. 1990களில் ஏராளமாக நடத்தப்பட்ட தலித் கலை விழாக்களும் இப்பணியை

வீச்சுடன் மேற்கொண்டன. தலித் கலை விழாக்களை நடத்துவதில் தன்னார்வக் குழுக்கள் முன்நின்றன.

இலக்கியம், கலாச்சாரம் ஆகியவை குறித்துத் தீவிரமான சிந்தனைகளை முன்வைத்து எழுபதுகளின் பிற்பகுதியில் இயங்கிய 'இலக்கு' இயக்கம் குறிப்பிடத்தக்க ஒன்று. அரசியல் கட்சிகளின் பின்புலம் ஏதுமின்றி கலாச்சார அக்கறையுடைய மத்திய வர்க்கச் சிந்தனையாளர்கள் சிலரால் உருவாக்கப்பட்ட இவ்வமைப்பு தமிழக அரசின் உலகத் தமிழ் மாநாட்டை எதிர்த்துக் கிளப்பிய சர்ச்சை முக்கியமானது. எனினும் இதில் பங்குபெற்றிருந்த படிப்பாளிகள் பலரும் பின்னாளில் பல்கலைக் கழகப் பதவிகளிலும் இலக்கிய நிறுவனங்களின் பொறுப்புகளிலும் அமர்ந்து, அமைப்பிற்கு விசுவாசமாகச் செயற்படும் கண்ணியமிக்க அதிகாரிகளாயினர். 'இலக்கு'ம் தேய்ந்து மறைந்தது.

*8*

கொஞ்சம் நிறுத்திவிட்டு இந்தக் 'கணக்கெடுப்பை' ஒரு சுய விமர்சனத்திற்குள்ளாக்கினால் சில முக்கிய விடுபடல்கள் மனதில் உறைக்கின்றன. தனித் தமிழியக்க ஆர்வலர்களின் செயற்பாடுகளின் விளைவாக 1930கள் தொடங்கி இங்கே மேற்கொள்ளப்பட்ட தனித் தமிழாக்க முயற்சிகள், அகர முதலிகள், கலைச் சொல்லாக்கங்கள் முதலியன குறிப்பிடப்பட வேண்டிய ஒன்று. பார்ப்பனமயமான தமிழ் இதழியல், நாடகங்கள், திரைப்படங்கள் முதலியவற்றில் பொதுத் தமிழாக உலாவந்த ஒரு காலகட்டத்தில், இந்நிலைக்கு முற்றுப் புள்ளி வைத்ததில் திராவிட இயக்கம், தனித் தமிழ் இயக்கம் ஆகியவற்றின் பங்கு கணிசமானது. அதேபோலப் பத்திரிகைகள் தொடர்பாகவும் திரைப்படம் தொடர்பாகவும் விரிவாகப் பேச வேண்டும். இப்போது அது சாத்தியமில்லை. பத்திரிகைகள் குறித்து சில குறிப்புகளை மட்டும் சொல்லத் தோன்றுகிறது.

சி.பா. ஆதித்தனாரின் தினத்தந்தி (1942) அச்சு ஊடகத்துடன்

பரந்து பட்ட மக்களின் தொடர்பை விரிவாக்கியது. 1930-களில் மத்தியதர வர்த்தக உயர்சாதி மக்களிடையே பரவலாகச் சென்றடைந்த ‘ஆனந்த விகடன்’ இன்றைய சனரஞ்சக இதழ்களுக்கு முன்னோடி எனலாம். பிறகு ‘கல்கி’, 1940 - களில் செட்டியார்களால் தொடங்கப்பட்ட ‘குமுதம்’ இன்று பின்னோக்கிப் பார்க்கும்போது இந்தச் சனரஞ்சக இதழ்களின் பங்கு மிகவும் எதிர்மறையாக மதிப்பிடத்தக்கதாகவே உள்ளது. இவற்றை வாசிக்கிற மத்தியதர வர்க்கத்திற்கு எவ்விதமான சுதந்திரமான சிந்தனைகளும் மாற்றுப் பார்வைகளும் முகிழ்த்துவிடாமல் பார்த்துக் கொள்வதில் இன்றளவும் இவை சிரத்தையாய் உள்ளன. பெரியார், அம்பேத்கர் போன்ற பரந்த மக்கள் தளமுள்ள மாற்றுச் சிந்தனையாளர்களைக் கூட இவர்கள் கணக்கில் எடுத்துக்கொண்டதில்லை. சிந்தனா ரீதியாகத் தாழ்ந்த ஒரு வாசகக் (*mediocre*) குழுமத்தை உருவாக்குவதில் இவற்றின் பங்கு கணிசமானது. இந்த வகையில் தமிழ்த் திரைப்படங்களைக் காட்டிலும் பத்திரிகைத்துறை மிகவும் ஆபத்தானதாகவே இருந்தது.

இந்தச் சனரஞ்சகப் பத்திரிகைகளில் பெரும்பாலும் அதிகாரத் திலும் கருத்துருவாக்கத்திலும் இருக்கக் கூடியவர்கள் உயர்சாதியினராகவே இருப்பதும் அவர்களுக்குக் கேள்வி முறையற்ற விசுவாசிகளாக இருப்போரை மட்டுமே பத்திரிகைகளில் அனுமதிப்பதும் இந்நிலை தொடர்வதற்கு ஒரு முக்கிய காரணமாக இருந்தது. 1924ல் தொடங்கிய வானொலி நிலையங்கள், பின்னர் அறிமுகமான தொலைக்காட்சி (1974), வண்ணத் தொலைக்காட்சி (1983), பின் முகிழ்த்த பல தனியார் தொலைகாட்சிகள் என எவையும் இப்பொதுப் போக்கிற்கு விதிவிலக்காய் அமையவில்லை.

1959ல் மாவட்டத் தலைநகர்களிலிருந்து மாலை இதழ்கள் வெளிவரத் தொடங்கின. இவற்றின் மூலம் உள்ளூர்ச் செய்திகளுக்கு முக்கியத்துவம் வரத் தொடங்கியது. ’செய்தி’யின் அர்த்த பரிமாணம் மேலும் சற்றுச் சனநாயகமாகியது. 1968ல் தொடங்கப்பட்ட ‘ராணிமுத்து’ ஓரளவு ஏற்கனவே அறிமுகமான ஒரு நாவலை மிகக் குறைந்த விலையில் மாதந்தோறும்

பரந்துப்பட்ட மக்கள் படிப்பதற்கான ஒரு வாய்ப்பை ஏற்படுத்தியது. நெருக்கடி நிலையைக் தொடர்ந்து பத்திரிகைச் சுதந்திரம், கருத்துச் சுதந்திரம் என்றெல்லாம் விரிவாகப் பேசப்பட்ட ஒரு காலகட்டத்தில் (1980கள்) 'நக்கீரன்', 'ஜூனியர் விகடன்', 'விசிட்டர்', முதலான இதழ்கள் தொடங்கப்பட்டன. புலனாய்வு இதழ்கள் என்பதாகத் தொடங்கி செய்திகளுக்குப் பின்னால் இருக்கக் கூடிய கதைகளைச் சுவாரசியமாகச் சொல்லி வாசகர்களை மகிழ்விக்கும் கிசுகிசு இதழ்கள் என்கிற நிலைக்கு இவை இன்று சரிந்துள்ளன. இவற்றில் சில இதழ்கள் போலீஸ் தரப்புச் செய்திகளை வெளியிடுவதற்கே அதிக முக்கியத்துவம் அளிக்கின்றன. 'ஜூனியர் விகடன்', 'நக்கீரன்' முதலிய இதழ்களில் வெளிவந்த சில முக்கிய எழுத்தாளர்களின் தொடர் கட்டுரைககள் மற்றும் அவ்வப்போதையப் பிரச்சினைகள் குறித்த கட்டுரைகள் முக்கியமானவை என்பதோடு பரவலாக எல்லா மக்களையும் சென்றடைவதாகவும் இருந்தன.

முக்கிய நாவலாசிரியர்கள், சிறுகதையாசிரியர்கள், கவிஞர்கள் பற்றியும் இந்த நூற்றாண்டில் வந்துள்ள முக்கிய புதினங்கள் பற்றியும் தமிழ்ச் சூழலில் பலரும் விரிவாய்ப் பேசியுள்ளனர். அவரவர்களின் அரசியலுக்கும் ரசனைக்கும் ஏற்பப் பல்வேறு விதமான பட்டியல்கள் முன் வைக்கப்பட்டுள்ளன. சில முக்கிய எழுத்தாளர்கள், படைப்புகள், திருஉருக்கள், அடையாளம் காட்டப்பட்டுள்ள சூழலில் இவற்றை யெல்லாம் ஒதுக்கி வைத்து விட்டு இவ்வாறு அடையாளம் காட்டப்பட்டுள்ளவற்றையும் தவிர்த்துள்ளவற்றையும் நாமே சுயமாய்த் தேடிச் சென்று நமது சுய அனுபவங்களின் அடிப்படையில் கருத்துச் சொல்வது அவசியம். சிட்டி, சிவபாதசுந்தரம் எழுதிய நூறாண்டு நாவல் வரலாற்றைப் படித்தீர்களேயானால் ப. சிங்காரம் என்கிற நாவலாசிரியரை அதில் நீங்கள் பார்க்க இயலாது. நகுலன் போன்றவர்களுக்குக் கூட அவர்களுக்குரிய முக்கியத்துவங்கள் அளிக்கப்பட்டத்தில்லை. சிறுகதை வரலாறு எழுதியவர்கள் மாதவய்யாவைப் பின்னுக்குத் தள்ளி வ.வே.சு. அய்யரைச் சிறுகதைப் பிதாமகராக முன் வைப்பதைப் பார்க்கலாம். ஒன்றை மட்டும் இங்கே சொல்ல முடியும். துண்டு துண்டான சாதீயக்

குழுமங்களாகப் பிரிக்கப்பட்டுள்ள நமது வருண சமூகத்தின் படிநிலையில் மேலிருக்கும் குழுமங்களிலிருந்து வந்த இந்தப் படைப்பாளிகள் பலரும் தமது ஆக்கங்களில் தம்மையும் தமது சமூகத்தையும்தான் துருத்தி நிறுத்தியுள்ளனரே தவிர மாற்றுத் தன்னிலைகளாகத் தம்மை உணர்ந்து வெளிப்படுத்தியதில்லை. தமது உயர்சாதி நிலை குறித்த, இந்தச் சமூகத்தின் ஒதுக்கி நிறுத்தும் பண்பு குறித்த விமர்சனப் பார்வைகளோ, குற்ற உணர்வோ கிஞ்சித்தும் இவர்களிடம் இருந்தது கிடையாது. மீண்டும் மீண்டும் படிக்கப் படிக்கப் புதிதாய்த் தோன்றும் பரிமாணங்கள் அவற்றில் பலவற்றுக்கு இல்லை. நிலவுகிற கூற்றுகளின் *(statements)* உண்மைத் தன்மையைக் கேள்விக்குள்ளாக்கும் சாத்தியங்கள் மிக்கவையாக இவற்றில் பலவும் எதுவும் தேறவில்லை என்பதை வருத்தத்தோடு பதிவு செய்ய வேண்டியுள்ளது. இதன்பொருள் மாதவையா, க.நா.சு, புதுமைப்பித்தன், ஜெயகாந்தன், தி. ஜானகிராமன் முதலானோரின் பங்களிப்புகளைப் புறக்கணிப்பதாகாது. பொதுப்போக்கினையே இங்கு நான் குறிப்பிடுகிறேன்.

எண்பதுகளின் பிற்பகுதியில் இங்கே அறிமுகமான அதர்க்க வகைப்பட்ட சிந்தனைகள் தமிழ் எழுத்தைப் புதிய பண்பு மாற்றத்திற்கு இட்டுச்சென்றன. வழக்கமான கதை சொல்லுதல் என்கிற நிலையைத் தாண்டி சில புதுவகை முயற்சிகள், பரிசோதனை எழுத்துக்கள் வந்தன. பெரிய அளவில் இவ்வகையில் சாதனைகள் நிகழ்ந்துவிடவில்லையாயினும் அவர்களது கொஞ்ச நஞ்ச வெளிப் பாடுகளும்கூட மிகுந்த தடைகளுக்கு மத்தியில்தான் *(resistance)* நடைபோட வேண்டியிருந்தது. எனினும் இனி பழைய முறையில் கதை சொல்லிக் கொண்டிருக்க முடியாது என்கிற நிலையை இன்று சகல தரப்பினரும் புரிந்து கொண்டிருப்பதை யாரும் எளிதில் அவதானிக்க முடியும். புதிதாக வந்துள்ள பல இளம் எழுத்தாளர்கள் நம்பிக்கைக் குரியவர்களாகத் தென்படுகின்றனர். தலித் எழுத்தைக் கண்டு தொடக்கத்தில் முகஞ்சுழித்த தமிழ்ச் சூழல் வேறு வழியின்றி அதனை இன்று ஏற்க நேரிட்டுள்ளது. அதிலும் கூட வேற்று மொழி இலக்கியங்களை வாசிப்பதற்கும், எழுதுவதற்கும்,

எழுதியவற்றைப் பிரசுரிப்பதற்கும் வாய்ப்புகளற்ற இளம் தலித் எழுத்தாளர்களைக் கண்டறிவதற்கும் ஊக்குவிப்பதற்கும் முன்னுரிமை கொடுக்காமல் ஏற்கனவே உறுதியாக இடம் பெற்று விட்ட எழுத்தாளர்களைத் தமது கட்டமைப்பிற்குள் கொண்டு வருதற்கே தமது முயற்சிகளைச் செலவிட நமது இலக்கிய மய்யங்கள் தயாராக உள்ளன. இந்த நிலையில் ஒரு சிறு மாற்றமாக கே. டானியல் முதலானோரின் தலித் இலக்கியங்களை வெளியிடுவதற்கான 'தோழமை' எனும் எங்கள் வெளியீட்டு முயற்சியை இங்கே சுட்டிக்காட்டத் தோன்றுகிறது. ஆனால் பல்வேறு இதர பணிகளில் ஆட்படுத்திக் கொண்ட எங்களால் பெரிதாக இதில் ஏதும் செய்ய இயலவில்லை.

ஆக்க இலக்கியங்களுக்குச் சொன்ன பல விடயங்கள் தமிழ் ஆய்வுகளுக்கும் பொருந்தும். பல்கலைக்கழகங்களிலும் சைவ மடங்களிலும் சிறைப்பட்டுக் கிடந்த நமது தமிழாய்வுகள் தமிழ் இலக்கியம், பண்பாடு, வரலாறு ஆகியவற்றை சைவப் பின்னணியிலேயே வைத்துப் பார்த்து வந்தன. சைவம் ஓங்கிய காலம் பொற்காலம் ஆகவும் சைவம் வீழ்ந்த காலம் (எ.டு.: களப்பிரர் காலம்) இருண்ட காலமாகவும் சித்திரிக்கப்பட்டன. இந்நிலையில் மதஞ்சாரா ஆய்வுகள் எனச் சொல்லத் தக்கவையாக வையாபுரிப் பிள்ளை, தெ.பொ. மீனாட்சி சுந்தரனார், மயிலை சீனி. வேங்கடசாமி முதலியோரின் ஆய்வுகள் இன்று காணக்கிடக்கின்றன. 1980களில் திராவிட இயக்கம் குறித்து ஏராளமான வெளிநாட்டு ஆய்வுகள் வெளிவந்தன. மேலை நாடுகள் மூன்றாம் உலக மக்கள் இலக்கியங்கள் குறித்துத் தரவுகளைக் கண்டறிய முக்கியத்துவம் அளிக்கத் தொடங்கியதன் விளைவாக இவற்றைக் காணலாம். அதேபோல தமிழ்க் கலை இலக்கியங்களையும் நாட்டுப்புற வடிவங்களையும் பதிவு செய்ய ஃபோர்டு பவுண்டேஷன் முதலானவை செய்து வரும் முயற்சிகளும் கவனிக்கத் தக்கன. வெளிநாட்டாரின் ஆய்வுகளில் பர்ட்டன் ஸ்டெய்ன், கமில் ஸ்வலபில் முதலானோரின் நூற்கள் குறிப்பிடத்தக்கன. பண்டைய இலக்கியங்களைப் பதிப்பித்த வகையில் மிகவும் விரிவான ஆராய்ச்சிக் குறிப்புடனும், நவீனமான பதிப்பு

நுட்பங்களுடனும் நூற்களைப் பதிப்பித்த உ.வே. சுவாமிநாதரின் பங்கு மிகவும் குறிப்பிடத்தக்க ஒன்று.

சென்ற ஒரு நூற்றாண்டையும் திரும்பிப் பார்க்கையில் குறிப்பிட்டுச் சொல்லத்தக்க சுய சிந்தனையாளராகவும் தமிழ்ச் சமூகத்தை மதநீக்கம் *(Secularisation)* செய்து நவீனப்படுத்தத் தனது வாழ்நாள் முயற்சிகள் அனைத்தையும் செலவிட்டவராகவும் இருந்த பெரியார் அவர்களின் பங்குநினைவு கூறத்தக்கது.

*9*

இந்த நூற்றாண்டின் தொடக்கத்திலும் மத்தியிலும் வெறும் எழுத்தை மட்டுமே நம்பி வாழ்ந்தவர்கள் வறுமையையும் வறுமையின் ஊடான மரணத்தையும் எதிர்கொள்ள நேர்ந்த கதைகள் நமக்குத் தெரியும். பாரதியும் புதுமைப்பித்தனும் இதற்குச் சிறந்த எடுத்துக்காட்டுகள். எவ்வளவு தரம் மிக்கவையாயினும் தமது எழுத்துக்களை அச்சில் கொண்டுவருவதற்கு அன்றைய எழுத்தாளர்கள் பட்ட சிரமங்களையும் நாம் அறிவோம். சென்ற நூற்றாண்டின் தொடக்கத்தோடு ஒப்பிடும் போது இன்று நிலைமை எவ்வளவோ பரவாயில்லை. ஒப்பீட்டளவில் இன்று நூற்பதிப்பு எளிதாகியுள்ளது. இன்னும் கூடத் தொடக்க நிலையிலுள்ள எழுத்தாளர்கள் சொந்தச் செலவிலேயே தமது நூற்களை வெளியிடவேண்டிய நிலை இருந்தபோதிலும் காத்திரமான நூற்களுக்கான வினியோக அமைப்புகள் சரியாக இல்லை என்ற போதிலும் ஓரளவு ‘நிலைபெற்று’ விட்ட எழுத்தாளர்கள் தமது நூற்களை எளிதில் வெளியிட்டு விட முடிகிறது. கோணங்கி, எஸ். ராமகிருஷ்ணன் முதலான வேறு வருமானங்கள் இல்லாத எழுத்தாளர்களுங்கூடத் தமது நூற்களைத் தரமாக வெளியிட்டுவிட முடிகிறது. பிச்சமூர்த்தி தொடங்கி இன்றுள்ள எழுத்தாளர்கள் பலரும் வேறு வழிகளில் வருமானத்திற்கு உத்திரவாதம் செய்து கொண்டே எழுதுகின்ற நிலை உள்ளது. மேலை நாடுகளைப்போல எழுத்தையே பிரதானமாக நம்பி வளமாக வாழக்கூடிய நிலைமை தமிழ்ச் சூழலில் இன்றும் இல்லை. நமது மக்கள்தொகைக்கு ஏற்ப

இங்கே வாசிப்பவர்களின் எண்ணிக்கை இல்லை. எனினும் சென்ற நூற்றாண்டின் இறுதியில் ஓரளவு நூற்களை வாங்கக்கூடியவர்களின் எண்ணிக்கை அதிகரித்திருப்பதும், புத்தக வணிகம் என்பது ஒரு லாபகரமான தொழிலாகியுள்ளதும், சிறு பதிப்பகத்தினர் கூடப் பெரும் இழப்புகளின்றி தமது நூற்களை விற்றுவிடக் கூடியதும் வரவேற்கத் தக்க மாற்றங்கள் என்று சொல்லலாம்.

பெருந்தேசிய இனவாதத்தின் விளைவாக எண்பதுகளில் பெரும் எண்ணிக்கையில் மேலை நாடுகளுக்குப் புலம் பெயர்ந்த ஈழத் தமிழர்களின் மூலம் உருவான புத்தகச் சந்தை தமிழ் நூற்களின் விற்பனை பெருகியிருப்பதற்கான ஒரு முக்கிய காரணமாக உள்ளது. இந்தப் புதிய சந்தையை நோக்கி எழுதுவது, வெளியிடுவது என்கிற நிலையும் இன்றுள்ளது. வேறு இந்திய மொழிகளில் இல்லாத அளவிற்கு தமிழில் இணைய இதழ்கள் தோன்றியுள்ளதற்கும் புலம் பெயர்ந்த ஈழத் தமிழர்களே காரணம்.

உலக அளவிலான அரசியல் பொருளாதார மாற்றங்கள் இந்தியத் துணைக் கண்டத்திலும், தமிழ்ச் சூழலிலும், தமிழ் இலக்கியக் களத்திலும் இணையான தாக்கங்களை ஏற்படுத்தியுள்ளதைப் பார்த்தோம். உலகம் ஒரு கிராமமாகச் சுருங்கியுள்ள இன்றைய சூழலில் இத்தகைய உடனடி எதிரொலிப்புகளுக்கான வாய்ப்புகள் கூடுதல் என்பது தெளிவு. உலக மயமாக்கலின் இரும்புப்பிடிக்குள் இன்று நாமும் சிக்கியுள்ளோம் என்பது ஊரறிந்த கதை. 'ஒரு துருவ உலகம்' (Unipolar World) என்றும் 'கருத்தியல்களின் காலம் முடிந்து விட்ட து' (End of ideologies) என்றும் பிரச்சாரம் மேற்கொள்ளப் படுகின்றன. ஒற்றை உலகச்சந்தை, எல்லாவற்றையும் லாபத்தை அடிப்படையாகக் கொண்டு இயக்குவது, எல்லாத் துறைகளிலும் அரசுக் கட்டுப்பாடுகளையும் சிறிய நிறுவனங்களையும் உள்வாங்குவது, எல்லாவற்றையும் மய்யப்படுத்திப் பெரிதாக நிகழ்த்துவது, முற்றிலும் தனியார் மயமாக்குவது முதலியன உலகமயமாக்கலின் முக்கிய கூறுகள். கல்வி, மருத்துவம் முதலிய துறைகளும் இவற்றிலான உயராய்வுகளும் இன்று தனியார்

வசம் ஒப்படைக்கப் படுகின்றன. எடுத்துக்காட்டாக இரத்தம் தொடர்பான உயராய்வுகள் அனைத்தும் இன்று 'அப்போலோ' நிறுவனத்திடம் ஒப்படைக்கப் பட்டுள்ளது. தனியார் பல்கலைக்கழகங்களுக்கான மசோதாக்கள் தயாராகி வருகின்றன. கல்வியைச் சந்தைப் படுத்துதல், வெளிநாட்டுச் சந்தைக்கான கல்வி என்கிற கருத்துக்கள் இன்று விதைக்கப்படுகின்றன. தொழில் நிறுவனங்களைப் போலக் கல்வி நிறுவனங்களையும் அணுகப் போவதாக மத்திய அரசு சொல்கிறது.

பன்மைத் தன்மையை ஏற்பது, உள்ளூர்க் கலாச்சாரங்களை அங்கீகரிப்பது என்றெல்லாம் ஒரு பக்கம் சொன்னபோதிலும் எல்லாமே லாபம், சந்தை ஆகியவற்றை நோக்கியே அமைய வேண்டும் என்பதில் உலகமய முகவர்கள் குறியாய் உள்ளனர். முழுமையான மனிதனை உருவாக்குவதே கல்வியின் பணி என்கிற 'உன்னத' நோக்கங்களெல்லாம் சிதைந்து போய் சந்தைக்கான கல்வி என்று சொல்லும் ஒரு உலகில் இன்று நாம் நிற்கிறோம்.

சிறிய முயற்சிகளையெல்லாம் ஓரங்கட்டி எல்லாவற்றையும் பெரிதாயும் லாபத்திற்காகவும் செய்கிற இந்தச் சூழல் இன்று நமது கலை, இலக்கியச் செயற்பாடுகளிலும் பெரிய தாக்கங்களை ஏற்படுத்தியுள்ளது. எழுபது எண்பதுகளில் அறிமுகப்படுத்தப்பட்ட மூன்றாவது அரங்கு, வீதி நாடகம் என்பதெல்லாம் இன்று நடைமுறையில் இல்லை. இன்று நாடக முயற்சிகள் என்றால் பெருந் தனியார் நிறுவனங்கள் பல்கலைக் கழகங்கள் ஆகியவற்றின் உதவியோடுதான் சாத்தியம் என்கிற நிலை ஏற்பட்டுள்ளது.

சிற்றிதழ்களின் மீது நாம் எத்தனையோ விமர்சனங்கள் வைத்தாலும் அவற்றின் ஒரே சிறப்பம்சம் அவைகளின் சிறு தன்மைதான். அந்தச் சிறு தன்மைகளையும் இன்று சிற்றிதழ்கள் இழந்து வருகின்றன. இலக்கிய முயற்சி என்பது பெருவணிகச் செயற்பாடுகளுடன் இன்று இணைக்கப்படும் நிலை ஏற்பட்டுள்ளது. அப்படி இணைக்கப்படும்போது அவை தன் சிற்றிதழ் தன்மையை இழக்கின்றன.

தமிழ்ச் சூழல் என்பது பல்வேறு விதமான பண்பாடுகளையும் புவியியல் வேறுபாடுகளையும், பேச்சு வழக்குகளையும், சாதிக் குழுமங்களையும் உள்ளடக்கிய ஒன்று. இந்தப் பன்மைத் தன்மைகளைத் தக்கவைப்பதும் பாதுகாப்பதுமே ஜனநாயகம் தழைப்பதற்கான வழி முறையாக இருக்கும். பல்வேறு தனித்துவங்களுக்கும் சமமான வாய்ப்புகள் வழங்கப்படவேண்டும். நவீன மாற்றங்களையும் தொழில்நுட்ப வளர்ச்சிகளையும் நாம் புறக்கணித்துவிட முடியாது. ஆனால் அவற்றை எல்லாத் தரப்பினருக்கும் சம அளவில் கிடைக்கச் செய்வது அவசியம்.

இந்தப் பன்மைத் தன்மைகளைத் தக்க வைப்பதற்கான போராட்டம் இருப்பத்தி ஓராம் நூற்றாண்டில் இலக்கியக் களத்திலும் தொடர வேண்டும். பாசிசத்தின் இலக்கிய வெளிப்பாடுகள் அடையாளம் காணப்படவேண்டும். தரம், தூய்மை என்கிற பெருங்கதையாடல்களின் விரிப்பில் சிறு குரல்கள் நசுக்கப்பட்டு விடக்கூடாது. இலக்கிய முயற்சிகளையும் ஆய்வுகளையும் தீர்மானிக்கிற, வரையறுக்கிற ஒற்றை மய்யங்கள் மிகவும் ஆபத்தானவை. பன்மையான சாத்தியங்களுக்கு வாய்ப்பளிக்கும் பல்வேறு சிறு மய்யங்களினூடான செயற்பாடுகளைத் தொடர்வதற்கான போராட்டத்தை இலக்கிய சனநாயகத்தில் ஆர்வமுள்ளவர்கள் நடத்தியாக வேண்டியுள்ளது.

குறிப்பு : சென்ற 2001 ஆண்டு 12, 13 தேதிகளில் ‘வானவில் இலக்கிய வட்டம்’ கன்னியாகுமரியில் ஏற்பாடு செய்திருந்த ‘நூற்றாண்டுத் தமிழ் இலக்கியம்’ கருத்தரங்கின் தொடக்க உரையாக முன்வைக்கப்பட்டது. ஒரு ஆய்வுக்கான முன்னுரையாக இது முன்வைக்கப்பட்டது. பல்வேறு செய்திகள் நினைவிலிருந்து சொல்லப்பட்டவை.

- புதிய கோடாங்கி, மே 2001.

# பிரமிளின் புனைவுலகில் வெளிப்படும் சிரமணப் பார்வை

சில மாதங்களுக்கு முன்னர் 'சன்டே எக்ஸ்பிரஸ்' வார இதழில் மலையாளக் கவிஞர் சச்சிதானந்தன் முன் வைத்திருந்த ஒரு சிந்தனை என்னை ஈர்த்தது. இந்தியக் கவி மரபில் இரு பாரம்பரியங்கள் செயல்பட்டு வருவதாக அவர் அடையாளம் கண்டிருந்தார். முதலாவது பிராமண மரபு: வரலாற்றையும் மானுடத் துயர்களையும் இது புனைவு வெளிக்கு அப்பால் நிறுத்திவிடுகிறது. இதற்கு ஒரு சிறந்த எடுத்துக் காட்டு அரவிந்தர். வரலாற்று நாயகரான அரவிந்தர் வரலாற்றின் மண் படிந்த பாதங்கள் தனது கவி வனத்தின் புனிதத்தைப் பாழ்படுத்திவிடும் என நம்பினார். மற்றது சிரமண மரபு: மானுட வாழ்வின் துன்ப, துயரங்கள் ஏற்படுத்தும் மன உளைச்சல்கள், எதிர்ப்புகள் ஆகியவற்றை நேரடியாகவோ மறைமுகமாகவோ கவிதையின் கருப்பொருளோடு இணைத்துக் கொள்கிற மரபு. இதற்குச் சிறந்த எடுத்துக்காட்டுகளாகக் கபீர் தாசையும் துக்காராமையும் 'சுட்டிக் காட்டுகிறார் சச்சி. படைக்கப்பட்ட உயிர்கள் அனைத்தும் இறுதியில் ஒன்றுதான் என்கிற பேருண்மையை நமது உணர்வுப் புலத்திலிருந்து அகற்றும் அன்றாட வாழ்முறையின் மீதான விமர்சனங்களாக இம்மரபு வெளிப்படுகிறது. கிறிஸ்துவின் உணர்வு வேட்கையும் புத்த பகவனின் கருணை வியாபிப்பும் இம் மரபினூடாக அவிழ்வதையும் அவர் குறிப்பிடுகிறார்.

இவ்வகைபிரித்தல் இறுக்கமான ஒன்றல்ல என்று குறிப்பிடுவதோடு நிறுத்திக் கொள்கிறார் சச்சிதானந்தன். இந்தியச் சிந்தனை மரபை உணர்ந்தவர்களுக்குக் கடந்த 2500 ஆண்டு கால வரலாற்றில் இவ்விரு எதிர் மரபுகள் இங்கே செயல்பட்டு வருவதை விளக்கிச் சொல்ல வேண்டியதில்லை. வேதங்களையும் உபநிடதங்களையும் பிரமாணமாக ஏற்றுக்கொள்வது பிராமண மரபு. வேதங்களின் பிரமாணத் தன்மையை மறுப்பது சிரமணம். பிரம்மம், கர்மம், மறுபிறவி ஆகியவற்றை இரு மரபுகளும் வெவ்வேறு வகைகளில் ஏற்றுக்கொண்ட போதிலும் வருணாசிரமத்தை முன்னது ஏற்கும் பின்னது மறுக்கும். பிறவி அடிப்படையில் வருணங்களையும் சுய தருமத்தையும் சிரமண மரபு இம்மியும் ஏற்பதில்லை. பிராமண மரபு முன் வைத்த 'ஆத்மன்' என்கிற கருத்தாக்கத்திற்கு எதிராகப் புத்தர் 'அனாத்மன்' என்கிற சாராம்ச மறுப்புச் சிந்தனையை முன் வைத்தார். பிராமணம் கீழ் வருணத்தாருக்கு பல வாழ்வுரிமைகளை மறுத்தது. சிரமணம் அனைவருக்குமான வாழ்வுரிமைகளையும் சமத்துவத்தையும் வலியுறுத்தியது. உணவு, கல்வி, மருத்துவம் ஆகியவற்றை முதன்மைப் படுத்தியது. இப்படிச் சொல்லிக்கொண்டே போகலாம்.

இந்தச் சிரமண மரபு என்பது தத்துவத்திலிருந்து புனைவாகத் தளமாற்றம் பெறும்போது அது வரலாறு சார்ந்ததாக, மண் சார்ந்ததாக, மக்களின் துயர் மற்றும் எதிர்ப்புகள் சார்ந்ததாக, இந்தக் துயருக்கு எதிரான கருணை வியாபிப்பாக வெளிப்படுகின்றது எனக்கவிஞர் குறிப்பிடுவதை நாம் முழுக்க முழுக்க ஏற்றுக்கொள்ள வேண்டியதாகிறது. சச்சி கவிதைக்கு மட்டும் சொல்வதை நாம் புனைவுகள் அனைத்திற்கும் நீட்டிக் கொள்ளலாம்.

தமிழின் முக்கிய எழுத்தாளர்களில் ஒருவரான பிரமிள் இங்குள்ள இலக்கிய மைய நீரோட்டத்தால் முழுமையாக வரவேற்கப்பட்டவர் அல்ல. அவர் வாழும் காலத்தில் மேற்கொள்ளப்பட்ட பல்வேறு தமிழ்ச் சிறுகதைத் தொகுப்புகளில் அவரது கதைகள் தவிர்க்கப்பட்டன. பரிசுகள், நிறுவனங்கள் ஆகியவற்றால் அங்கீகரிக்கப்படாத ஒரு விளிம்பு நிலை எழுத்தாளராக வாழ்ந்து மடிந்தவர் அவர். நமது

நவீனப் பேரெழுத்தாளர்கள் பலரால் அவர் கடுமையாகத் தாக்கப்பட்டுள்ளார். இத்தனைக்கும் பிரமிள் கடவுள் மறுப்பாளராகவோ, கம்யூனிஸ்டாகவோ, பின் நவீனவாதியாகவோ அடையாளம் காணப்பட்டவரல்ல. முழுமையான ஆன்மிகவாதி. அவரது முக்கிய படைப்புகள் அனைத்தும் ஆன்மிகச் சரடை மைய இழையாகக் கொண்டு பின்னப்பட்டவை. இறையை மட்டுமின்றி இறையடியார்களையும் விசுவசிப்பவை. எல்லாம் இருந்தும் அவர் மற்ற பேரெழுத்தாளர்களிடமிருந்து தனித்து நிற்பதேன்? கடுமையாக விமர்சிக்கப்பட்டதேன்?

பிரமிளிடம் வெளிப்படும் பிராமண எதிர்ப்பும், சிரமண மரபுமே இதற்குக் காரணம். ‘அடையாளம்’ பதிப்பகத்தின் தரமான வெளியீடாக வந்துள்ள கால சுப்பிரமணியம் தொகுத்துள்ள ‘பிரமிள் படைப்புகள்’ நூலை வாசிப்பவர்கள் இதை எளிதில் உணரக் கூடும்.

*2*

பிரமிளின் புனைவு எழுத்துக்களில் பெரும்பான்மை எதார்த்தச் சட்டகத்திற்குள் அகப்படாதவை. பல்வகைப்பட்ட சோதனை முயற்சி களாகப் பல சிறுகதைகளை அவர் வடித்துள்ளார். ’ப்ரஸன்னம்’ குறுநாவல் முழுக்க, முழுக்க ஃபைல் குறிப்புகள், கடிதங்கள் ஆகியவற்றால் ஆனது. ஒரே நிகழ்வு குறித்து இரு வேறுவிதமான வாசிப்புகளை உள்ளடக்கியது. ’அசரீரி’ கதை ‘சய்ன்ஸ்ஃபி பிஷன்’ வகை சார்ந்தது. அதி நவீனமான ஒரு கணினி ஒரு பாத்திரமாக மனித வாழ்வில் குறுக்கீடு செய்கிறது. இக்கதைகளில் அவர் எடுத்துக்கொண்ட கதைப் பொருளில் வாசக உணர்வையும் கவனத்தையும் குவிக்கும் எதார்த்தவாத உத்திகள் பலவற்றையும் வேண்டுமென்றே தகர்க்கிறார். அவர் எடுத்துக் கொள்ளும் ஆன்மீக - சமூக விசாரங்களுக்குப் பின்னணியாகத் தேர்வு செய்யும் பின்புலங்கள் அலாதியானவை. ’லங்காபுரி ராஜா’ குறுநாவலில் கம்பீரமான யானை ஒன்றால் காக்கப்படுகிற ஒரு கிராமப் பின்புலத்தில் புனைவு அவிழ்கிறது. ’அங்குலி மாலா’ கதையில் பயணிகள் விமானம் ஒன்று

விபத்துக்குள்ளான பின்னணியில் கதை நிகழ்கிறது. ஆனால் அது விமான விபத்து பற்றின கதை அல்ல. விமான விபத்தில் நமது கவனம் குவியும்போது கதை வேறொரு நிகழ்வை நோக்கி நகர்கிறது. 'அசரீரி' கதையிலும் அப்படித்தான். இரு காதல் ஜோடிகள். இடையில் ஒரு கணினி. ஒரு வகையான *'escapism'* என்பது பரிச்சய நீக்க *(defamilirising)* உத்தியாக இக்கதைகளில் செயல்படுகின்றது. பாத்திர உருவாக்கங்களுக்கு இப்புனைவுகளில் முக்கியத்துவமில்லை. பாத்திரப் பெயர் தேர்வுகளில் கூட வித்தியாசமாக விளங்குகிறார் பிரமிள். வழக்கமற்ற பெயர்கள் சூட்டப்படுவதைக் காணலாம். ஒரு கதையில் மருத்துவப் படிப்பு படிக்கும் முக்கிய பாத்திரத்தின் பெயர் சிங்கலட்சுமி, சுருக்கமாக சிங்கி. பொய் சொல்லா மெய்யண், திமிலோகம் முதலியன வேறு சில பெயர்கள்.

புனைவுகளுக்காக அவர் தேர்வு செய்யும் நடை கவித்துவம் மிக்கது. குறிப்பாகப் 'ப்ரஸன்னம்', 'லங்காபுரி ராஜா' முதலிய குறுநாவல்களின் மொழி தமிழின் ஆகச் சிறந்த உரைநடைச் சிதறல்களில் ஒன்றாக அமைகின்றது. எனினும் திடீரென 'ங்கோத்தா டேய் லவ்டேக்கா பால்', 'போடி பு...' 'அய்யப்பா என் கோவணம் புதுசுப்பா' என்ற பிரயோகங்கள் நம்மை அதிரவைக்கும். கதைப் பொருளில் உணர்ச்சி குவிப்பு தடுக்கப்படும்.

மாய எதார்த்தம் என்று சொல்லத்தக்க நிகழ்வுகள், காட்சிகள் பிரமிள் கதை முழுக்க விரவிக் கிடப்பதைக் காண முடியும். 'அங்குலிமாலா' கதையில் தற்செயலாக விமானப் பயணத்தில் அருகருகே அமர நேர்ந்த இருவரின் பெயர் சீலன், சீலி. இருவருக்கும் வலது புறம் காதின் கீழ்க் கழுத்தில் ஒரு தழும்பு. இவை எப்படி நிகழ்ந்தது என்பது குறித்த தர்க்க பூர்வமான விளக்கம் கதையில் இல்லை. உரைநடையின் தர்க்க வன்முறையிலிருந்து புனைவை விடுவிப்பதற்குப் பயன்படும் மாய எதார்த்தத்தில் *(magic realism)* ஆசிரியரின் குறுக்கீடும் தர்க்க விளக்கமும் தேவையில்லை . எனினும் 'பிரஸ்ன்னம்' முதலிய படைப்புகளில் கதை சொல்லி இறுதியில் குறுக்கிட்டு கதையில் வெளிப்படும் மாய நிகழ்வுகளுக்குத் தர்க்க பூர்வமான

விளக்கத்தை அளிப்பதையும் காண முடிகிறது. எனவே அது மாய எதார்த்தவாத உத்தியாகப் பரிமாணம் பெறாமல் ஆன்மீக அனுபவம் ஒன்றை மையமாகக் கொண்ட கற்பனாதீத (*spiritual romanticism*) புனைவாக நின்றுவிடுகிறது.

*3*

எனினும் பிரமிளின் கதைகள் வெறுமனே ஆன்மீகக் கதைகளாக நின்றுவிடாமல் அதனினும் உயரிய பரிமாணம் பெறுவதன் காரணம் அவை வரலாற்றில், மண்ணில், சமூகத்தில் கால் பதித்திருப்பதுதான். வரலாறு மனித சமூகத்தில் நிகழ்த்தும் பாரதூரமான தாக்கங்களைக் கதைப் பொருளாகக்கொள்ளாத எழுத்துக்கள் என அவரில் எதையும் சுட்ட இயலாமல் உள்ளன. பிரமிள் ஒரு இலங்கைத் தமிழர். தமிழர் என்கிற வகையில் வருணாசிரமமும் இலங்கையர் என்கிற வகையில் இன ஆதிக்கமும் நமது வரலாறு; சம காலத்திய வரலாறும்கூட. இந்த வரலாற்று அம்சங்கள் அவரது புனைவுகளில் அடிநாதமாக இழையோடுவதன் மூலமாகத்தான் அவரது எழுத்துகள் சிரமண மரபில் இடம் பிடிக்கின்றன.

இந்தத் தொகுப்பில் குறைந்த பட்சம் இரு இடங்களில் மனுவைப் பெயர் சொல்லித் திட்டுகிறார். ‘மனுசனுக்கு உதவாத மனுதர்மம்’ குறித்துச் சாடுகிறார். ‘சாதிமத சேதி சரித்திரத்தில் பேதி’ என்கிறார். இனவாதத்தை, குழு மனப்பான்மையைச் சாடுகிறார். ‘பீ டூட்டி’ பார்க்கிற ஒரு கழிவு நீக்கும் தொழிலாளி, காடன் என்னும் நாடோடி, தீண்டத் தகாத பலர் என அவரது புனைவு வெளி முழுவதும் தலித்துக்கள், விளிம்பு நிலையினர், நாடோடிகள். மொத்தத்தில் அவரது புனைவு எழுத்துக்கள் அனைத்தையும் நாடோடி இலக்கியம் என்கிற வகைப்பாட்டிற்குக் கொண்டு வரக்கூடிய நியாயங்கள் உள்ளன.

நமது சமூகத்தில் பிராமண மனம் எப்படி அமையும் என்பதற்கு அசரீரி கதையில் வரும் முக்கிய பெண் பாத்திரத்தின் தந்தை ஒரு எடுத்துக்காட்டு என்றால் ‘சாமுண்டி’ கதையில் வரும் முக்கிய

பாத்திரம் தலித் மன நிலையின் ஆகச் சிறந்த வெளிப்பாடாக அமைகிறது.

இக்கதைகள் ஒவ்வொன்றும் தனித்தனியே மிக விரிவாக விவாதிக்கப் பட வேண்டியவை. வேறொரு சந்தர்பத்தில் பார்க்கலாம். 'டீட்டி' முடிந்து நேரடியாக திருமணத்திற்கு வந்து விடுகிறேன் எனச் சொல்லி விட்டுப் போகும் மாப்பிள்ளை சாமுண்டி திருமணத் தலத்தில் தீடிரென பாதாள சாக்கடையைத் திறந்து கொண்டு உடலெங்கும் மலம் வழிய நிற்கிறான். அவனது இயக்க ரகசியங்களை ஒற்றறிய வரும் உயர்சாதி மணப் பெண் உட்படப் பெண் வீட்டார் அந்தக் காட்சியைக் கண்டு தலை தெறிக்க ஓடுகின்றனர். இக்கதையில் வருகிற வி.பி.எஸ். மெய்யன் என்கிற தமிழாசிரியர் ஓர் அற்புதமான அரசியல் சித்திரிப்பு. தமிழாசிரியர்கள், தமிழ்ப் பற்றாளர்கள், தனித் தமிழ் ஆர்வலர்கள் ஆகியோரைக் கொச்சைப்படுத்திக் கேவலமாகச் சித்திரிப்பது பிராமண மரபு எனில் அதற்கு ஒரு எதிர்வாதத்தை பிரமிள், நாஞ்சில் நாடன் (பார்க்க: 'மிதவை') முதலியவர்களிடம் காண முடியும். கதைக்குள் ஒரு காட்சி : "அகர முதல எழுத்தெல்லாம்...." என்ற முதல் வரியைச் சொல்லி அடுத்த வரியைக் கூறுமாறு தலித் மாணவன் சாமுண்டியைத் தூண்டுகிறார் ஆசிரியர். "பகாசுர முதலை எல்லாம் சாதி பகவான் சார்" என்கிறான் சாமுண்டி. ஆசிரியர் சிரிக்கிறார். "யாப்பிலக்கணம் தெரியாத மண்டு, 'சார்' என்பதை நீக்கி 'முதற்றே உலகு' எனச் சேர்" என்கிறார். முன் வரிசையில் அமர்ந்துள்ள உயர்சாதி மாணவன் சரியான குறளை ஒப்புவிக்கிறான்.

"தன் அசுத்தத்தை அகற்ற இன்னொருவன் என்கிற சமூகக் கட்டுமான"த்தை உக்கிரமாகச் சாடும் ப்ரமிள், 'ஆர்யபட்டா' சாதனைகளெல்லாம் கிடக்கட்டும். முதலில் மலத்தை அகற்ற ஒரு 'அரிஜன பட்டா' விடுங்கள் என்று சீறுகிறார். இந்தச் சமூகக் கோபத்தை நவீன தமிழ் எழுத்துக்கள் (தலித் எழூத்துக்கள் தவிர) எதிலும் நாம் இதுவரை தரிசித்ததுண்டா ?

'அசரீரி' கதையில் ஒரு பார்ப்பனப் பெண் ஒரு தலித்

இளைஞனைக் காதலிக்கிறார். பார்ப்பனத் தந்தை அதற்கு எதிர்ப்பு. "அவன் ஒரு நல்ல டாக்டர். சிறந்த சர்ஜன். 'பெர்ஃபாமன்ஸ்' பத்தாதா?" என்கிறாள் மகள். "பெர்ஃபாமன்ஸ்' முக்கியமல்ல. 'ப்ரீடிங்'தான் (பிறப்பு) முக்கியம்" என்று சொல்லும் தந்தை "நேக்கு இதெல்லாம் புதுசில்லே. 'டிரடிஷன்' இல்லாம 'பெர்ஃபாமன்ஸ்' மட்டும் வச்சுண்டு என்ன பண்ணுவே?" என்று கோபப்படுகிறார். 'சர்ஜரி'யில் அவன் டாப் என்றால் அதற்குக் காரணம், "அப்பன் பன்னியை அறுத்த 'ட்ரடீஷன்'" என்று சொல்லவும் அவர் தயங்கவில்லை.

கதை இதே திசையில் செல்லவில்லை. வேறொரு தளத்திற்கு 'எஸ்கேப்' ஆகிறது. அதி நவீனமான கணினி ஒன்றின் மூலம் திருமணத் தகவல் ஆலோசனை மையம் ஒன்று செயல்படுகிறது. வந்திருந்த விண்ணப்பங்களின் தகவல்கள் கணினியில் பதிவு செய்யப்படுகின்றன. "அய்யர், கவரா நாயுடு, சைவ வேளாளர், சௌராஷ்டிரா...." என வரிசையாய்ச் சாதி விவரங்கள் ஓரிடத்தில் பொறுக்க இயலாத கணினி கோபமாய், "ங்கோத்தா டேய், லவ்டேகா பால்" என்கிறது. இன்னொரு சந்தர்பத்தில் அதே கணினி தலித்திற்குப் பெண் கொடுக்க மறுக்கும் பார்ப்பனத் தந்தையின் மூளையில் ஒரு சைகிக் சர்ஜரி செய்கிறது. பிரமிள் எழுதுகிறார்:

"சுவர்கள் சுருங்கி, அருவருப்பான கால காலங்களின் சீழ் திரளை கட்டி நாறிக்கொண்டிருந்தது வேணுகோபாலின் ஹ்ருதயக் குகை. 'சீ' என்றபடி அதன் புலத்தை விட்டுப் பின் வாங்கி வெளியேறு வதற்காகத் தலை நிமிர முயன்றார். 'நான் பிராமணன், இது என் ஹ்ருதயமல்ல. இது நரகம்.'

இப்படிப் போகிறது கதை. ஸய்ன்ஸ்ஃ பிக்ஷன், மாஜிக் ரியலிஸ உத்திகளையெல்லாம் பயன்படுத்தி எழுதி வருகிற நமது நவீன எழுத்தாளர்கள் யாருக்கேனும் இப்படி வரலாற்றில் சுவடு பதித்து எழுதும் எண்ணம் தோன்றியதா? வரலாறு சுமத்திய மனிதத் துயரங்கள் இவர்களின் கண்களில் ஏன் விழவில்லை? வரலாற்றிலிருந்து விலகி நிற்பதன் மூலம் இவர்கள் யாருக்குச் சேவை செய்கின்றனர்?

அங்குலி மாலன் வரலாறு பவுத்த மரபில் முக்கியமானது. புத்த பகவன் தனது சங்கத்திலும் மனத்திலும் சண்டாளர்கள், தீண்டத் தகாதவர்கள், விபச்சாரிகள் ஆகியோருக்கு மட்டுமின்றி அங்குலி மாலன் என்கிற வழிப்பறிக் கொள்ளையனுக்கும் இடம் தருகிறார். வழிப்பறி செய்வதோடு இல்லாமல் வழிப்பறி கொடுத்தவர்களின் சுண்டு விரல்களையும் நறுக்கி மாலையாகக் கோர்த்து அணிந்து கொள்பவன் இந்தச் 'சுண்டு விரல் மாலையன்'. துரத்திச் செல்லுதல், வழிப்பறி செய்தல், சுண்டு விரலைப் பறித்தல் முதலியவற்றிற்கு ஆன்மீகக் குறியிட்டு விளக்கமளிக்கும் பிரமிள் அவன் இவ்வாறு ஆனதற்கு காரணம் இளம் வயதில் பிராமண சாதியால் கல்வியை இழந்ததுதான் என்று கதையில் ஒரு திருகலைப் பதிவதன் மூலம் தன்னை வித்தியாசப்படுத்திக் கொள்கிறார். பிறவியில் தலித்களாகிய பழைய அங்குலிமாலனும் பிரமிளின் படைப்பாகிய கதை நாயகன் அங்குலிமாலனும் மட்டுமே ஆத்மார்த்திகளாக முடியும்; பேசமுடியும்; சைகிக் சர்ஜரி மூலம் பார்ப்பனரின் மூளையிலும் இருதயத்திலும் திரண்டு கிடக்கும் இரண்டாயிரமாண்டு கால சீழ்த் திரளைகளை வெட்டி நீக்குவதன் மூலமே அவர்களை மனிதர்களாக்க முடியும் என்பதுதான் பிரமிள் இந்தக் கதை மூலம் சொல்ல வருவது.

காந்தியடிகளின் ஆலயப் பிரவேச வரலாற்று நிகழ்வைப் பின்னணியாகக் கொண்டு தலித் புரட்சியை சமூகத் தளத்திலும் ஆன்மீகத் தளத்திலும் தீவிரமாக விசாரிக்கும் 'ப்ரஸன்னம்' கதை விரிவாகப் பேசப்பட வேண்டிய ஒன்று. சுருக்கம் கருதி இங்கே நான் அதைச் செய்யவில்லை. தீண்டாமைக்கு எதிராக வலுவாகக் கதையாடும் பிரமிள் தீண்டத்தகாதவர்களே ஆத்மார்த்திகளாக முடியும் என்று ஒரு தளத்தில் சொல்கிறார். இன்னொரு தளத்தில் அரசியல் சார்ந்து இயக்கரீதியில் செயல்படுகிறபோதே அவர்கள் தம் நிலை குறித்த பிரக்ஞையுற முடியும் எனச் சுட்டிக் காட்டுகிறார்.

இலங்கைத் தமிழர் பிரச்சினை என்கிற வரலாற்றுப் பின்னணியைச் சார்ந்து எழுதப்பட்ட கதைகள் முக்கியமானவை (ஆலா, லங்காபுரி ராஜா, கோடரி....

முதலியன). சிங்கள இன வெறியை எதிர்த்துத் தமிழர்கள் நிற்க வேண்டிய வரலாற்றுக் கட்டாயத்தையும் அதே சமயத்தில் இறுக்கமான அடையாளங்களுடன் இன விடுதலை என்கிற பெருங்கதையாடலை முன் வைத்துக் "குழு மனிதவாதிகளாக" அவர்கள் மாறும் போது மாற்று இனத்தாருக்கு மட்டுமின்றிச் சொந்த இனத்திற்கெதிரான வன்முறையாளர்களாகவும், அடாவடிக்காரரர் களாகவுமே மாறிப் போகிற நிலையையும் புனைவு நியாயங்கள் சிதறாமல் செதுக்கித் தருகிறார். "தத்துவம் ஒவ்வொன்றும் கோடரிதான்" என்பது அவர் கூற்று. புத்த பகவன் சொன்னது போல (இப்படிப் பெருங்கதையாடலாக இறுகும்) ஒவ்வொரு வழிகாட்டு நெறிமுறையும் மற்றவர்களைக் கொலை செய்யவே பயன்படும்.

வரலாற்று எதார்த்தங்களை நுணுக்கமாகப் பார்க்கிறார் பிரமிள். தீண்டாமை, தீண்டாமைக்குள் மறைந்துள்ள உட்சாதி வேறுபாடுகள், தலித்களுக்கிடையிலான உட்சாதி வேறுபாடுகளைப் பயன்படுத்திக் கொள்ளும் ஆதிக்க சாதி மனோபாவம் எதுவும் பிரமிளின் கூரிய எழுத்திற்குத் தப்பவில்லை. ஒன்றைக் குறிப்பிட வேண்டும். பிரமிளின் கதைகள் பலவற்றிலும் வெளி நாட்டவர்கள் வரலாற்று நியாயத்தைப் பேசுகிற பாத்திரங்களாக நிற்கின்றனர். 'நீலகண்ட பிரேமி' போன்ற வெளிநாட்டவர்கள் ஆத்மார்த்திகளாகவே சித்திரிக்கப்படுகின்றனர். இந்து அல்லாதோரை அந்நியராகப் பார்த்து ஒதுக்கும் இந்துத்துவ மனநிலை சில முக்கிய தமிழ் எழுத்தாளர்களைப்போல பிரமிளிடம் காணக் கிடைப்பதில்லை.

*4*

பிரமிளின் எழுத்துக்களில் இப்படியெல்லாம் நாம் மனம் வீழ்வதென்பது சமூகப் பிரச்சினைகளுக்கோ, வரலாற்றுச் சிக்கல்களுக்கோ பிரதிகளில் தீர்வுகள் கிடைக்கின்றன என நம்புவதால் அல்ல. ஒரு இலக்கியப் பிரதி அரசியற் பிரச்சினைகளுக்கு தீர்வு சொல்லிவிடும் என நம்ப வேண்டியதில்லை. அரசியல் பிரச்சினைகளை அரசியற் களத்தில்தான் தீர்க்க முடியும். தவிரவும் இலக்கியப்

பிரதிகளின் நோக்கமோ வேலையோ தீர்வு சொல்வதுமல்ல. பிரச்சினைப்படுத்துவதே.

பிரமிளின் எண் சோதிடம், ஆன்மீகக் கிறுக்குத்தனம் முதலியன பிரசித்தமானவை. அரவிந்தர் பாண்டிச்சேரியில் உட்கார்ந்துகொண்டு பார்த்த தீர்க்கப் பார்வையின் விளைவாகத்தான் ஜெர்மனியில் ஹிட்லர் வீழ்ந்தான் என்று சொல்லக் கூடியவர் பிரமிள். தனது அடிப்பொடிகள்தான் உலகத்திலேயே சிறந்த எழுத்தாளர்கள் என்று பட்டியலிடும் தன்மையும் அவரிடமுண்டு. ஆனால் இத்தகைய கிறுக்குத்தனங்களெல்லாம் இல்லாத தெளிவானவர்கள் இதைவிட ஆபத்தானவர்கள் என்கிற புரிதலும் பிரமிளின் இந்தக் கிறுக்குத் தனங்களை ரசிக்கிற பக்குவமும் நமக்குண்டு.

பிரமிளின் ஆன்மிகப் பார்வை, குரு பக்தி முதலியன சில வரலாற்றுப் பிழைகளுக்கு இட்டுச் செல்வதை இப்பிரதியிலும் காண முடியும். 'அசரீரி'யில் வரும் அதி நவீன கணினிக்குப் பாபர் மசூதிப் பிரச்சினைக் குறித்தும் தெரிந்திருக்கிறது. "ஃபைஸாபாத்தின் ராம ஜன்ம பூமி பிரச்சினை தெரியும். ஹிந்து தீவிரவாத அரசியல் முஸ்லீம்களிடையே ஒரு தீவிரவாத எதிர்ப்பை ஏற்படுத்திய விஷயம் அது" என இரண்டையும் ஒரே தட்டில் வைக்கும் பிரமிள் ஹிந்து தீவிரவாத அரசியலைப் பற்றி எழுதும்போது, "மசூதியின் அமைப்பிலுள்ள ராமர் கோயில் அடக்கமாக அமைந்து ஹிந்துக்கள் அங்கே வழிபாடு நடத்திவரும் ஒரு அபூர்வ மரபை உறுதிப்படுத்திய சிந்தனைகளை, இன்டலக்சுவல்களின் சதி என்கிறார்கள் விசேஷமாக ஹிந்து வெறியர்கள்" என்கிறார்.

இந்தத் தகவல் வரலாற்றுக்கு முரணானது. காலங்காலமாக முஸ்லிம்கள் வழிபட்டு வந்த தலமொன்றிற்குள் 1949ல் வன்முறையாக ராமர் சிலையை வைத்தவர்கள் இந்துத்துவவாதிகள். அந்த வன்முறையை அபூர்வ மரபு என நாம் ஏற்க இயலாது. அதேபோலக் கரசேவையை வருணிக்கும்போது "கார்ஸேவாவுக்கு வந்திருந்த தொண்டர்கள், அவர்களுக்கு எதிராக அதிரடி நடத்தத் தயாராய் இருந்த

முஸ்லிம் ஆயுதவாதிகள்” என்று அடுக்குகிறார் பிரமிள். இந்தக் கதை பாபர் மசூதி இடிக்கப்படுவதற்குச் சில மாதங்கள் முன்னதாகவே எழுதப்பட்ட போதிலும் முஸ்லிம் ஆயுதவாதிகளைப் பற்றிய குறிப்பு இந்த இடத்திற்குப் பொருத்தமற்றதும் தேவையற்றதுமாகவுமே உள்ளது. சில மாதங்களுக்குப் பின் நடைபெற்ற உண்மைச் சம்பவத்தின் போதும் அதுபோல நிகழ்ச்சியில்லை.

ஹிந்து-முஸ்லிம் தீவிரவாதிகள் இருவரும் சேர்ந்து “ஓம் ஸ்ரீராம் ஜெயராம் பாப்ரி ராம்” என முழக்கமிட்டதாக (அதி நவீன கணினியின் வேலை) முடிக்கிறார் பிரமிள். பாப்ரிக்குள் ராமரைக் கொண்டுவந்து வைத்துப் பின் பாப்ரியை ராமுக்குள் முடக்கும் வேலையாகவே இது முடிகிறது.

எனினும்கூட மசூதி இடிப்பு யாத்திரைகள் மும்முரமாக நடைபெற்றுக் கொண்டிருந்த பின்னணியில் இங்குள்ள சில பேரெழுத்தாளர்கள் மசூதியை இடித்தால் என்ன என்கிற கருத்துக்கு ஆதரவாக எழுதிக் கொண்டிருந்த சூழலில் மசூதி இடிப்பைக் கண்டித்தும் இந்து முஸ்லிம் ஒற்றுமையை வற்புறுத்தியும் பிரமிள் எழுதியது குறிப்பிடத்தக்கது.

வரலாற்றில் கால் பதித்து, மானுடத் துயர்களை, இழிவுகளை, எதிர்ப்புகளை, பெருமூச்சுகளை இலக்கியமாக்கியவர் பிரமிள். அவரது ஆன்மீகம், குருபக்தி, மாய எதார்த்த உத்திகள் அனைத்தும் இந்த நோக்கத்திற்கே பயன்பட்டன என்பதால் அவரைச் சிரமண மரபில் வைத்துப் பார்க்க வேண்டியதின் நியாயம் வலுப்படுகிறது. நமது எழுத்தாளர்களில் யாரையெல்லாம் பிராமண மரபில் வைத்துப் பார்க்க இயலும் என்பதை உங்களின் ஊகத்திற்கும் வாசிப்பிற்கும் விட்டு விடுகிறேன்.

*– உயிர்மை, ஜூன் 2004.*

## இடாலோ கால்வினோவின் சுமை நீக்கும் பயணங்கள்

ஆர்பாட்டங்களேதுமின்றி அமைதியாக இலக்கியப் பணிகளைச் செய்துவரும் சா. தேவதாஸ் மொழிபெயர்த்து வெளியாகியுள்ள இடாலோ கால்வினோவின் (1923-1985) மூன்று நாவல்களும் (குளிர்கால இரவில் ஒரு பயணி, புலப்படாத நகரங்கள், ஒன்று கலந்திடும் விதிகளின் கோட்டை) குறிப்பிடத் தகுந்தன. சென்ற நூற்றாண்டின் மிக முக்கியமான புனைவு எழுத்தாளர்களில் ஒருவர் கால்வினோ. நவீனத்துக்குப் பிந்திய எழுத்து முறைகளில் குறிப்பிட்டுச் சொல்லத்தக்க சிலரில் கால்வினோ ஒருவர் (மற்றவர்கள் : போர்ஹே, மார்க்யுஸ், பார்த்தல்மே, ஜான் பார்த்ஸ், டேவிட் கூப்பர், உம்பர்டோ ஈகோ, நபகோவ், மிலோராட் பாவிக், தாமஸ் பிசோன்...). கால்வினோவின் பெரும்பாலான எழுத்துக்கள் வழக்கமான வடிவங்களையும் கதையாடல் முறைகளையும் கேலி செய்பவை. ஒவ்வொன்றும் புதிய புதிய சோதனை முயற்சிகளாக விளங்குபவை. கால்வினோவே தம்மைப் பற்றி ஒரு முறை சொல்லிக் கொண்டதுபோல ஒவ்வொரு முறை புதிய புனைவொன்றைப் படைக்கும்போதும் புதிய வடிவை, எழுத்து முறையை மட்டுமின்றிப் புதிய படைப்பாளி ஒருவரையும் கண்டுபிடிக்கிற சிரமத்தை எடுத்துக் கொள்கிறவர் அவர். 1947 முதல் எழுதிக் கொண்டிருக்கும் கால்வினோவின்

நூற்களிலேயே முக்கியமான மூன்றை தேவதாஸ் தேர்வு செய்து மொழியாக்கம் செய்துள்ளார்.

கியூபாவில் பிறந்து இத்தாலியில் வாழ்ந்த இடாலோ கால்வினோ ஒரு மின்னற் பொழுது பாசிசத்துடன் தன்னை இனங் கண்டு கொண்ட போதிலும், விரைவில் அதிலிருந்து மீண்டு இடதுசாரி எதிர்ப்பாளர்களுடன் தன்னை இணைத்துக்கொண்டார். கம்யூனிஸ்ட்களின் இதழாகிய 'யூனிட்டா'விலும் 'ஈநாடி' என்னும் வெளியீட்டு நிறுவனத்திலும் செயல்பட்டார். சோவியத் அரசு ஹங்கேரி மீது படை எடுத்த போது (1956) கம்யூனிஸ்ட் கட்சியிலிருந்து வெளியேறினார். எனினும் 1959–1966 கால கட்டத்தில் எலியோ விட்டோரினியுடன் இணைந்து 'இல் மெனபோ டி லிட்ரேசுரா' என்ற இடதுசாரி இதழுக்கு ஆசிரியராகவும் இருந்தார்.

1947ல் அவரது "சிலந்திகளின் கூட்டுக்கு வழி" என்னும் முதல் நாவல் வெளிவந்தது. இத்தாலிய எதிர்ப்பு அரசியலைப் பின்புலமாகக் கொண்டிருந்த அந்நாவலை மரபு வழிப்பட்ட கதை சொல்லும் முறையிலேயே அவர் எழுதியிருந்தபோதும், சில வித்தியாசமான கூறுகளை அதில் இனங்காண முடிந்தது. அருகிலுள்ள பொருட்களை மட்டுமே பார்க்க முடிந்த ஒருவர் தனது தூரப் பார்வைக் கண்ணாடியைத் தொலைத்து விட்டதுபோல அருகாமையிலுள்ளவை துல்லியமான விவரணங்களைப் பெறுகின்றன. அதே நேரத்தில் தொலைவிலுள்ளவையும் ஆழமானவைகளும் நிழலாகவே அப்புதினத்தில் இடம் பெற்றன. அடுத்தடுத்த புதினங்களில் வித்தியாசமான அதீத கற்பனைகள் (fantasies) இடம் பெற்றன. 'எறும்புகளால் ஆக்ரமிக்கப்பட்ட ஒரு நகரம்': மனிதர்கள் எவ்வாறு இருக்கும் சூழலுக்குத் தம்மைத் தகவமைத்துக்கொள்வதற்காக உள்ளனர் என்பதைக் கதைப் பொருளாகக் கொள்ளும் 'அர்ஜென்டினா எறும்புகள்' என்றொரு புதினம். போரொன்றில் பீரங்கிக் குண்டொன்றால் தனது உடலின் சரிபாதியை இழந்த ஒருவரை மையப் பாத்திரமாக் கொண்ட 'பிளந்த கோமகன்' என்னும் புதினம் முழுமையின் போதாமைகளிலிருந்து தப்புகிற சுகத்தைக் கதைப் பொருளாகக்

கொண்டது. இனித் தரையில் கால் பாவுவதில்லை என்று கூறி மரங்களின் மீதே வாழ்வதென முடிவு செய்து அன்றாட வாழ்வை எதிர்கொண்ட ஒருவரின் கதை ‘மரங்களில் வாழ்ந்த பிரபு’. கற்பிதத்திற்கும் எதார்த்தத்திற்கும் இடையிலான உறவுகளையும் சிக்கல்களையும் அழுத்தங்களையும் இந்நாவல் சற்றே நகைச்சுவையுடன் விசாரணைக்குள்ளாக்கியது.

★★★

தனது எழுத்து முறை பற்றிச் சொல்ல வருகையில் அதன் பொதுப்படையான பண்பு ’சுமைநீக்குதல்’ என்று (1988) கால்வினோ ஒருமுறை குறிப்பிட்டார். பாத்திரங்கள், நகரங்கள், கோள்கள் எனத் தான் கையாளும் எல்லாவற்றிலிருந்தும், கதை அமைப்புகள், மொழி ஆகியவற்றிலிருந்தும் கூட சுமை நீக்குதல் என்பதே தனது நோக்கம் என்றார். காற்றினும் லேசானதாய் அவை நம்மைத் தழுவிச் செல்ல வேண்டும் என்று அவர் கூறியபோதும் ஒரு புதிய வாசகர் கால்வினோவை வாசிப்பதில் சில சிரமங்களை அடையவே செய்கிறார். கேட்டவைகளையே திருப்பித் திருப்பிக் கேட்டு, ஏற்கெனவே சொல்லப் பட்டவற்றையே திருப்பித் திருப்பி வாசித்துக் கரடு தட்டிப்போன நமது மனங்களும், வாசிப்பு முறையும், இந்தப் புதிய எழுத்து முறை அவிழ்த்துவிடுகிற கட்டற்ற வாசிப்புகளும் சுதந்திரம் குறித்த அச்சமுமே நமது எதிர்கொள்ளலில் ஏற்படும் சிரமங்களின் அடிப்படை. கால்வினோவின் எழுத்துக்களை வாசிக்கும் முன் நாம் நம்மை அவரது அதிர்வெண்ணுக்கு ’ட்யூன்’ செய்து கொள்ள வேண்டும். நிலைய அதிர்வெண்ணுக்குத் துல்லியமாக ஒரு ’எஃப்.எம்’ வானொலியை ஒத்திசைவு செய்வதுபோல நம்மைத் தயாராக்கிக்கொள்ள வேண்டும். .

கதையின் மீதான கவனக் குவிதலைத் திட்டமிட்டுச் சிதறடிக்கும் ஒரு எழுத்துமுறை கால்வினோவுடையது. எனவேதான் இம்மூன்று நாவல்களையும் - அவற்றில் இரண்டு மிகச் சிறியவை

- படித்து முடிக்க நமக்கு அத்தனை நேரமாகிறது. 'புலப்படாத நகரங்களில்' ஒரு நகரம் குறித்த சிறிய விவரணமானாலும் அதை மனத்திற்குள் தொகுத்துக் கொள்ளும்போது ஏற்படுகிற சிரமம் அதீதமானது. அதன் மூலம் கிடைக்கும் அனுபவம் வெறும் வாசிப்பிலிருந்து பெரிதும் மாறுபட்டது. நமது பிரக்ஞையுடன் நாம் மேற்கொள்கிற ஒரு சோதனையாக அது அமைகிறது. வாசிப்புச் சுதந்திரம் மட்டுமல்லாமல் எழுதுகிற சுகத்தையும் அது நமக்கு நல்குகிறது. பற்றிக் கொள்வதற்கு அடிப்படை ஆதாரமாக உள்ள ஆசிரியனின் எழுத்து முறையிலிருந்து நழுவி விடுதலின் விளைவு இது. முழுக்க முழுக்க இந்த மூன்று நாவல்களும் வாசிக்கும் பிரதிகள் என்கிற நிலையிலிருந்து எழுதுகிற பிரதிகளாக மாறிவிடுவதை நாம் உணர இயலும்.

கால்வினோவின் எழுத்துக்கள் வேகமாக விற்பனையாகக் கூடிய நூற்களின் பட்டியலில் இடம்பெற்றவையல்ல, உம்பர்டோ ஈகோ போன்றோரின் எழுத்துக்கள் பின் நவீன வகைப்பட்டதாக இருந்த போதிலும் அவை வேகமாக விற்பனையாகக் கூடியவையாகவும் இருந்தன. கால்வினோ விரும்பி ஏற்றுக்கொண்ட எழுத்து முறையே இதன் அடிப்படைக் காரணம்.

★★★

இம்மூன்று புதினங்களின் கட்டமைப்பைச் சுருக்கமாகப் பார்ப்போம். 'குளிர்கால இரவில் ஒரு பயணி' நாவலின் மையப்பாத்திரம் நீங்கள்தான். வழக்கமான கதை சொல்லல்களில் வரும் கதைசொல்லி 'நான்' அல்லது 'அவன்' எனத் தன்னிலையில் அல்லது படர்க்கையில் கதை சொல்லப்படும். ஆனால் இதில் முன்னிலையில் கதை சொல்லப்படுகிறது. நீங்கள் வருகிறீர்கள். புத்தக கடையொன்றில் கால்வினோவின் புதிய நூலாகிய 'குளிர்கால இரவில்.....' நூலை வாங்கிச் செல்கிறீர்கள். முதல் அத்தியாயம் வழக்கமான கதை சொல்லும் முறையில் அமைந்துள்ளது. குளிர்கால இரவொன்றில் புகைவண்டி

நிலையமொன்றில் ஒரு பயணி ரயிலைவிட்டு இறங்கி யாருக்கோ காத்திருக்கிறார். இதுபோன்ற தன்மையிலான ஒரு நாவலைப் படிப்பதற்கு நீங்கள் உங்களைத் தயார் செய்துவிட்ட ஒரு நிலையில் கதை அமைப்பு தடம் புரள்கிறது. இந்த நூல் தவறாகப் 'பைண்ட்' செய்யப்பட்டுள்ளது. முதல் அத்தியாயம் திருப்பித் திருப்பி வைத்துக் கட்டப்பட்டுள்ளது. சலித்துப்போன நீங்கள் நூலை மாற்றிவரும் நோக்குடன் அடுத்த நாள் கடைக்குப் போகிறீர்கள். அங்கே உங்களைப் போலவே நூலை மாற்றி வருவதற்காக லுட்மிலா என்று இன்னொரு வாசகியும் வந்துள்ளார். அவளோடு உங்களுக்குப் பரிச்சயம் ஏற்படுகிறது. எனவே வாசிப்பு என்பது தனியான ஒரு செயலாக அமையாமல் ஒரு துணை உங்களுக்குக் கிடைத்து விடுகிறது.

நூலை மாற்றி எடுத்துச் சென்று வீட்டில் பார்த்தீர்களேயானால் கால்வினோவின் நாவலுக்குப் பதிலாக வேறொரு நாவலாக அது உள்ளது. இப்படி கதை தொடர்கிறது. ஒவ்வொரு முறையும் ஒவ்வொரு புது அத்தியாயங்கள். பல்வேறு முதல் அத்தியாயங்களின் தொகுப்பாக நூல் அமைகிறது. குறைந்த பட்சம் பத்து வகை எழுத்துக்கள், ஒவ்வொன்றும் ஒவ்வொரு விதம். மர்மக்கதை, துப்பறியும் கதை... இப்படியான வடிவங்களில். தொடக்கங்கள் எப்போதும் புதுமையாகவும் ஆர்வத்தைத் தூண்டுவதாகவும் அமைகின்றன. வெறும் தொடக்கங்களாகவே நூல் அமைக்கப்படும்போது புதுமையும் ஆர்வமும் இறுதி வரை தக்க வைக்கப்படுகின்றன. இடையில் ஒரு பதிப்பாளர், காப்பி அடித்து எழுதும் திருட்டு எழுத்தாளர், எனப் பல மாதிரி மனிதர்கள். லுட்மிலாவுக்கும் உங்களுக்கும் இடையில் காதல் அரும்பத் திருமணத்தில் முடிகிறது.

பின் நவீன எழுத்துமுறைக்கே உரித்தான வகையில் கதையினூடாகவே கதை சொல்லல் குறித்த சுய விசாரணை அல்லது அறிமுகம் ஒன்றும் நிகழ்கிறது.

> "இப்போது கொஞ்ச காலமாகவே எழுதுவதில் இது எனக்கு நேர்கிறது. நான் எழுதத் தொடங்கும் ஒவ்வொரு நாவலும் ஆரம்பித்த உடனேயே தீர்ந்து போய்விடுகிறது–

> நான் சொல்ல வேண்டியதை ஏற்கனவே சொல்லி விட்டதுபோல. நாவல்களின் ஆரம்பங்களை மட்டுமே வைத்து நாவலொன்றினை எழுத வேண்டுமென்ற எண்ணம் எனக்கு இருந்து வந்திருக்கிறது. தொடர்ந்து குறுக்கீடு செய்யப்படும் வாசகரே பிரதான பாத்திரமாக இருக்க இயலும்...”

‘சிலாஸ் ஃப்ளான்னரியின் நாட்குறிப்பிலிருந்து’ என்கிற எட்டாம் அத்தியாயத்தின் இடையில் காணப்படும் வாசகங்கள் இவை (பக்.182). எழுத்து, ஆசிரியத்துவம் குறித்த மேலும் பல கருத்துக்களை இந்த அத்தியாயத்தில் காணஇயலும். அதே போல இறுதி அத்தியாயத்தில் ‘வாசிப்பு’ குறித்த பல்வேறு கருத்துக்கள் விவாதிக்கப்படுகின்றன. வாசிப்புக்கு முடிவே இல்லை. வாக்கியங்களின் மடிப்புகளுக்கிடையே புதிய மறு வாசிப்புகளைத் தேடுகிறேன் என்கிறார் ஒருவர். வாசிப்பு என்பது நோக்கமற்ற செயல்பாடு. வாசிப்பதே வாசிப்பதன் நோக்கம்; புத்தகம் அதற்கான சந்தர்ப்பம் மட்டுமே என்கிறார் இன்னொருவர். “நான் வாசிக்கிற ஒவ்வொரு புத்தகமும் எனது வாசிப்பின் தொகுப்பாயுள்ள, ஒட்டுமொத்தமானதும் தனி முழுமையானதுமான புத்தகத்தின் அங்கமாகிவிடுகின்றது... அப்பொதுப் புத்தகத்தை உருவாக்கிட ஒவ்வொரு புத்தகமும் உருமாற்றப் பட வேண்டும்” என்கிறார் மற்றவர், அத்தகைய உருமாற்றலுக்கு வசப்படாத நூற்களாக கால்வினோவின் எழுத்துக்கள் அமைவதாலேயே வழக்கமான வாசிப்பு மனத்திற்கு இந்தப் புதிய சுதந்திரம் ஒருவகை அச்சத்தை அளிக்க வல்லதாக உள்ளது. தனது நாவல்கள் ஓடுகிற நதியைப் போன்றவை என்றார் கால்வினோ ஒருமுறை. நீங்கள் தற்போது வாசிக்கும் நாவல் சற்று முன் வாசித்ததல்ல; நேற்று வாசித்ததுமன்று. ஒவ்வொரு கணமும் புதுப் புதிதாய் அது உருப்பெற்று வருகிறது.

‘குளிர்கால இரவில்...’ நூலில் தென்படும் மெல்லிய கதைப் பின்னலும் கூடத் தட்டுப்படாத ஒரு எழுத்து முறையை ‘புலப்படாத நகரங்களில்’ காணலாம். கதைப்பின்னல், தொடர்ச்சி, முடிவு எதுவும் இதில் கிடையாது. பாத்திர உருவாக்கம்,

பாத்திர வளர்ச்சி, முழுமை... எதுவும் இல்லை. பதிமூன்றாம் நூற்றாண்டுப் பயணியான மார்கோ போலோவும் கீழைத் தேயப் பேரரசர் குப்ளாய்கானும் ஒரு மாலைப் பொழுதில் அரண்மனைத் தோட்டத்தில் சந்தித்துக் கொள்கின்றனர். போலோ இளைஞன். உலகைச் சுற்றிப் பார்த்து விட்டு வந்த அனுபவத் துடிப்புடன் நம்பிக்கையுடனும் பேசுகிறான். குப்ளாய் முதியவர். தனது அந்திமக் காலத்தில் மட்டுமில்லாமல், தனது ஊழல் மிக்க பேரரசின் இறுதியிலும் நின்றுகொண்டிருப்பதைக் குறித்த புரிதலுடன் பயண விவரங்களை, போலோ சென்று வந்த நகரங்கள் குறித்த விவரணக் குறிப்புகளைக் கேட்டுக் கொள்கிறார் குப்ளாய். இருவரும் ஒரு ஒப்பந்தத்துடனேயே உரையாடலைத் தொடங்குகின்றனர். தான் கண்டவாறும் கற்பித்துக்கொண்டவாறும் போலோ கூறிச் செல்வான். அப்படியான நகரங்களின் இருப்பியற் சாத்தியங்களை குப்ளாய் முடிவு செய்து கொள்ள வேண்டும். சொற்களின் மூலமான தொடர்புறுத்தல்களின் சாத்தியமின்மையை இருவரும் உணர்ந்துள்ளனர். எல்லாமே விளக்கங்கள்தான். எதுவுமே உண்மையன்று. இப்படி *55* வெவ்வேறு வகை நகரங்கள் பற்றி மார்கோ போலோ சொல்லிச் செல்கிறான். நகரங்களும் நினைவும், நகரங்களும் வேட்கையும், நகரங்களும் குறியீடுகளும், மெல்லிய நகரங்கள், வணிக நகரங்கள் என்று பல மாதிரியான தலைப்புகளில் விவரணைகள் தொடர்கின்றன. இந்தப் புதினத்தை நீங்கள் எந்தப் பக்கத்திலிருந்து எப்படியும் வாசிக்கலாம். இடையிலிருந்து, தலைகீழாக....எப்படி வேண்டுமானாலும்.

'ஒன்று கலந்திடும் விதிகளின் கோட்டை' - இன்னொரு வித்தியாசமான கதை சொல்லல். மத்திய கால கதைப் பின்னணி. வீரனொருவன் அடர்ந்த வனமொன்றில் பயணம் செய்து கோட்டை வடிவிலான ஒரு தங்கும் விடுதியை வந்தடைகிறான். சக மனிதர்களுடன் பேசி ஆசுவாசப்படுத்திக்கொள்ளும் ஆசையுடன் வந்தவனுக்கு அதிர்ச்சி. அங்குள்ள யாரும் ஒருவரோடொருவர் பேசுவதில்லை. அனைவரும் மர்மமான ஒரு மௌனத்தில் ஆழ்ந்துள்ளனர். மேசையொன்றில்

காலியாக இருந்த நாற்காலியில் சென்றமர்கிறான். மேசைமீது 'டேரட்' சீட்டுக்கட்டு ஒன்று வைக்கப்படுகிறது. நம்முடைய சாதாரண சீட்டுக்கட்டில் நான்கு ராசிகளில் 56 சீட்டுகள் இருக்கும். இவற்றில் 56+22+=78 சீட்டுகள், சற்றுப் பெரியதாய், ஒவ்வொன்றும் வெவ்வேறு படங்களுடன் அமைந்திருக்கும்.

இந்தச் சீட்டுகளை நீங்கள் கிடைமட்டத்திலோ, ஒன்றன் கீழ் ஒன்றாகவோ அடுக்கலாம். எந்த வரிசையில் நீங்கள் பார்க்கிறீர்களோ, தொடர்புப்படுத்திக் கொள்கிறீர்களோ அந்த முறைக்கு ஏற்ற ஒரு கதையை நீங்கள் உருவாக்கிக்கொள்ள முடியும். ஒரே அட்டை கிடைமட்ட இணைவில் ஒரு கதையையும் செங்குத்து இணைவில் வேறொரு கதையையும் உருவாக்கிவிட முடியும். இப்படி மேசைக்குள் வைக்கப்பட்டுள்ள 'டேரட்' அட்டைப் பெட்டி எண்ணற்ற கதைகளை உற்பத்தி செய்துவிடும் எந்திரமாக மாறிவிடுகிறது. அர்த்தங்கள் எவ்வாறு உற்பத்தியாகின்றன என்பதைக் குறித்த ஒரு சிந்தனை உசுப்பல் இதன்மூலம் நிகழ்கிறது. பல்வேறு விளக்கங்கள், பல்வேறு வாசிப்புகள் சாத்தியம் என்பது விளங்கிவிடுகிறது. இன்னும் சொல்லப்படாத ஏராளமான கதைகளை உள்ளடக்கியதாக டேரட் அட்டைப் பெட்டி உள்ளது. ஒரு கதையில் முற்றுகை இடப்பட்ட நகரமாக விளங்கும் பாரிஸ் மற்றொரு வாசிப்பில் விண்ணகர நகரமாகிறது. இன்னொரு வாசிப்பில் மூடர்களின் விருப்புக்குரிய நகரமாகிறது.

ஏற்கனவே தயாரிக்கப்பட்ட அரிச்சுவடி ஒன்றின் மூலம் பயிற்று விக்கப்படும் கல்வி அடிமைகளையே உருவாக்கும். கற்கும் முறையிலேயே அவருக்கான சொற் தேர்வுகளை கற்பவர் உருவாக்கிக் கொள்ள வேண்டும் என்பார் விடுதலைக் கல்வி குறித்துச் சிந்தித்த பாவ்லோ ஃப்ரெய்ரே. எழுத்துக்களைப் பல்வேறு முறையில் அடுக்கிப் புதிய புதிய சொற்கூட்டங்களைக் கற்பிக்கும் முறையை அவர் முன்வைப்பார். இங்கே எதிராளி என்ன கதையைச் சொல்லப் போகிறார் என்பது கதைசொல்லியாலும் கூட ஊகிக்க இயலாத ஒன்று. அதே போல வாசிப்பவர் என்ன அர்த்தத்தை உருவாக்கிக்கொள்ளப்

போகிறார் என்பதையும் படம் மூலம் கதை சொல்ல முயற்சிப்பவரால் ஊகிக்க இயலாது. அந்த வகையில் மற்றதின் முழுமையான சுதந்திரத்தையும் மற்றதைப் 'புரிந்துக்கொள்வதன்' மூலம் அதைக் கையகப் படுத்திவிட இயலாத தன்மையையும் நாம் அறிந்துகொள்கிறோம். பல்வேறு கதை சொல்லும் முறைகள், ஒழுங்குபடுத்தல்கள், நிறுவனமயப்படல்கள் மூலம் கரடு தட்டிப் போன கதையாடல்களை அதன் ஆதி நிலைக்குத் திருப்புவதிலும் கால்வினோ வெற்றியடைகிறார்.

சல்மான் ருஷ்டி சொன்னதுபோல கால்வினோ நமக்குத் தெரியாத எதையும் எழுதிவிடுவதில்லை. தெரிந்ததைத்தான் எழுதுகிறார். ஆனால் அதற்கு முன் நாம் எப்போதும் அதைப் பற்றி சிந்தித்திருக்க மாட்டோம். நமக்குத் 'தெரிந்தவைகளை' நாம் 'யோசிக்கத் தெரிவதற்கு' கால்வினோ நமக்கு உதவுகிறார்.

மொழியாக்கம் பற்றி ஒரு சொல் : தேவதாஸ் மொழிபெயர்ப்பில் அனுபவம் மிக்கவர் மட்டுமல்ல, மொழிபெயர்ப்பு குறித்த புரிதல்களையும் உடையவர். கால்வினோவை மொழிபெயர்ப்பதில் கலாச்சாரம், வட்டார வழக்கு முதலியவை பிரச்சினையாவதில்லை. ஆனால் கால்வினோவே குறிப்பிட்டதுபோல ஒவ்வொரு மொழிக்கும் ஒரு ரகசிய ஆற்றல் இருக்கிறது. அந்த ஆற்றல் மொழிபெயர்ப்பில் இழந்து போவது மொழி பெயர்ப்பாளரின் குற்றம் மட்டுமன்று. "இடாலோ கால்வினோவை ஆங்கிலத்தில் படிக்கும் போது நீங்கள் கால்வினோவைப் படிப்பதில்லை" என்று அவரே ஒரு முறை ஆங்கிலமறிந்த ஒரு வாசகரிடம் கூறியுள்ளார். சற்றே நெருக்கமான ஆங்கிலத்திற்கே இதுதான் நிலைமை எனில் தமிழ் பற்றிக் கேட்க வேண்டியதில்லை. இத்தனைக்கும் மீறி தமிழ் வாசிப்பின் மூலம் ஒரு இடாலோ கால்வினோவை எட்டுவதற்கு நிச்சயம் தேவதாசின் மொழிபெயர்ப்புகள் பயன்படும். 'ஒரிஜினல்' இடாலோ கால்வினோ என்று ஒருவர் கிடையாதுதானே.

பின் நவீனம் எதையும் இயற்கை என ஏற்றுக்கொள்வதில்லை. எந்த விவரணமும், சொல்லும் முறையும் நடுநிலையானதல்ல.

எல்லாமே கலாச்சார ரீதியாகக் கட்டமைக்கப்படுபவை, கருத்தியல் தளத்தில் கட்டப்படுபவை. இதைப் புரிந்து ஏற்றுக்கொள்ளுதல் என்பது ஒரு அரசியல் நிலைபாடு. எல்லாவிதமான கதை சொல்லல்களையும் "இயல்பு நீக்கம்" *(de-naturalisede-toxing)* செய்தல் என்பது ஒரு அரசியல் செயல்பாடு. இத்தகைய இயல்பு நீக்கும் செயல்பாடுகளாக அமையும் இம்மூன்று பின் நவீன எழுத்துக்களும் தமிழுக்கு வளம் சேர்ப்பவை. ஏற்கனவே தெரிந்தவற்றையே மீண்டும் தெரிந்துகொள்ளும் அபத்தத்திலிருந்து இவை நம்மைக் காப்பாற்றுகின்றன.

1. குளிர்கால இரவில் ஒரு பயணி, உன்னதம், ஈரோடு -1, 2001.
2. புலப்படாத நகரங்கள், வ.உ.சி. நூலகம், சென்னை - 14, 2003.
3. ஒன்று கலந்திடும் விதிகளின் கோட்டை வ.உ.சி. நூலகம், சென்னை - 14. 2003

- உயிர்மை, மே 2004.

## திருக்குறளை எழுதிய ஆச்சாரியர் சிரீ குந்த குந்தர்

தமிழின் பெருமிதங்களில் ஒன்றாகிய திருக்குறளை எழுதியது திருவள்ளுவர் என்றுதான் நாம் அறிந்துள்ளோம். சமண மரபில் வந்த தமிழறிஞர்களும் நடுநிலையான ஆய்வாளர்களும் திருக்குறளின் சமணச் சார்பைச் சுட்டிக் காட்டியுள்ளனர். எனினும் சைவ மரபில் வைத்துத் தமிழ் வரலாற்றை நோக்குகிற பார்வையே இங்குக் கடந்த பல நூற்றாண்டுகளாக ஆட்சி செய்து வந்தமையால் திருக்குறளில் வெளிப்படுகிற சமணப் பார்வை குறித்த பிரக்ஞை தமிழ் மக்களுக்கு முற்றிலும் இல்லாது போயிற்று. தவிரவும் உரையாசிரியர்களில் முக்கியமானவராகக் கருதப்படும் பரிமேலழகர் நுணுக்கமாகவும், பரிதியார் வெளிப்படையாகவும் திருக்குறளை வைதீக மரபில் வைத்துப் பொருள் உரைத்ததன் விளைவாக இதரத் தமிழ்ச் சைவ நூற்களைப் போலவே திருக்குறளையும் அணுகும் பழக்கம் இங்கு நிலை பெற்றது.

சமண மரபில் திருவள்ளுவர் ஒரு ஆச்சாரியராக வணங்கப்படுவது இங்கு எத்தனை பேருக்குத் தெரியும்? சமண சித்தாந்தத்தின்படி திருக்குறளை இயற்றியவர் ஆச்சார்ய சிரீ குந்த குந்தர். சமண மரபில் இவருக்கு பத்மநந்தி, ஏலாச்சாரியர் போன்ற வேறு சில பெயர்களுமுண்டு. இன்று திருப்பாதிரிப்புலியூர் என வழங்கப்படும் அன்றைய பாடலிபுத்திரத்திலிருந்த சமண மடத்தின் குருபீடத் தலைவராகவும் குந்த குந்தர் இருந்துள்ளார். இவரது காலம் கி.மு.52 முதல் கி.பி.44 வரை. தமிழில் இவர் எழுதிய ஒரே நூல் திருக்குறள்தான் என்ற போதிலும்

பிராகிருத மொழியில் பல நூற்கள் எழுதியுள்ளார். அவற்றுள் பஞ்சாஸ்திகாயம், பிரவசனசாரம், சமயசாரம் முதலியன முக்கியமானவை. குந்த குந்தரின் சீடர்களிலேயே நுண்ணிய அறிவுடையவரான திருவுள்ளம் நாயினார் என்பவர் மூலம் திருக்குறள் மதுரைத் தமிழ்ச் சங்கத்தில் அரங்கேற்றப்பட்டது என்பது சமண மரபு உரைக்கும் கதை.

குந்த குந்தர் தனது இறுதிக் காலத்தில் வந்தவாசிக்கருகில் உள்ள பொன்னூர் மலையில் வாழ்ந்து சர்வார்த்த சித்தி அடைந்ததனால் அங்கு அவரது திருவடிகள் பொறிக்கப்பட்டு சமண சமயத்தவரால் வணங்கப்படுகின்றன. நான் ஒருமுறை அங்கு சென்று படிகளில் ஏறி உச்சிக்குச் சென்று அங்கே அமைக்கப்பட்டுள்ள ஆசார்ய குந்த குந்தரின் திருப்பாத கமலங்களை வணங்கி வந்துள்ளேன்.

உலக அறிவுச் செல்வத்திற்குத் தமிழின் கொடையாகிய திருக்குறளின் ஆசிரியர் இப்படி ஒரு மாற்று வரலாறு உள்ளதை நாம் அறியாதிருப்பது வேதனைக்குரியது.

திருக்குறளுக்குச் சமண மரபில் உரைகளுமுண்டு. பெரிய புராணத்தில் கூறப்படும் மருணீக்கியார் எனப்படும் திருநாவுக்கரசர் சைவத்தைத் தழுவுமுன் சமணராக இருந்தபோது திருக்குறளுக்கு ஒரு உரை எழுதினாரென்றும் இது 'தருமருரை' எனப் பெயர்பெற்றது எனவும் கூறுவதுண்டு. இந்தப் பழைய உரை தற்போது கிடைக்க வில்லை. பரிமேலழகர், மணக்குடவர் முதலானோருக்கு இவ்வுரையே முன்னோடியாக இருந்திருக்கக்கூடும்.

திருக்குறளுக்கு எழுதப்பட்ட இன்னொரு சமண உரை 'கவிராஜ பண்டிதர் உரை'. சமண அறிஞர் பேரா. அ.சக்கரவர்த்தி நயினார் இதனை 1949-ல் பதிப்பித்தார். 'திருக்குறள் - ஜைன உரை' எனப்படும் நூலொன்றை 1991-ம் ஆண்டு தஞ்சை சரஸ்வதி மகால் வெளியிட்டுள்ளது. சுவடி ஒன்றிலிருந்து எழுதப்பட்ட கையெழுத்துப் படியிலிருந்து இதனைப் பதிப்பித்தது அறிஞர் கே.எம். வேங்கடராமையா. நடுநிலை நின்று மிகச் சிறந்த ஆய்வு முன்னுரை ஒன்றையும் இதற்கு அவர் வழங்கியுள்ளார். 580

பக்கங்களுள்ள கெட்டி அட்டையுடன் கூடிய இந்நூலின் விலை ரூ.75 மட்டுமே. சிறப்பு நாட்களில் இந்நூல் பாதி விலைக்கும் விற்கப்படுகிறது. தோழர்கள் இதனை வாங்கிப் படிக்கவேண்டும்.

படித்தீர்களானால் எளிய மக்கள் மொழியில் எழுதப்பட்ட இவ்வுரையை நிச்சயம் ரசிப்பீர்கள். ‘அகர முதல எழுத்தெல்லாம்’ என்கிற முதற் குறளுக்கு,

“எழுத்துக்களுக்கெல்லாம் அகரவெழுத்து முதலாயிருக்கிறாப் போலே உலகத்துக்கெல்லாம் சர்வக்கியனான சுவாமியே முதலென்ற வாறு” என உரை எழுதுவார் ஜைன ஆசிரியர்.

“வையத்து வாழ்வாங்கு வாழ்பவன்” என்கிற குறளுக்கு , “இல்லறத் தியல்புடன் கூடி வாழ்கிற சமுசாரி மனுஷனே யானாலும் அவன் ஆகாசத்திலே இருக்கப்பட்ட தேவர்களுடனே சரியாம் எனப்படும் என்பதாம்” என்றும் அவர் உரை கூறுவார்.

சுருக்கமாகவும் எளிதாகவும் மக்கள் மொழியில் எழுதப்பட்ட ஒரு கவிதை போலவும் இவ்வுரை அமைந்துள்ளது. சாதாரண மக்களுக்குக் கல்வியை மறுத்த வைதீக மதத்திற்கு எதிராகச் சகலருக்கும் கல்வியை அளித்த மதங்கள் சமணமும் பவுத்தமும். ‘பள்ளி’ ‘கல்லூரி’ முதலிய கல்வி சார்ந்த சொற்கள் சமணம் மூலம் தமிழ் பெற்ற கொடை. வனங்களில் முடங்கிக் கடுந்தவம் புரியாமல் காலமெல்லாம் மக்கள் மத்தியில் அலைந்து திரிந்து அறிவுரைத்துக்கொண்டு அவர்களிடம் பிச்சை பெற்று வாழ வேண்டுமென்பது பிட்சுக்களுக்குப் புத்தர் இட்ட கட்டளை என்பதும் இங்கே நினைவு கூரத்தக்கது.

தமது போதனைகள், நூற்கள் அனைத்தும் மக்கள் பேசும் மொழிகளிலேயே அமையவேண்டும் என்பது பவுத்த, சமணர்களின் கருத்து. அதனால்தான் இச்சமய நூற்கள் பெரும்பாலும் பாலி, பிராகிருத மொழிகளிலேயே அமைந்துள்ளன. சமண வரலாற்றில் ஒரு கதை. சித்தசேன திவாகரர் என ஒரு சமண முனிவர். இவர் மக்கள் மொழியாகிய அர்த்தமாகதியில் எழுதப்பட்டிருந்த சமண சமய நூற்களை சமஸ்கிருதத்தில் மொழி பெயர்க்கிறேன் எனத் தமது குருவான விருத்தவாதி முனிவரிடம் அனுமதி கேட்டாராம்.

சமஸ்கிருதமாகிய 'தேவபாஷை'யில் எழுதிப் பொதுமக்கள் தெரிந்து கொள்ளாதபடி செய்தல் பெரும் பாவம் என்று கூறியுள்ளார் குரு. தவறுணர்ந்த சித்த சேனர் தாம் அப்படி நினைத்ததற்குப் பிராயச் சித்தமாகப் பன்னிரண்டு ஆண்டு காலம் வாய் பேசாதிருந்தார் என்பது சமண வரலாறு.

பவுத்த நூலாகிய 'கல்ல வக்க'த்திலும் இதேபோல ஒரு வரலாறு உண்டு. இரண்டு பார்ப்பனத் துறவிகள் கோதமரிடம் சென்று, "தாய்மொழியில் போதனை செய்வதால் புத்த மொழிகள் கெட்டுப்போகின்றன. எனவே அவற்றைச் சந்த (சமஸ்கிருதம்) பாஷையில் மொழி பெயர்க்கிறோம்" என்று சொன்னபோது புத்தர் அவர்களைக் கடிந்தார். அப்படிச் செய்வது 'தீங்கு' என்றார். தமது போதனைகள் தாய்மொழியிலேயே இருக்க வேண்டும் என்றார்.

இப்படியான மரபுகளின் ஊடாக வந்த ஜைன ஆசிரியரின் உரை எளிய மக்கள் மொழியில் இருப்பது வியப்பன்று.

திருக்குறளுக்கு ஏகப்பட்ட உரைகள். நவீன உரையாசிரியர்களோ ஏராளம். நாவலர் நெடுஞ்செழியனிலிருந்து எழுத்தாளர் சுஜாதா வரைப் பலரும் எழுதியுள்ளனர். பரிமேலழகர், மணக்குடவர், பரிப்பெருமாள், பரிதியார், காலிங்கர் முதலியோர் பழைய உரையாசிரியர்கள். இவர்களுள் மணக்குடவர் சமணர் என்பர். பரிமேலழகர் அவரைப் பல இடங்களில் மறுக்கிறார். பழைய உரைகளில் காலிங்கரின் உரை மற்றவற்றிலிருந்து வேறுபட்டிருக்கும். நீங்கள் படிக்க வேண்டிய உரை அது. ஆனாலும் நமது சைவப்புலவர் பாரம்பரியம் பரிமேலழகரையே இது வரை முன்னிறுத்தி வந்துள்ளது.

நூலுக்கு உரைப்பாயிரம் சொல்கிற தொடக்க நிலையிலேயே தனது அடையாளத்தைக் காட்டிக் கொள்வார் பரிமேலழகர். அறத்துப் பாலில் கூறப்படும் அறமென்பது, "மனு முதலிய நூல்களில் விதித்தன செய்தலும் விலக்கியன ஒழிதலும் ஆம்" என்று சமண மரபில் எழுதப்பட்ட நூலுக்கு மனுவைச் சாட்சியமாக்குவார். வாய்ப்புக் கிடைக்கும் போதெல்லாம் வட மரபுடன் திருக்குறளை இணைத்து மகிழ்வார்.

திருக்குறளின் கடவுள் வாழ்த்து முற்றிலும் சமண மரபில் எழுதப் பட்டது. 'ஆதிபகவன்', 'மலர்மிசை ஏகினான்' என்பதெல்லாம் முழுக்க முழுக்கச் சமண மரபில் இறையைக் குறிக்கும் சொற்கள். இருபத்து மூன்று தீர்த்தங்கரர்களில் முதல்வரான 'வ்ருஷ்ய தேவரே' ஆதி பகவன். தாமரை மலர் மீது நடைபுரியும் அருகக் கடவுளே மலர்மிசை ஏகியவன். திருக்கலம்பகம், கயாதர நிகண்டு முதலிய நூற்களிலும் ஆதிபகவன் என்பது அருக தேவரையே குறிக்கும். சிலப்பதிகாரம் 'மலர்மிசை நடந்தோன்' என அவரை வணங்கும். ஆனால் 'தண்டமிழின் மேலாம் தரம்' எனப் போற்றப்படும் பரிமேலழகர் உரையோ இவற்றைக் கண்டு கொள்ளாது மவுனம் சாதிக்கும். பரிதியாரோ, "புஷ்பத்தின் மேல் எழுந்தருளியிருக்கும் சிவன் ஸ்ரீபாதம்" எனக் கூசாமல் பொருளுரைப்பார். ஒன்பதாவது குறளில் வருகிற எண் குணத்தான் என்பது சமண மரபில் எட்டுக் குணங்களையுடைய 'சித்த பிரமேஷ்டி'யைக் குறிக்கும். ஆனால் பரிமேலழகரோ "சைவாகமத்துள் கூறப்பட்ட" எட்டுக் குணங்கள் எனக் கூறுவதன் மூலம் சிவனையே கடவுளாக நிறுத்துவார். இப்படி நிறையக் குறிப்பிடலாம். அரசனுக்கு இலக்கணங்கள் கூறும் இறைமாட்சி என்னும் அதிகாரத்தில்,

*இயற்றலும் ஈட்டலும் காத்தலும் காத்த*
*வகுத்தலும் வல்லது அரசு.*

என்னும் குறளுக்கு அரச வருவாயை அதிகப்படுத்தி பாதுகாத்துப் பின் உரிய முறையில் செலவிடும் வல்லமை வாய்ந்ததே அரசு என்றே பழைய உரைகாரர் அனைவரும் பொருளுரைப்பர். நவீன உரையாசிரியர்களும் கூட அப்படித்தான் கூறுவர். ஆனால் நமது ஜைன உரையாசிரியரோ பல்வேறு வகையான தருமச் செலவுகளைக் குறிப்பிடும் போது எல்லாவற்றிற்கும் முதன்மையாக "தேசத்திற் குடிமகனுக்குக் கல்வி கொடுத்துத் தப்பாமல் நடப்பிக்கிறது", என்று கூறுவார். சமண பவுத்த மரபுகள் தவிர வேறெதில் இது சாத்தியம்?.

- புதிய காற்று, ஜூன் 2003.

## சிறு தெய்வங்களும் சீர்த்திருத்தவாதிகளும்

2001இல் ஜெயலலிதா தலைமையில் அ.தி.மு.க ஆட்சி அமைந்தபோது ஆலயங்களில் ஆடு, கோழி பலி கொடுப்பது தடை செய்யப்பட்டது (2003, மே 10). எனினும் அதற்குக் கடுமையான எதிர்ப்புகள் தலித் மற்றும் இடதுசாரி அமைப்புகளிடம் இருந்து எழுந்ததால் பின்னர் ஜெயா ஆட்சிக் காலத்திலேயே அது நீக்கவும் பட்டது. நாட்டுப்புற வழிபாடுகளைக் குற்றமாக்கி அவற்றை பெரு மத வழிபாடுகளுக்குள் உள்வாங்கும் இம்முயற்சி இவ்வாறு முடிவுக்கு வந்தது.

இன்று நாட்டுப்புற அடித்தள மக்களின் இப்படியான பண்பாட்டுக் கூறுகளை மறுத்து அவர்களின் வழிபாட்டுச் சடங்குகளை மைய நீரோட்டத்தின் ஓரங்கமாக ஆக்கும் (*sanskritization*) முயற்சியாக இந்துத்துவ சக்திகள் இப்படியான ஆடு, கோழி பலி கொடுக்கும் நாட்டுப்புற வழமையை முடிவுக்குக் கொண்டு வருவதில் தீவிரமாக உள்ளன. இம் முயற்சிக்கு ஆதரவாக அவர்கள் நாராயண குரு (1856-1928), வைகுண்டர் (1809 1851)), அய்யன்காளி (1863-1941), வள்ளலார் (1823) முதலான 18, 19ஆம் நூற்றாண்டு சீர்திருத்தவாதிகளின் இது தொடர்பான கருத்துக்களை முன்வைக்கின்றனர். அவர்கள் இவ்வாறு உயிர்ப்பலி கொடுப்பதைக் கண்டித்ததை யாரும் மறுக்க இயலாது. ஆனால் வழிபாடுகளில் உயிர்க் கொலையை மறுத்தவர்கள் என்பதை மட்டும் வைத்து இந்த

நால்வரையும் ஒரே தளத்தில் வைத்துப் பார்க்கவும் இயலாது. அதேபோல வைதீகத்திற்குத் தோள் கொடுத்தவர்களாக இவர்கள் ஒன்றேபோல எல்லோரையும் நிறுத்திவிடவும் முடியாது. இப்படி இவர்களுக்கு இடையேயான நோக்கங்கள், அணுகல் முறைகள் முதலியன பெரிய அளவில் ஒன்றிலிருந்து ஒன்று வேறுபட்டவை என்கிற உண்மையை நாட்டுப்புற வழிபாடுகளின் தனித்துவத்தை அழித்து அவற்றை சமஸ்கிருத மயமாக்கும் இவர்கள் தந்திரமாக மறுக்கின்றனர். அந்த வகையில் எல்லாவற்றைப் போலவும் இதற்குள்ளும் அரசியல் இருக்கிறது..

அய்யன்காளி மிகவும் வெளிப்படையாக மேல் நோக்கிய நகர்வை முன்வைத்து இயங்கியவர். 'கேரளத்தின் முதல் போராளி அய்யன்காளி' எனும் தலைப்பில் நிர்மால்யா எழுதிய நூலைச் சமீபத்தில் படித்தேன். ஜெயமோகனின் தூண்டுதலால்தான் இந்நூலை எழுதியதாக ஆவர் நன்றி கூறுகிறார். ஜெயமோகனின் நூல்களை வெளியிடும் 'தமிழினி' பதிப்பகமே இந்நூலையும் வெளியிட்டுள்ளது. முதல் அத்தியாயத்தில் அய்யன்காளியின் பெருமையாக ஆசிரியர் குறிப்பிடுவது: "தாழ்த்தப்பட்ட சாதியினர் கிறிஸ்தவ மதத்தியில் சேரக்கூடாது என (அய்யன்காளி) வலியுறுத்தினார்;. இந்துமதத்தில் இருந்தவாறே அதிலுள்ள களங்கங்களைத் துடைத்தெறிய அவர் விரும்பினார். கடைசிவரை ஒரு இந்துவாகவே அவர் வாழ்ந்தார்" என்பவைதான். தலித் மக்களுக்காக அய்யன்காளி (1963-1941) நடத்திய போராட்டங்களைக் காட்டிலும் தாழ்த்தப்பட்டவர்களின் மதமாற்றத்திற்கு அவர் தடையாக இருந்ததே ஜெயமோகன்களை ஈர்க்கிற அம்சமாக உள்ளது என்பது கவனத்திற்குரியது.

மதமாற்றத்திற்கு எதிராகத் தீவிரமாகச் செயல்பட்ட சதானந்த சுவாமிகள் என்பவருக்குத் துணையாக இயங்கியவர் அய்யன்காளி. மதமாற்றத்திற்கு எதிராக ஸ்ரீ மூலம் திருநாள் மகாராஜாவுக்கு அய்யன்காளி சமர்ப்பித்த ஒரு மனுவின் அடிப்படையிலேயே 'கட்டாய' மதமாற்றத்திற்கு எதிரான ஆணையொன்றும் அப்போது இடப்பட்டது. ஒருவேளை இந்தியாவில் இயற்றப்பட்ட முதல் மதமாற்றத் தடைச் சட்டமாக இது இருக்கலாம்.

சதானந்தரின் 'பிரம்ம நிஷ்டா' மடத்தின் கிளையாகிய 'சித்சபை'யின் தலைமைப் பொறுப்பை ஏற்ற அய்யன்காளி அவரோடு இணைந்து தென் திருவிதாங்கூர் முழுவதும் பிரச்சாரம் செய்தார். புலையர்களின் விடுதலைக்குத் தீவிரமாக அய்யன்காளி செயல்பட்டபோதும் அதை அவர் இந்துமதக் குறியீடுகளுக்குள்ளேயே நின்று நடத்தினார். எக்காரணம் கொண்டும் அவர்கள் கிறிஸ்தவ, இஸ்லாமிய மதங்கள் பக்கம் சாய்ந்துவிடக் கூடாது என்பதில் அவர் குறியாய் இருந்தார். கிறிஸ்தவப் புலையர்களின் நியாயமான கோரிக்கைகளுக்கு அவர் ஆதரவாக இருந்ததில்லை. அய்யன்காளியின் பங்களிப்புகளை நாம் மதிப்பிடும்போது இவற்றையெல்லாமும் கணக்கில் எடுத்துக் கொள்ள வேண்டும்.

ஈழவர்களின் விடுதலையை முன்னெடுத்த நாராயண குருவும்கூட (1986 -1928) மதமாற்றத்திற்கு எதிராகத்தான் இருந்தார். மதமாற்றத்தை ஆதரித்து டாக்டர் பல்பு என்பவர் பேசுவதைப்பற்றி நாராயண குருவிடம் கேட்டபோது, "மனிதன் நன்றானால் போதாதா? மதமாற்றம் அது அல்லவா?" எனத் தந்திரமாக வழுக்கியதை கே.அய்யப்பன் குறிப்பிடுகிறார். "புத்தமதம் மனிதர் நன்றாவதற்கான மாற்றங்களைக் கொண்டுள்ளதே" என அய்யப்பன் மடக்கியபோது, "புத்த மதத்தில் உள்ளவர்கள் எல்லோரும் நல்லவர்களா என்ன? மீன் உண்பவர்கள், கள் குடிப்பவர்கள், சமத்துவமின்மையை ஏற்பவர்கள் எல்லாம் புத்த மதத்தில் உள்ளார்களே" என குரு பதிலளித்தார். கிறிஸ்தவத்தையும் இவ்வாறே அவர் மறுத்தார். ஈழவர் வழிபாட்டுத் தலங்களில் உள்ள நாட்டார் தெய்வங்களை அகற்றினார். பத்ரகாளிக்குப் பதிலாக சிவன் சிலைகளை வைத்தார். மாமிச பலி வழிபாடுகளைத் தடுத்தார். ஆரிய சமாஜம், பிரம்ம சமாஜம் ஆகியவற்றை ஆதரித்தார்.

"வெளிநாட்டு மதங்கள் மற்றும் தன் மதத்திலுள்ள மூட நம்பிக்கைகள் மீதான தாக்குதல்கள் ஆகியவற்றை எதிர்கொள்ள இயலாமல் வலிமை குன்றிப் போயிருந்த இந்து மதத்திற்கு உண்மையான அத்வைத மதத்தின் உயிரை அளித்து, மீண்டும் உயிரூட்டி உறுதியாக நிறுத்தியது மட்டுமல்லாமல், அந்த

அடிப்படையில் சமூகத்தையும் சீர்திருத்தம் செய்தவரே நாராயண குரு” என்று ஆர்.எஸ்.எஸ் தலைவர் பி. பரமேஸ்வரன் கூறியுள்ளது இங்கே குறிப்பிடத் தக்கது. ‘சண்முக ஸ்தோத்திரம்’, ‘சுப்பிரமண்ய கீர்த்தனம்’. ,’பரமசிவ சிந்தா சதகம்’ முதலியன நாராயண குரு எழுதிய நூல்களில் சில.

அன்று கிட்டத்தட்டத் தீண்டத் தகாதவர்களாகவே கருத்தப்பட்டு வந்த சாணார்கள் மத்தியில் சுயமரியாதை உருவாகக் காரணமாக இருந்தவரும், சிலை வழிபாடுகளையும், பார்ப்பனர்களின் மேன்மையையும் மறுத்தவருமான அய்யா வைகுண்டர் (1809-1851) சற்று வேறுபட்டவராக இருந்த போதிலும்கூட இந்துமத எல்லைக்குள் நின்றுதான் அவரும் சீர்திருத்தம் பேசினார். “அய்யா சிவசிவ சிவசிவா அரகரா அரகரா” என்பதும், “அரகுரு சிவசிவா”, “மகாலிங்கம், சிவலிங்கம், லிங்கா லிங்கம்” என்பதுமே வைகுண்டர் முன்வத்த முழக்கங்கள். மகாவிஷ்ணுவின் பத்தாவது அவதாரமாகவே அவர் தன்னை அறிவித்துக் கொண்டார். வேத வியாசரே அய்யா அவர்கள் தவம் செய்வதற்கான இடத்தைத் தேர்வு செய்து அளித்ததாக ’அகிலத் திரட்டு’ கூறும். காவி வஸ்திரம், நெற்றியில் மண் பூசுதல் முதலான அய்யா வழிமுறைகள் இன்று வீடுகளில் காவிக் கொடி ஏற்றுவதாகவும், நெற்றியில் வெள்ளை நாமக் கட்டியைக் குழைத்துப் பூசுவதாகவும் மாறியுள்ளன. அய்யாவழி புனிதத் தலமாகிய சாமித் தோப்பிற்கு அருகில் பிறந்தவர்தான் இந்து முன்னணித் தலைவர் தாணுலிங்க நாடார்.

அன்று தீண்டாமை ஒதுக்கலுக்கு ஆட்பட்டிருந்த சமூகத்தைச் சேர்ந்த ஒருவர் தன்னைத் திருமால் அவதாரம் என் அறிவித்துக் கொண்டதன் கலக முக்கியத்துவம் குறைத்து மதிப்பிடக் கூடியதல்ல, எனினும் இப்படியான இந்துமத நம்பிக்கைகளுக்குள் நின்று இந்த எதிர்ப்பை அவர் காட்டியதென்பது இன்று அவரையும் இந்துத்துவம் தனது உள்வாங்கும் நடவடிக்கைக்கு ஆளாக்கியதற்குத் தோதாகிப் போனதும் கவனத்துக்குரியது.

வைகுண்டர் போன்ற சீர்திருத்தவாதிகளின் நோக்கம் இந்து மதத்தின் இப்படியான அடிப்படைகளை ஒழிப்பது அல்ல.

கிறிஸ்தவம் அல்லது இஸ்லாம் போன்று தீண்டாமை முதலான ஏற்றத்தாழ்வுகளை குறைந்தபட்சம் கொள்கை அளவில் ஏற்காத ஒரு சமூக அமைப்பை உருவாக்குவதுதான். அதனடியாக நடைமுறையிலும் தீண்டாமையை ஒழிப்பதுதான். அந்த வகையில் அவரது அய்யாவழி பாராட்டுக்குரியதான போதிலும், இன்று இப்படியான இயக்கங்களை உள்வாங்கியுள்ளவர்களுக்கு அந்த நோக்கமெல்லாம் இல்லை என்பது கவனத்துக்குரிய ஒன்று. தீண்டாமை மற்றும் சாதி ஏற்றத்தாழ்வுகளுக்கு ஆதாரமான மதம் ஒன்று இன்று தன் பெரும்பான்மை அரசியல் செல்வாக்குகளின் ஊடாக இப்படியான சாதி ஒழிப்புச் சீர்திருத்த நோக்கம் கொண்ட வழிபாட்டு இயக்கங்களைக் கைப்பற்றியுள்ளமை இந்த மாற்று நம்பிக்கைகளை முன்வைத்தவர்களின் நோக்கத்திற்கு எதிரான ஒன்று என்பது இங்கே கவனத்துக்குரியது.

வள்ளலாரைப் பொருத்தமட்டில் தமிழ்ச்சூழலில், தமிழ் மரபில் நின்றவர் அவர். உயிர்க் கொலை மறுப்பு என்பதை மேல் நோக்கிய ஒரு நகர்வின் உத்திகளில் ஒன்றாக அவர் என்றும் முன்வைக்கவில்லை. உயிர்க் கொலையையும், இந்திய மரபின் ஆக அடிப்படையாக அமைந்த வேள்வி முதலான சனாதனக் கோட்பாடுகளையும் முழுமையாக எதிர்த்தவர் அவர். “கலையுரைத்த கற்பனை எல்லாம் நிலை எனக் கொண்டாடும் கண் மூடிப் பழக்கம் எல்லாம் மண் மூடிப் போக” என்றவர் அவர். ”இருட்சாதி தத்துவச் சாத்திரக் குப்பை இருவாய்ப்புப் புன்செயில் எருவாக்கிப் போட்டு... மருட்சாதி சமயங்கள் மதங்கள் ஆச்சிரம வழக்கெலாம் குழிக்கொட்டி மண்மூடிப் போட்டுத்.... தெருட்சாறும் சுத்த சன்மார்க்க நன்னீதி சிறந்து விளங்க...” வேண்டும் எனக் கனவு கண்டவர் அவர்.

வைதீக மரபில் வந்த உபநிடதம், பிரம்மசூத்திரம், பகவத்கீதை. இவை அனைத்துமே வேள்விச் சடங்குகளையும், அதனடியான உயிர்க் கொலைகளையும் தர்மமாகக் கூறின. இதற்கு மாறாக வள்ளலார் கொல்லாமையைத் தன் உயிர் மூச்சாக முன்வைத்தார் என்பது முக்கியமான ஒன்று. அன்பு வழியில் ஆன்மீகத்தை அடைவதையே அவர் தன் குறிக்கோளாகவும் கொள்கையாகவும் வைத்தார். சாதி சமயம் இரண்டையும்

பொய் என்றவர் அவர். எனவே வழிபாட்டின் பெயராலும் கூட உயிர்க் கொலை கூடாது எனும் கருத்தை முன்வைத்தவர் எனும் வகையில் இந்தச் சீர்திருத்தவாதிகள் எல்லோரையும் ஒரே தளத்தில் வைத்துப் பார்க்க இயலாது. வைகுண்டர், வள்ளலார் முதலானோரைச் சற்றே வேறுபடுத்திப் பார்க்க வேண்டிய அவசியம் உள்ளது.

மொத்தத்தில் இப்படிச் சொல்லலாம், நாட்டார் வழிபாட்டு முறைகள் மற்றும் சமய சமூகச் சீர்திருத்தவாதிகளின் அணுகல் முறைகள் ஆகியவற்றில் உள்ள ஆதிக்க எதிர்ப்புக் கூறுகளைக் கணக்கில் கொண்டு, அவற்றுக்கு உரிய முக்கியத்துவம் அளிக்கும் அதே நேரத்தில். ஒரே அடியாக அவற்றை உன்னதப் படுத்துவதும், முழுமையான சமூக அரசியல் புரட்சியாகவே அவற்றை முன்வைப்பதிலும் சிறிது எச்சரிக்கை நமக்குத் தேவை என்பதுதான் இங்கு நான் சொல்ல வருவது..

எவ்வுயிர்க்கும் அன்பு செய்தல், பசிப்பிணி அகற்றுதல் முதலானவற்றை முதன்மைப் படுத்திய வடலூர் வள்ளலை இன்று திருமூலர், பட்டிணத்தார், தாயுமானவர் எனும் வரிசையில் வைத்து உள்வாங்கும் முயற்சியையும் நாம் இப்படித்தான் பார்க்க வேண்டும். சோதி ரூபமாய் இறைவனை வணங்குவதும் சைவ மரபுதான் எனவும், தேவாரம், திருவாசகம், திருமந்திர ஆசிரியர்கள் தவிர தாயுமானவரும் சோதி ரூபமாய் வணங்கியுள்ளனர் என்பதையும் அவர்கள் அவர்கள் தங்களின் முயற்சிக்கு ஆதரவாகப் பயன்படுத்திக் கொள்கின்றனர். “அருட்பெருஞ் ஜோதி” எனும் வழிபாட்டுச் சொல்லும் மாணிக்கவாசகர் திருவெம்பாவையில் பயன்படுத்தியதுதான் என்கின்றனர்.

“மாசில் வீணையும்” என்ற திருநாவுக்கரசரை ஒட்டியே “கோடையிலே இளைப்பாறி” என வள்ளலார் பாடியதாகக் கூறுகின்றனர். பட்டிணத்தடிகள் முதலான சித்தர்களின் வழியில்தான் “படுகுழி, நாற்றக்குழி” என்றெல்லாம் பெண் உறுப்புகளைப் பாடி பெண்மையை இழிவு செய்தவராகவும் முன்வைத்து வள்ளலாரையும் இன்று அவர்கள் இந்துத்துவத்தின்

ஓரங்கமாக்க முயற்சிக்கின்றனர். சிவனை முழு முதற் கடவுளாக ஏற்பது, சைவ சித்தாந்த மரபில் நின்று பிரபஞ்ச லீலைகளைப் பேசுவது முதலியவற்றைச் சுட்டிக் காட்டி வள்ளல் பெருமான் பிரபஞ்ச லீலைகளை விளக்குவது முதலியவற்றையும் சுட்டிக் காட்டி அவரை இந்து சைவச் சிமிழுக்குள் அடக்க முயல்கின்றனர்.

""தீது செறி சமய நெறி செலுத்துதலைத் தவிர்த்து மெய்ப் பொது நெறியில் செலுத்துவது" குறித்த சீரிய சிந்தையுடன் இயங்கிய எல்லோரையும் அவர்களின் ஏதேனும் ஒரு கூற்றை அல்லது அணுகல் முறையை முதன்மைப்படுத்தி அவர்கள் முன்வைத்த தனித்துவமான நெறியை இந்து சமய எல்லைக்குள் சுருக்கும் இம் முயற்சிகளை நாம் கவனத்தில் கொள்வது அவசியம்.

குறிப்பான உருவ வழிபாடு, சிறு தெய்வ வழிபாடு, உயிர்ப்பலி, புலால் உண்ணுதல் முதலான செயற்பாடுகளுக்கு வள்ளலார் முதலானோர் ஆட்படாதது முக்கியமான ஒன்று. "மாப்பு கேட்பது" (பாவ மன்னிப்பு) குறித்து அய்யா வைகுண்டரும், "செத்தாரைப் பிழைக்க வைப்பது" (உயிர்த்தெழல்) குறித்து வள்ளல் பெருமானும் பேசியவை கிறிஸ்தவ மதத் தாக்கத்தில் எனக் கூறுபவர்களும் உண்டு. இப்படி ஏற்கனவே நிறுவப்பட்ட மதங்களுக்குள் உள்வாங்கும் முயற்சிகளை யார் செய்தாலும் அவற்றை ஏற்க இயலாது.

18, 19 ஆம் நூற்றாண்டின் இந்தச் சீர்திருத்தக் காரர்களின் தனித்துவங்களையும், விரிந்த பார்வைகளையும், புரட்சிகரமான சமூகப் பார்வைகளையும் நாம் முன்வைக்கும்போது அவற்றைப் பின்னுக்குத் தள்ளி அவர்களையும் சனாதனச் சிமிழுக்குள் அடக்குபவர்களையும், அவர்களின் இந்த முயற்சிகளையும் நாம் கவனம் கொள்ளுதல் அவசியம்..

நாட்டார் தெய்வங்களைக் கொஞ்சம் கொஞ்சமாக ஆகம மயப்படுத்தி உள்வாங்கும் முயற்சிகளும் இன்னொருபக்கம் இங்கு வெற்றிகரமாக நடைபெறுகின்றன. அவற்றோடும் இதை நாம் இணைத்துப் பார்க்க வேண்டும்.

உடனடிச் சிறு பிரச்சினைகளைப் பெரிதாகக் கருதி, தொலை நோக்கான இன்னும் ஆபத்தான பெரும் பிரச்சினைகளைக் கண்டுகொள்ளாத அடித்தள மக்களின் மனநிலை குறித்த கிராம்ஸ்கியின் கருத்துக்கள் குறித்த எச்சரிக்கையோடுதான் 18, 19 ஆம் நூற்றாண்டு சீர்திருத்த வாதிகளையும், நாட்டார் மரபுகளையும் நாம் அணுக வேண்டி உள்ளது..

பார்க்க:

1. 'அய்யா வைகுண்டரின் வாழ்வும் சிந்தனையும்'
   - தா. கிருஷ்ணநாதன்

2. 'கேரளத்தின் முதல் தலித் போராளி அய்யன்காளி'
   - நிர்மால்யா

3. 'கண்மூடிப் பழக்கமெல்லாம் மண்மூடிப் போக'
   - ராஜ்கௌதமன்

4. 'இவர்தான் நாராயண குரு' - ஜோசப் இடமருகு

- புதியகாற்று, மார்ச், 2004

# புத்த நெறியும் பக்தி வழியும்

## ஒன்று

அமைப்பாக்கப்பட்ட இந்தியப் பெரு மதங்கள் யாவும் ஏதோ ஒரு வகையில் வேத உபநிடதங்களுடன் தொடர்பு உடையனவாகவே உள்ளன. வேதங்களைப் பிரமாணமாகக் கொண்டோ, இல்லை மறுத்தோ, இல்லை அவற்றுடன் சமரசமாகியோதான் இந்திய மதங்கள் அனைத்தும் உருவாயின.

கிறுஸ்துவுக்கு முந்தைய அப்தத்தில் கங்கைச் சமவெளியில் மெல்லப் பரவிய வைதிக மதத்தின் வேள்விச் சடங்குகள், வருணப் பிரிவினைகள், இவற்றோடு உருவான அரசுருவாக்கங்கள் பழங்குடியரசுகளை அழித்துத் தம்வயமாக்கும்நிலை, தனிச் சொத்தின் பெருக்கம், பொருள் வேட்கை, போர்கள் ஆகியவற்றுக்கு எதிராக அன்று உருவான சிரமணப் பிரிவுகள் எவ்வாறு ஒரு எதிர்க் கலாச்சார இயக்கமாக விளங்கின என்பதை ரொமிலா தப்பார் முதலானோர் சுட்டிக்காட்டியுள்ளனர்(1). "த்வாஸட்டி திட்டி கதானி" என்கிற பாலி மொழி வாக்கிலிருந்து அன்று குறைந்தது 62 சிரமணப் பிரிவுகள் இருந்ததாகத் தெரிகிறது. இவற்றுள் மகாவீரர், பூரண கஸ்யபன், மற்கலி கோசலன், அஜித கேசகம்பலன், பகுத கச்சாயனன், சஞ்சய பேலட்ட புத்தன், நிகண்ட நாத புத்தன், ஆகியோரது சங்கங்களுடன் இறுதியில் தன்னை இணைத்துக் கொண்ட கோதம புத்தனின்

ஆக இளைய சங்கம் விரைவாகப் பெரியதாய் வளர்ந்தது. வைதிகத்தின் அடிப்படைகளை மறுத்த இவற்றைப் பொதுவாக அவைதிக மதங்கள் (*hetrodox / heretic*) என அழைக்கலாம். 'மதங்கள்' என்பதைக் காட்டிலும் 'மதப் பிரிவுகள்' அல்லது 'நெறிகள்' எனச் சொல்வது பொருத்தம்.

வேத உபநிடதங்களின் ஊடாக, பிரபஞ்சம், மனித இருப்பு, முக்தி முதலானவற்றிற்கு வைதிகம் அளித்த விளக்கங்களுக்கும் அவற்றினூடாக எழும்பிய கேள்விகளுக்கும் இச் சிரமண இயக்கங்கள் வெவ்வேறு வகைகளில் பதிலிறுத்தன. பவுத்தம் இவற்றை எதிர் கொண்ட விதத்தைப் பார்க்குமுன் ஒன்றை நாம் மனதிற் கொள்ள வேண்டும். வைதிகத்திலிருந்து மட்டுமன்று உலகப் பெரு மதங்கள் பலவற்றிலிருந்தும் பவுத்தம் முக்கியமான பல அம்சங்களில் வேறுபட்டு நின்றது. பவுத்த அளவையியல் குறித்து விரிவாக ஆய்வு செய்துள்ள ருஷ்ய அறிஞர் ஷெர்பாட்ஸ்கியால் "இந்தியாவின் காண்ட்" என அழைக்கப்பட்டவரும் புத்தருக்கு ஆயிரம் ஆண்டுகளுக்குப் பின் தமிழ்நாட்டில் தோன்றியவருமான தருமகீர்த்தி, "முட்டாள்தனத்தின் ஐந்து பண்புகள்" எனக் கீழ்க்கண்டவற்றைக் குறிப்பார். அவை:

1. வேதங்களின் ஆணையை ஏற்றுக் கொள்ளுதல்,
2. ஒருவனைப் படைத்தவனாக அங்கீகரித்தல்,
3. புனித முழுக்கிட்டுப் பெருமைகளைத் தேடுதல்
4. சாதீயத்தின் பொய்மை
5. பாவங்களைப் போக்கிக் கொள்வதற்காக உடலை வருத்துதல்.

இவை அனைத்தும் உலக மதங்கள் பலவற்றின் பொதுப் பண்புகளாக இருப்பதை ஒருவர் எளிதில் உணர இயலும். கடவுளாக ஒருவரை ஏற்பது, அருளப்பட்ட புனித நூலாக ஒன்றைத் தொழுவது, புனிதத்தலங்களுக்கு யாத்திரை செல்வது, சமூக ஏற்றத் தாழ்வுகளுக்கு ஏற்பு வழங்குவது, நோன்பு முதலான வடிவங்களில் உடலை வருத்தச் செய்து பாவங்களைப் போக்கிக் கொள்வது ஆகியவற்றையே உலகத்

துயர்களிலிருந்து மட்டுமின்றிப் பிறவித் துயரிலிருந்தும் விடுபடும் வழிமுறைகளாகவே உலக மதங்கள் கூறி வந்துள்ளன.

இந்த 'முட்டாள்தனங்களை' பவுத்தம் மறுப்பதால்தான் அதனை ஒரு 'மதமாக' ஏற்பதிலேயே பிரச்சினைகள் வந்துவிடுகின்றன(2).

பவுத்தம் ஒரு மதமல்ல. அது ஒரு 'தம்மம்', வாழ்நெறி, அவ்வளவே. புத்தர் நபிகளைப் போல ஒரு இறைத்தூதரோ, இயேசுவைப் போல கடவுளின் மகனோ கிருஷ்ணரைப் போல ஒரு அவதாரமோ கிடையாது. அவர் ஒரு 'ததாகதர்'. இவ்வழியே வந்தவர் இப்படியே போனவர்.

பன்மொழி வல்லுனரும் பவுத்தவியல் அறிஞருமான ராகுல சாங்கிருத்தியாயன் பவுதத்தின் நான்கு அடிப்படைக் கோட்பாடுகளாகக் கீழ்க்கண்டவற்றைச் சொல்வார்(3). அவை:

1. கடவுளை ஏற்றுக் கொள்ளாதது. ஏற்றுக் கொண்டால் மனிதர்கள் அவரவர்களின் செயல்களுக்குப் பொறுப்பாக மாட்டார்கள்.

2. ஆன்மாவை நிரந்தரமானது, அழிவற்றது என ஏற்காதது, ஏற்றுக்கொண்டால் அது முக்திக்குச் சாத்தியமில்லாததாகி விடும்.

3. எந்த ஒரு நூலையும் கடவுள் அருளியதாக ஏற்றுக் கொள்ளாதது. ஏற்றுக்கொண்டால் அறிவையும் அனுபவத்தையும் எதற்கும் ஆதாரமாகக் கொள்ள இயலாததாகிவிடும். அறிவு வளர்ச்சி தடைபட்டுவிடும்.

4. வாழ்வின் பிரவாகம் இந்தத் தற்காலிக உடம்பிற்கு மட்டுமே சொந்தமாகக் கருதாதிருப்பது. அப்படிச் கருதினால் வாழ்வும் நிகழ்வுகளும் காரண காரிய விதிகளுக்கு அப்பாற்பட்டதாகிவிடும்.

ஆன்மாவை நிரந்தரமானதாகவும் அழிவற்றதாகவும் வைதிகம் முன் வைத்தது. ஆன்மா நிரந்தமானதன்று; இந்த உடலோடு அதுவும் அழிந்துவிடும் எனப் பல சிரமண மதங்கள் வலியுறுத்தின. தன்னுடைய நெறியை 'மஜ்ஜிம பதிபாதம்'

(நடுநிலைப் பாதை) என வரையறுத்த புத்தரோ இந்த இரு நிலைகளிலிருந்தும் வழுவி மனித வாழ்வை ஆன்மா இல்லாதது; அனாத்மன் ('அனத்த') என்றார்.

ஆத்மாவை நிரந்தரமானதாகவும் அழிவற்றதாகவும் ஏற்கும்போது அது வாழ்வின் சாரமாக (essence) ஆகிவிடுகிறது. அதாவது வாழ்வின், பிறவியின் வடிவங்கள் வேறுபடலாம். ஆனால் எல்லா மனிதர்க்கும், உயிர்கட்கும் சாரம் ஒன்றே. அதுவே பிரபஞ்சத்தின் சாரமும் கூட. 'ப்ரும்மம்' எனப்படுவதும் அஃதே.

ஆக, மனிதன் = ப்ரும்மம் / பிரபஞ்சம் =ஆத்மன் என்பதே வேத உபநிடதங்கள் முன்வைத்த சாராம்ச வாதம்.

வாழ்வு, பிறவி, முக்தி ஆகியன குறித்து பிருகதாரண்ய உபநிடதம் கூறுவதைக் கீழ்கண்டவாறு சுருக்கலாம்:

1. மனிதனது கருமங்களுக்கு ஏற்ப மறுபிறவி அமைகிறது. தூய கருமம் கவுரவிக்கப்படும். தீட்டான கருமம் தண்டிக்கப்படும்.
2. வேதங்களில் விதிக்கப்பட்டதைச் செய்யவதே தூய கருமம் (அதாவது சுய தருமம் பேணுதல்).
3. பிறவிச் சுழலிலிருந்து தப்புவதற்கான ஒரே வழி ப்ரும்மத்தை அறிவதே. ப்ரும்மத்தை அறிவது எப்படி? வேதங்களின் மெய்ப்பொருளே ப்ரும்மம். ப்ரும்மத்தை அறியும்போது உயிர் அத்துடன் கலந்துவிடுகிறது.
4. சாரமான ஆத்மா மாறுவதில்லை. அது இருப்பது, 'சத்'. *That which exists (opposed to becoming).*

ஆக சாராம்சம் என்பதனூடாக சுயதர்மம் என்பது ஏற்கப்படுகிறது. சுயதர்மத்தை நிறைவேற்றுவதன் மூலமே நற்கருமத்தை ஆற்ற இயலும். அதன் மூலம் நற்பிறவி எய்தலாம். எனினும் பிறவிப் பெருங்கடலைக் கடப்பதற்கு ப்ரும்மத்தை அறிந்தாகவேண்டும். ப்ரும்மத்தை அறிய ஒருவன் வேதங்களின் மெய்ப்பொருளைக் கண்டடைய வேண்டும். வேதங்களின் மெய்ப்பொருளைக் கண்டடைய பிராமணப் பிறவி வரை அவன் காத்திருக்க வேண்டும் என்றாகிறது.

## இரண்டு

இப்படியான ஒரு பிராமண மேன்மை, வேள்விப் பண்பாடு, அரசுருவாக்கங்களினூடாக பழைய இனக் குழுக்கள் அழிக்கப்படுதல், ஓயாத போர் இவற்றினூடாகத்தான் சமண, பவுத்த மதங்கள் கங்கைச் சமவெளியில் கிறிஸ்து பிறப்பதற்கு முந்தைய நூற்றாண்டுகளில் வளர்ந்தன. வேத மொழியான சமஸ்கிருதத்திற்கு மாறாக இவை அன்றைய மதங்களின் பேச்சு மொழிகளான பிராகிருதம், பாலி ஆகிய உள்ளூர் மொழிகளில் *(vernaculars)* இயங்கின.

கிட்டத்தட்ட இதே சூழல் சங்க இறுதிக் காலத் தென்னகத்தில் நிலவியது. ஒரு பக்கம் வைதீக மதங்கள், வேள்விச் சடங்குகள், பார்ப்பனர்களுக்குத் தானம் வழங்குதல் முதலியன நிகழ்ந்து கொண்டிருக்கும் போதே இன்னொரு பக்கம் இடைப்பட்ட சில நூற்றாண்டுகளில் பண்பு மாற்றம் பெற்றிருந்த சமண பவுத்த மதங்கள் ஒரு பக்கம் அடித்தள மக்கள் மத்தியிலும் இன்னொரு பக்கம் நகர்ப்புறம் சார்ந்து பெரு வணிக மற்றும் அரசாதரவுகளுடனும் செழித்திருந்தன. அவற்றின் செல்வாக்கு, சமண பவுத்தச் சங்கங்களிடம் குவிந்திருந்த வளம் முதலியவற்றுக்கு சங்கத்திற்குப் பிந்திய காப்பியங்கள், இந்த அவைதீக மதங்களுக்கு எதிராக வைதீகத் தரப்பிலிருந்த எழுதப்பட்ட நூல்கள் (எ.டு: மத்தவிலாசப் பிரகசனம்) முதலியன எடுத்துக்காட்டுகள்.

இந்தப் பின்னணியில் கிறிஸ்து அப்தத்திற்குப் பிந்தைய சில நூற்றாண்டுகளில் உருவான தமிழ் பக்தி இயக்கம் குறித்து விரிவான ஆய்வுகள் செய்யப்பட்டுள்ளன. பக்தி இலக்கியங்களான சைவத் திருமுறைகள், வைணவப் பிரபந்தங்கள், பெரிய புராணம் முதலானவை குறித்து மிக விரிவான ஆய்வுகளை பா.அருணாசலம், மா.இராசமாணிக்கனார், சிவக்கவிமணி சி.கே. சுப்பிரமணிய முதலியார், மு. இராகவையங்கார் முதலியோர் செய்துள்ளனர். தமிழ்ப் பக்தி இயக்கத்தை வரலாறு மற்றும் பொருளியல் பின்னணியில் வைத்து பேராசிரியர்கள் க.கைலாசபதி, கோ.கேசவன், ஜார்ஜ்

ஸ்பென்சர், ஆர்.சம்பகலக்ஷ்மி முதலானோர் ஆய்ந்துள்ளனர்(4). இத்தகைய ஆய்வுகளிலிருந்து நாம் அறியப் பெருவனவற்றைக் கீழ்க்கண்டவாறு சுருக்கிக் கூறலாம்.

1. சங்க இறுதி நூற்களான பரிபாடல், கலித்தொகை, திருமுருகாற்றுப்படை ஆகியவற்றிலேயே பக்தி இலக்கியக் கூறுகள் தென்படத் தொடங்கிவிட்டன(5). தமிழ்ப் பண்பாடு மற்றும் மத உருவாக்கத்தில் சில முக்கிய மாற்றங்கள் நிகழ்ந்துள்ளதை இவை அறியச்செய்கின்றன. அவை:

(அ). கோவில் வழிபாட்டின் தொடக்கம். கோயில் என்பது தென் இந்தியக் கலாச்சாரத்தின் ஒரு முக்கிய குறியீடாக உருப்பெருகிறது.

(ஆ). அனைத்து மக்களுக்குமான தனிப்பெரும் கடவுள்களாக *(absolute or universal godhead)* மால் / மாயோன் / விஷ்ணு மற்றும் சேயோன் / கொற்றவைச் சிறுவன் ஆகியோர் முன் வைக்கப்படுகின்றனர்.

இ). இந்தத் தனிப் பெருங்கடவுளின் இருப்பிடமான கோவில் மட்டுமின்றி அது அமையப் பெற்றிருக்கும் தலமும் இங்கே புனிதம் பெருகின்றன. ஒரு தெய்வீகப் புவியியல் *(sacred geography)* மூலமாகத் தமிழகம் இணைக்கப்படுதல், தல யாத்திரை, புனித முழுக்குகள் மூலமாகப் பாவங்களைப் போக்குதல் முதலான மத பண்பாட்டுக் கூறுகளுக்குக் கால்கோள் இடப்படுதல் முதலியன நிகழ்கின்றன. சப்தவிடங்க ஸ்தலங்கள், அட்டவீரட்டானம் என்கிற நிலைகளில் பின்னாளில் உருவான யாத்திரைத் தல வலைப்பின்னல் (பாடல் பெற்ற தலங்கள்) அவ்வவ் உள்ளூர் சடங்கு, வழிபாட்டு நடைமுறைகளை பிராமண ஆகம வழிபாட்டு முறைகளுடன் இணைக்கக் காரணமாயின.

(ஈ). முதன் முதலாக 'பக்தி' என்பது தமிழ் மதத்தின் மையக் கூறாக முதன்மை பெறுகிறது.

(உ) பக்தி இயக்கம் என்பது வைணவம், சைவம் என்கிற

இரு மதப் பிரிவுகள் (*sects*) என்கிற வகையில் தனித்தனியே உருப் பெறுகின்றது. காலத்தால் முந்திய காரைக்காலம்மை சைவம் சார்ந்தவரான போதிலும் வைணவ ஆழ்வார்களே பக்தி என்னும் கருத்தாக்கத்தை அதன் உச்ச நிலைக்கு இட்டுச் சென்றனர். தொடர்ந்து வந்த சைவ சமயக் குரவர்கள், குறிப்பாகத் தேவார மூவர் என்றழைக்கப்படும் அப்பர், சம்பந்தர், சுந்தரர் ஆகியோரும் பின்னர் வந்த மாணிக்க வாசகருக்கும் சைவ பக்தி இலக்கியம் மற்றும் இயக்கத்தின் கொடு முடிகளைத் தொட்டனர்.

(2) பக்தி இலக்கியங்கள் எனச் சொல்லப்படும்போது மூன்று முக்கிய பண்புகள் அவற்றுடன் இணைத்துப் பேசப்படும். அவை:

(அ) ஆள்நிலைப்பட்ட உறவொன்று (*personal relationship with the omnipotent God*) பக்தியின் மூலம் உருவாக்கப்படும்.

(ஆ) இறையருள் பெறுதல், முக்தி அடைதல் முதலானவற்றில் வைதீகப் பார்ப்பனியம், பார்ப்பனர்களுக்கு அளித்திருந்த தனிப்பெரும் உரிமைகளைக் கேள்விக்குள்ளாக்குதல்(6).

(இ) அவைதீக மதமான சமண, பவுத்தங்களை ஆகக் கடுமையாகத் தாக்குதல்(7).

வேறு வார்த்தைகளில் சொல்வதானால் பக்தி இயக்கத்தை (*i*) மத உருவாக்க வளர்ச்சியில் பங்காற்றிய ஒரு வழிபாட்டு முறை (*cult*) (*ii*) சைவ, வைணவ புராணிக மதங்களின் ஒரு முக்கியமான உட்கூறு, (*iii*) சாதிப் படிநிலை ஏற்றத் தாழ்வுக்கெதிரான ஒரு எதிர்ப்பு முதலான பண்புகளை பக்தி இயக்கத்துடன் இணைத்துப் பார்ப்பது வழக்கம்.

(3) கி.பி. நூற்றாண்டுகளில் உருவான சமூக பொருளாதார மாற்றங்களின் ஊடாக மையப்படுத்தப்பட்ட அரசு, விவசாய விரிவாக்கம் ஆகியவற்றிற்கு இயைபு படுத்தும் வகையில் சாதி, இனக்குழு, பிராந்தியம் என்கிற வகையில் சிதறுண்டு கிடந்தத் தமிழ் சமூகத்தை ஒன்றிணைத்து ஒரு அகன்ற தமிழ்

அடையாளத்தை உருவாக்குதல். தமிழ் என்கிற அடையாளம், சைவம் என்கிற அடையாளம் ஆகியவற்றின் கீழ் சமண பவுத்த மதங்களுக்கெதிரான ஒரு ஒன்றிணைப்பை மேற்கொள்ளுதல். உருவாகி வந்த நிலவுடைமைக் கட்டுமானத்திற்கு இயைபுள்ளதாக இந்தக் கலாச்சார உருவாக்கம் அமைதல்(8). இறை வழிபாட்டை தமிழ் மயமாக்குதல் *(vernacularisation)* இதில் முக்கியப் பங்காற்றியது.

பக்தி இயக்க கால கட்டத்தில் அரசர்களாலும், தலைவர்களாலும் அதிகாரிகளாலும் ஆங்காங்கு தென்னாடு முழுவதும் உருவாக்கப்பட்ட திருத்தலங்களின் வரைபடத்தை நோக்கினால் வடக்கே பாலாறு (காஞ்சி), இடையே காவிரி (திருச்சி, தஞ்சை), மற்றும் வைகை (மதுரை), தெற்கே தாமிரவருணி (நெல்லை) ஆகிய பகுதிகளில் கொத்துக் கொத்தாக அவை அமைந்துள்ளதை அறிய முடியும்(9). மேற்குக் கடற்கரையோரம் இது போல ஆங்காங்கு ஓரிரு கோயில்களைக் காண இயலும். ஆக இப்படியான ஒரு மத நிலைபட்ட புனிதப் புவிவரைவு மூலம் தமிழகம் ஒருங்கிணைக்கப்பட்டது. தென்னாடுடைய சிவனாகத் தனிப்பெருங்கடவுள் போற்றப்பட்டார்.

(4) பக்தி இயக்கம் இவ்வாறு பக்திப் பிரதிகளை *(texts)* மட்டுமின்றி அவற்றுக்கான புவியியற் பின்புலங்களையும் *(contexts)* உருவாக்கியது. மொத்ததில் சைவ, வைணவ மதப்பிரிவுகளின் முக்கிய கூறாக அமைந்த 'பக்தி'யின் முக்கிய பண்புகளைக் கீழ்க்கண்டவாறு தொகுத்துக் கொள்ளலாம்:

★ திணை நிலைகளைக் கடந்த அனைத்து மக்களுக்குமான இறைவன் *(Transcedental Absolute Universal God)* ஒருவனுடன் ஒரு ஆள்நிலைப்பட்ட உறவு.

★ தமிழுக்கே உரித்தான அகம் / புறம் எனும் அணுகல் முறை வடக்கின் ஒரு பெருங்கடவுளுடன் *(monotheism)* இணைக்கப்படுதல்.

★ இறைவனுடனான பக்தியில் ஒரு வகைக் காம நிலைப்பட்ட உறவு *(eroticism)* வெளிப்படுதல், காதலாகிக்

கசிதல். தமிழ் மரபின் 'அகம்' என்கிற அணுகல் முறை இதில் முக்கியப்பங்காற்றுதல்.

★ கோயில், உருவ வழிபாடு, தலவழிபாடு, யாத்திரை, புனித முழுக்கின் மூலம் பாவங்களைப் போக்குவது முதலியன உருவாதல்.

★ திருட்டு, கொலை முதலான எத்தகைய அறங்களுக்கு அப்பாற்பட்ட தொழிலில் ஈடுபட்டவராயினும் பக்தியின் மூலம் ஒருவர் முக்தியடைய முடியும் என்றாதல்.

★ இறைவன் மீதான பக்தியை முன் வைத்து எல்லாவிதமான சாத்திரங்களையும், அற அடிப்படைகளையும் மீறுதல்.

★ இறைவனுக்காக மட்டுமின்றி இறை அடியார்களுக்காகவும் (பக்தர்கள்) இத்தகைய சாத்திர, அற மீறல்களை மேற்கொள்ளுதல்.

★ புதிய புராண உருவாக்கங்கள் மூலம் சமூக ஒழுங்கினைச் சாத்தியமாக்கல்.

★ ஆலயப் பணி, ஆலயம் தொடர்பான திருப்பணிகள், சடங்குகள் ஆகியவற்றை பக்தி நடவடிக்கைகளின் ஓரங்கமாக்குதல்.

இங்கொன்றை நாம் புரிந்து கொள்ளவேண்டும். பிற பெரு மதங்கள் பலவும் முன் வைக்கும் இறையச்சம் *(Fear of God)*, இறைவிசுவாசம் *(Faith)* முதலியவற்றிலிருந்து பக்தி முற்றிலும் வேறுபடுகிறது. இறை அச்சத்தையும், இறைக் கடமைகளையும் மீற இயலாத இறுதிச் சாசனமான இறை வாக்குகளின்படி ஒழுகுதலையும் அடிப்படைக் கடமைகளாக முன்வைக்கும் இஸ்லாத்திலும் அறம் சார்ந்த வாழ்வை மட்டுமே முக்திக்கு அடிப்படையாக்கும் பவுத்தத்திலும் பக்திக்கு இடமில்லை. (10)

## மூன்று

புத்த நெறி குறித்து பேசப் புகுமுன் தமிழ்ப் பக்தி இயக்கத்தின்

வேறு சில அம்சங்களையும் நாம் தெரிந்துக் கொள்வது அவசியம். அவை:

*1. சடங்குகள், ஆவணப்படுத்தும் அரசியற் செயற்பாடுகள், வழிபாட்டு முறைகள் ஆகியவற்றில் மிகப் பெரிய தல மொழியாக்கப் புரட்சி (cosmopolitan vernacular revolution) ஒன்றிற்கு பக்தி இயக்கம் வழியமைத்ததாகச் சொல்வதுண்டு. இலக்கிய உருவாக்கத்திலுங் கூட பல்லவராட்சிக் காலத்தில், சங்க மரபிற்கு மாறாக வடமொழியில் இலக்கியங்கள் யாக்கும் வழக்கம் உருவாகிற்று. பின்னர் சில காலமும் இந்நிலை தொடந்தது. (எ.டு: லோகவிபாகம், கிரதார்ச்சுனியம், அவந்தி சுந்தரி கதா, காவ்யா தர்சம், மத்த விலாசப் பிரகசனம், மகாவீர சரிதம், உத்தரராம சரிதம், மாலதி மாதவ, முகுந்த மாலா, பாகவத புராணம் - இது மட்டும் 10ம் நூ.) இந்தப் போக்கிற்கும் ஒரு முடிவு ஏற்படுத்தியது பக்தி இயக்கம்தான் என்பர்.*

*ஆனால் பக்தி இலக்கியம் பாலி, பிராகிருதம் முதலான சமண பவுத்த நூற்கள் செய்யப்பட்ட வடமொழிப் பேச்சு வழக்கினை எதிர்த்த அளவிற்கு சமஸ்கிருதத்தை எதிர்க்கவில்லை என்பது நினைவிற்குறியது. சமஸ்கிருதத்துடன் மட்டுமின்றி சமஸ்கிருதத்திலிருந்த வேதங்களோடும் அது சமரசப் போக்கைக் கொண்டிருந்தது. மேலே குறிப்பிட்ட வடமொழி நூற்களில்கூட முகுந்த மாலா, பாகவத புராணம் ஆகிய வைணவ நூல்கள் பக்தி இயக்கத்தவரால் இயற்றப்பட்ட பக்தி இலக்கியங்களே.*

*தமிழ் பக்தி இயக்கம் வேதங்களை மறுப்பதாகவன்றி தமது தமிழ்ப் பிரதிகளுக்கு வேதத் தகுதியைக் கோருவதாகவே அமைந்தது. அந்த வகையில் அது வேத அங்கீகாரத்தைக் (Vedic authority) கோரியதாகவே அமைந்துள்ளது. {எ.டு: தமிழ் மறை, தமிழ் வேதம்}. ஆரியம், தமிழ் இரண்டையும் படைத்தவராகவும் நான் மறையை அருளியவராகவும் அப்பர் இறைவனைப் போற்றினார்(11). சிவனே வேதம் புகட்டியதாகவும் நான்மறையை அறியத் தந்ததாகவும் சம்பந்தர் போற்றப்பட்டார்(12). இறைவனை வேதத்துடனும் புனித மொழியுடனும் இணைத்து அவர் பாடினார்(13). வேதம் ஓதப்பட்ட, வேள்விகள் நடத்தப்பட்ட,*

பிராமணர் கூடியிருந்த இடங்களை அப்பர் புகழ்ந்து பாடினார் (14). ஆழ்வார்கள் தமது பிரதிகளை திராவிட வேதம் எனவும், திவ்வியப் பிரபந்தம் எனவும் உபய வேதாந்தம் எனவும் உரிமை கோரினர்.

2. பக்தி இயக்கத்தின் பிரதான எதிரியாகவும் மற்றமையாகவும் கட்டமைக்கப்பட்டது சமண பவுத்த அவைதிக மதங்களே. இந்த மதங்களுக்கும், இந்த மதத்தைப் பரப்பியவர்களுக்கும் எதிராக எத்தகைய அவதூறுகளையும் எத்தகைய வன்முறையையும் பக்தி இயக்க முன்னோடிகள் பரிந்துரைக்கவும் தயாராக இருந்தனர். (15).

3. பக்தி இயக்கத்தில் வெளிப்படும் பார்ப்பன-வேளாள ஒருங்கிணைவை ஐ.வி.பீட்டர்சன் உள்ளிட்டப் பலரும் சுட்டிக்காட்டியுள்ளனர். அரசியல் தளத்தில் இக்கூட்டுறவு குறித்து பர்ட்டன் ஸ்டெய்ன் மிக விரிவாகக் கூறியுள்ளார். பிற்சோழர் காலத்தில் வேளாள ஆதிக்கத்தில் வலு கூடியதையும் அவர் சுட்டிக்காட்டியுள்ளார்(16). பக்தி இலக்கியங்களைத் தொகுத்தவர்கள் (நாதமுனி, நம்பியாண்டார் நம்பி) பார்ப்பனர்களே. பெரிய புராணத்தை எழுதிய சோழப் பேரரசின் முதலமைச்சர் சேக்கிழார் ஒரு தொண்டை மண்டல வேளாளர்.

சமண, பவுத்த மதங்களின் வழியில் 12ம்நூ. வாக்கில் உருவாக்கப்பட்ட சைவ மடங்களின் தலைமைப் பொறுப்பு இன்று வரை வேளாளர்களிடமேயுள்ளது. பக்தி இயக்கங்களைப் பொதிந்து பேணும் பொறுப்பு இவர்களிடமே கையளிக்கப்பட்டது. ஒரு இயக்கமாக உருவாகி, புதிய மதிப்பீடுகளைப் படைத்து, செல்வாக்கு மிக்க தத்துவமாக (சைவ சித்தாந்தம்) உருப்பெற்ற சைவத்தின் கருத்தியல்களைப் படைத்தவர்களும் (மெய்கண்டார், உமாபதி, அருள் நந்தி) இவ்விரு வகுப்புகளிலிருந்தும் வந்தோர்தான். சைவ சித்தாந்தத்திற்கும் வேதாந்தத்திற்கும் இடையில் ஒரு ஒருங்கிணைப்பைச் செய்தவர்களாகவே இவர்கள் மதிப்பிடப்படுகின்றனர்(17).

ஆக பக்தி இயக்கம் அனைத்துத் தரப்பினரையும் “சேர

வாரும் செகத்தீரே" என விளித்து அழைத்தாலும் சேர்ந்து பாடுதல், ஆடுதல், வணங்குதல் ஆகியவற்றினூடாக ஒரே குழும உணர்வை *(sense of communion)* உருவாக்கினாலும் அது சாதி வேறுபாடுகளைக் கடந்து நிற்கவில்லை).

"சாதி ஏற்றத் தாழ்வுகளுக்கெதிரான மறுப்புகள் காணப்பட்டாலும் சைவ பக்தி இயக்கம் சாதி முறையையே ஒழித்துக் கட்டுவதாக இருக்கவில்லை. பக்தர்களுக்குள் சகோதர சமத்துவம் ஒன்றை நிறுவுவதைத்தான் அடியார் வரலாறுகள் காட்டுகின்றன. அவர்களின் சாதி நிலைக்கேற்பவே கோவில் வழிபாட்டில் சடங்கு நிலைகளும் வகுக்கப்பட்டன" என சம்பகலக்ஷ்மி கூறுவது கருதத்தக்கது(18). 63 நாயன்மார்களும் 12 ஆழ்வார்களும் பல்வேறு சமூகப் பிரிவினைகளிலிருந்தும் தேர்வு செய்யப்பட்டவர்கள் (அல்லது வந்தவர்கள்) ஆயினும் இந்த அறுபத்துமூவரில் மூவர் மட்டுமே முக்கியத்துவம் பெற்றனர். நெய் விளக்கேற்றினோரும் நிவந்தங்கள் அளித்தோரும் உயர் சாதி அடியார்களுக்கே அதைச் செய்துள்ளனர்(19). கல்வெட்டுகளில் காணப்படும் 157 அடியார்களின் பெயர்களை மா.இராசமாணிக்கனார் தொகுத்துள்ளார். இவை பெரும்பாலும் பார்ப்பன-வேளாளப் பெயர்களாக்வே உள்ளன. நந்தனின் பெயர் ஒன்றில்கூட இல்லை. கண்ணப்பனின் பெயர் ஒரே ஒரு கமுகந் தோப்பிற்கு மட்டுமே வைக்கப்பட்டுள்ளது(20).

மொத்தத்தில் மத்தியில் அதிகாரம் பலவீனப்பட்ட சோழப் பேரரசின் கீழ் அனைத்து மக்களையும் ஒருங்கிணைக்கும் கலாச்சார ஆயுதமாகவே பக்தி இயக்கத்தின் செயற்பாடுகள் ஆளும் வர்க்கத்திற்குப் பின்னாளில் (13,14 ம் நூ.) பயன்பட்டன. *segmentary society, shared sovereignty* என நமது பண்டைய அரசதிகார அமைப்பை இன்றைய வரலாற்றாசிரியர்கள் வகைப்படுத்துவது இத்துடன் இணைத்து நோக்கத் தக்கது. இத்தகைய சூழலில் மக்களின் ஒருங்கிணைப்பை மத பண்பாட்டுச் செயற்பாடுகளின் ஊடாகக் கட்டமைப்பது ஆளும் வர்க்கங்களுக்குத் தேவையாக இருந்தது. பக்தி இலக்கிய, இயக்கச் செயற்பாடுகள் இந்நிலைக்குச் சிறந்த எடுத்துக்காட்டுகளாய் அமைகின்றன.

## நான்கு

புத்த நெறி ஒரு மதமல்ல, புத்தர் ஒரு இறைத் தூதரோ இல்லை அவதாரமோ அல்ல, பவுத்தத்தில் கடவுளுக்கோ, அருளப்பட்ட இறைவாக்குகளுக்கோ இடமில்லை என்றோம். எனினும் கருமம், மறுபிறவி முதலான கருத்தாக்கங்களுக்கு இடமளிப்பதனூடாக பவுத்தம் இந்திய மதங்களின் சில கூறுகளை ஏற்றுக் கொள்கிறது.

அருளப்பட்ட இறுதியான நெறிமுறைகள் இல்லையாயின் நல்லது/கெட்டது; நன்மை/தீமை; பாவம்/புண்ணியம் (அதாவது நல்ல,தீய கருமங்கள்) இவற்றை எவ்வாறு தீர்மானிப்பது? ஒரு மதமென்று இல்லாவிட்டாலும், ஒரு வாழ் நெறி என்கிற வகையில் தன்னைப் பின்பற்றியவர்களுக்கு பவுத்தம் என்ன வழிகாட்டலை முன் வைக்கிறது?

"உனக்கு நீயே விளக்கு" *(Be Ye Lamp to Thyself)*

"உபய கவுசல்ய" (சூழலுக்கு தகுந்த உபாயம்)

முதலியனவே பவுத்தம் அளித்த வழிகாட்டல்கள் "பகுஜன் ஹிதய பகுஜன் சுகய" என்பது பவுத்தம் அளித்த இன்னொரு கொடை. அதாவது பெரும்பான்மையோருக்கு எது இதமும் சுகமும் அளிக்கிறதோ அதுவே நல்லது, மற்றது தீயது. அவற்றைச் செய்வதே நற்கருமம் (புண்ணியம்). மற்றவை தீயவை (பாவம்).

வாழ்வு குறித்து வைதீகம் அளித்த பிரபஞ்ச சார விளக்கத்தை கௌதமர் தனது அழகான மொழி விளையாட்டின் ஊடாக மறுத்தார். சாராம்சத் தத்துவத்தை இன்றைய பின் நவீன நிலைச் சிந்தனையாளர்களைப் போல அன்றே கௌதமர் ஏற்கவில்லை. பிரபஞ்ச சாரமான ஆன்மாவை (அத்த) அவர் ஏற்கவுமில்லை மறுக்கவுமில்லை. மாறாக,

மனிதன் = பிரபஞ்சம் = அனத்த (ஆன்மா அல்லாதது)

அதாவது நிரந்தமான, அழிவற்ற, மாறாத சாரமான ஆத்மா அல்ல. ஆன்மா என வைதிகம் முன்வைத்த கருத்தாக்கத்திற்கு மாறாக, புத்த பகவன் சாரமற்ற, தொடர்ந்து பிரபஞ்ச

பிரவாகத்தினூடாக மாறிக் கொண்டே இருக்கிற நிரந்தரமற்ற நிலையைச் சுட்டிக்காட்டுவதாக அவரது சமன் அமைந்தது.

'இருப்பு' (சத்) (*existing*) என்பதற்கு முதன்மை அளித்து 'உருவாவது' (*becoming*) என்பதை வைதீகம் மறுத்தது எனில் புத்தர் இதற்கு நேர் மாறாக வாழ்வின் மூன்று பண்புகளாகக் கீழ்க் கண்டவற்றைச் சொன்னார்:

(1) அநிச்ச - நிச்சயமற்றது, நித்தியமற்றது

(2) துக்க - திருப்தியற்றது அதாவது குறைவானது

(3) அனத்த - ஆன்மாவற்றது அதாவது சாரமற்றது

'துக்கம்' என்கிற பாலி மொழிச் சொல்லை நாம் துயரம் என்பது போலாகவன்றி பூரணமற்றது, முழுமையற்றது (*that which is imperfect, that which is becoming*) என்பதாகப் புரிந்து கொள்ள வேண்டும்.

ஞானமடைந்து ஒளிபெற்ற புத்தர் தன் சீடர்கள் முன் அளித்த முதற் பேருரையை (பனாரஸ் அல்லது சாரநாத் உரையைத்) 'தம்ம சக்க பாவத்தனம்' எனப் பவுத்தர்கள் போற்றுவர். தருமச் சக்கரத்தை உருட்டுதல் என்பது இதன் பொருள். தருமச் சக்கரத்தை பிறவிச் சுழலின் குறியீடாகக் குறிப்பர். அவ்வுரையின் சுருக்கத்தை இவ்வாறு கூறலாம்:

"பிரபஞ்சம் முழுவதும் நோயுடையதாய் விளங்குகிறது. இந்த நோயின் உண்மையை நான்கு எளிய கூற்றுக்களாகச் சொல்லலாம், அவை:

1. எல்லா இருப்புகளின் நிபந்தனையும் துக்கமே (அதிருப்தி / பூரணமின்மை)
2. துக்கத்தின் காரணம் பற்று / ஆசை / தன்னை மையமாகக் கொண்ட சிந்தனை ஆகியவையே.
3. பற்று, ஆசை, தன்னை மையமாகக் கொண்ட சிந்தனை ஆகியன நீக்கப்படக் கூடியவையே.
4. மனம், வாக்கு, காயம் ஆகியவற்றின் அடிப்படையிலான

எண் வழிப் பாதையின் மூலம் (அட்டாங்க மார்க்கம்) துக்கத்திலிருந்து விடுதலையடைடலாம்."

துக்கம், துக்க நீக்கம் இதுவே பவுத்தத்தின் அடிப்படை. எல்லாம் நிறைந்திருப்பது ஆனந்தம். குறைவது துக்கம். எனினும் இவ்விரு நிலைகளும் அநித்தியமே. ஏனெனில் எல்லாம் மாறிக்கொண்டிருக்கிறது. (அனிச்ச). யாரும் எதுவாகவும் வாழ்வுப் போக்கில் ஆக முடியும். சுய தருமம், பிறவிசார் சாராம்சமான அடையாளம் முதலியவற்றுக்கு இங்கு இடமில்லை. இருப்பின் துக்க நிவர்த்திக்கான எண் வழிப்பாதை எதைச் சொல்கிறது? துக்கம் என்கிற மருள் நிலையிலிருந்து (delusion) நீங்க கீழ்க்கண்ட எட்டு வழிகளை அது சுட்டிக்காட்டுகிறது(21). அவை:

1. மனம் (பிரக்ஞை) - சரியான புரிதல் (பார்வை)

2. சரியான நோக்கம் (குறிக்கோள்)

3. வாக்கு (சீலம்) - சரியான பேச்சு

4. சரியான நடத்தை

5. சரியான வாழ்முறை

6. காயம் (சமாதி) - சரியான முனைவு

7. சரியான ஓர்மை (mindfulness)

8. சரியான தியானம் (மனக்குவிப்பு)

கருமவாதம் என்பதைப் பவுத்தம் நல்ல செயல்களுக்கு நல்ல பலன்கள், தீய செயல்களுக்குத் தீய பலன்கள் என்கிற மட்டத்திலேயே பார்க்கிறது. யாகம், வேள்வி, அருள், தவம், பக்தி ஆகியவற்றின் மூலம் நற்பலங்களைப் (புண்ணியத்தைப்) பெற முடியாது. நற்செயல்களின் மூலமே நற்பலன் கிட்டும். கர்மங்களைப் பாவம் x புண்ணியம் எனப் பக்தி இயக்கம் பிரிப்பதற்கு மாறாக குசலகம்மம் (திறன் சார்ந்த செயல்கள்), அகுசலகம்மம் (திறனற்ற செயல்கள்) எனப் பவுத்தம் பிரிக்கும். விடுதலைக்கும் பேரானத்தத்திற்கும் இட்டுச் செல்பவை குசல

கம்மங்கள். கர்மிய விளைவுகளை ஏற்படுத்தி விடுதலையற்ற நிலைக்கு இட்டுச் செல்பவை அகுசல கம்மங்கள். ஆசை, வெறுப்பு, மருள் (ஐயம் / தெளிவின்மை) ஆகியவற்றால் உந்தப்பட்டுச் செய்யப்படுபவையே அகுசல கம்மங்கள்.

ஆக புத்த நெறியை இப்படிச் சுருக்கிச் சொல்லலாம். இறைவணக்கம், பக்தி, விசுவாசம், சடங்குகளை நிறைவேற்றுதல் இவற்றின் மூலம் விடுதலை இல்லை. நல்லெண்ணம், நற்செயல்கள் என்கிற நன்னெறிகள் மூலமே பிறவியின் துயரங்களைக் கடக்க இயலும். சமாதி நிலை, விபாசனா யோகம் என புத்தர் சொல்வதெல்லாம் உள் நோக்கித் தேடி நம்மை விமர்சித்துச் சரி செய்யும் முயற்சியே. இறைவனிடம் கோரிக்கை வைக்கும் வேண்டுதற் செயற்பாடுகளல்ல.

தவிர்க்கப்பட வேண்டிய அகுசல கம்மங்களாவன:

உடல் (காயம்): உயிர்க்கொலை, மற்றவர் உரிமைகளை அபகரித்தல், பிறன்மனை விழைதல், இவை உடலினால் நிகழ்த்தப்படும் தீய அறங்கள்.

மொழி (வாக்கு): மற்றவர்களுக்குத் தீங்கு விளைவிக்கும் வகையில் பொய்யுரைத்தல், புறங்கூறுதல், வெறுப்பை விதைக்கும் வகையுறைத்தல், வன் சொற்கள், பயனில பேசுதல் இவை மொழியால் நிகழ்த்தப்பெறும் தீய அறங்கள்.

மனம்: மற்றவர் பொருள் மீது ஆசை, மற்றவர் அழிய விருப்பம், அறச் செயல்பாடுகள் மீது நம்பிக்கையின்மை இவை மூன்றும் மனத்தால் நிகழ்த்தப் பெறும் அத்து மீறல்கள்.

பவுத்தம் கூறும் முக்தி வழியை இப்படிச் சுருக்கலாம்: ப்ரும்மத்தை அதாவது பிரபஞ்சத்தை அறிதலின் மூலம் அதனுடன் கலத்தலையே முக்தி என வைதிகம் குறிப்பிடுகிறது. ஆனால் பிரபஞ்சத்துடன் கலப்பதற்கு பவுத்தம் முற்றிலும் ஒரு வேறான வழியைக் காட்டுகிறது. லோகிச்ச சுத்தத்தில் காணப்படும் “சீட்டோ விமுக்தி” என்பது பிரபஞ்சத்தின் மீது வியாபித்துக் கலப்பதற்கு அன்பு, கருணை, அமைதி, அனுதாபம் ஆகியவற்றை வழிமுறையாக்குகிறது.

வேதங்களின் மூலம் மெய்யறிவு பெறுவதையோ, பக்தியின் மூலம் இறைவனை அடைவதையோ பவுத்தம் முக்திக்கு வழியாக உரைக்கவில்லை. மாறாக பவுத்த விடுதலை ஒரு அறத்துடன் கூடிய வாழ்முறை சார்ந்தது. மனத்தைக் கருணை வடிவாக்கி உலகைத் தழுவுவது. வெறுப்பற்று வாழ்வது.

வேட்கை, வெறுப்பு, மருள் ஆகியவற்றால் விளையும் கருமங்களைத் தவிர்த்து வாழ்வது.

மொத்தத்தில் வைதிகமும், பக்தியும் இறைமயப் படுத்தியதை *(Theologise)* பவுத்தம் அறமயப் *(Ethicise)* படுத்தியது.

பவுத்தமும் சமணமும் தென்னாட்டில் கோலோச்சிய காலத்தில்தான் பதினெண்கீழ் அறநூற்கள் உருவாயின(22). பசிப்பிணி அகற்றுதல் பல்லுயிர் ஓம்புதல் என்கிற முழக்கத்துடன் அன்னை மணிமேகலை தமிழ் மண்ணில் வலம் வந்தார். பக்தி இயக்கம் இங்கே தலைப்பட்டபின் தமிழ்ச் சூழலின் அற முழக்கம் ஓய்ந்தது. அறக்குரல் நலிந்தது. பக்திப் பிரவாகம் அற வலியுறுத்தல்களை அதன் ஓட்டத்தில் அடித்துச் சென்றது.

*REFERENCES*

1. *Romila Thapar, Renunciation: A Counter Culture?-in- Ancient Indian Social History, Orient Longman, 1968, pp 63-104.*

2. எனினும் பவுத்தம் புத்தருக்குப் பிந்திய நூற்றாண்டுகளில் பல பிரிவுகளாகப் பிரிந்தது. இவற்றில் பல புத்தரைக் கடவுளாக ஏற்றம் செய்தன. மதத்திற்குரிய பல பண்புகளை வரித்துக் கொண்டன. எனினும் வாழும் பவுத்தங்கள் எதுவாயினும் ஒரு சில அம்சங்களில் அவை பிற மதங்களிலிருந்து வேறுபட்டும் உள்ளன. எடுத்துக்காட்டாக பவுத்தத் துறவி என்போர், இந்து மதத்தின் "பிராமணர்' போலவோ, கிறிஸ்தவ மதத்தின் "பாதிரியார்" போலவோ கடவுளுக்கும் மக்களுக்குமான ஒரு இடைத் தொடர்பாளர் அல்ல. திருமணங்களை ஆசீர்வதித்து அங்கீகரிப்பது *(solemnize)* முதலான பணிகள் புத்த பிக்குவுக்குரியதன்று.

3. ராகுல சாங்கிருத்தியாயன், பௌத்த தத்துவ இயல், NCBH, 2003, பக் 1-23.

4. மா. இராசமாணிக்கனார், சைவ சமய வளர்ச்சி, ஔவை நூலகம், சென்னை, 1958

பெரிய புராணச் சொற்பொழிவுகள், கழகம், சென்னை, 1970.

பெரிய புராண ஆராய்ச்சி, பாரி நிலையம், சென்னை, 1978.

சி.கே. சுப்பிரமணிய முதலியார் திருத்தொண்டர் புராணம், கோவைத் தமிழ்ச்சங்கம், 1975.

க. கைலாசபதி, பண்டைத் தமிழர் வாழ்வும் வழிபாடும், மக்கள் வெளியீடு, 1978.

கோ.கேசவன், மண்ணும் மனித உறவுகளும், சென்னை புக் ஹவுஸ், சென்னை, 1979.

*George spencer, Religious Networking and Royal Influences in Eleventh Century South India, JESHO 12, 1969*

*.............. The Sacred Geography of the Tamil Saivaite Hymns, International Review for History of the Religions, Vol XVII 3. Dec. 1970*

அ. மார்க்ஸ், பொ. வேல்சாமி, நலிவாரும் மெலிவாரும் சேக்கிழாரும், தாமரை, மார்ச் 1984 & ஏப்ரல் 1984

*R. Champakalakshmi, Religion, Tradiditon and Ideology: Pre Colonial South India, Oxford, 2011.*

5. பரிபாடல் 15ம் பாடல்

“சென்று தொழுகல்லீர் கண்டு பணிமின்மே
இருங்குன்று என்னும் பெயர் பரந்ததுவே
பெருங் கலி ஞாலத்துத் தொன்று இயல் புகழது
கண்டு மயர் அறுக்கும் காமக் கடவுள்............”

6. *"சாத்திரம் பல பேசும் சழக்கர்காள்!*
*கோத்திரமும் குலமும் கொண்டென் செய்வீர்?*
*பாத்திரம் சிவமென்று பணிதிரேல்"*
*மாத்திரைக்குள் அருளுமாற் பேறே..."*

*–அப்பர்*

7. *"பாசிப்பல் மாசு மெய்யர்*
*பலமிலாச் சமணர்"*

*"உண்மையை உணராக் குண்டர்"*

*"அறந்தெரியா ஊத்தைவாய் அறிவில் சிந்தை"*

*"முடையரை, தலை முண்டிக்கும் மொட்டையரை"*

*"அமணே நின்றுண்ணும் கள்ளர்"*

*"மந்தி போல் திரியும் அந்தகர்கள்"*

*"மந்தி போல் திரிந்து ஆரியத்தொடு செந்தமிழ்ப்*
*பயன் அறிகிலா அந்தகர்கள்"*

*"பெண்ண கத்தெழில் சாக்கியப் பேய்அமண்,*
*தெண்ணர் கற்பழிக்கத் திருவுள்ளமே"*

*– சம்பந்தர்*

*"வெறுப்பொடு சமணர் முண்டர் விதியில் சாக்கியர்கள்*
*நின்பால் பொறுப்பரியனகள் பேசில், போலதே நோயதாகி;*
*குறிப்பெனக் கடையுமாகில், கருமமே தலையை ஆங்கே*
*அறுப்பதே கருமங் கண்டாய், அரங்கமா நகருளானே"*

*– தொண்டரடிப் பொடியாழ்வார்*

8. *"நற்றமிழ் வல்ல ஞான சம்பந்தன்"*
*மிக்க சொற்றமிழினால் வேதமும் பாடினார்"*
*"அங்கமெல்லாம் குறைந்தழுது தொழு நோயராய்*
*ஆவுரித்துத் தின்றுழலும் புலையரேனும்*
*கங்கைவார் சடைக்கரந்தார்க் கன்பராகில்*
*அவர் கண்டீர் நாம் வணங்கும் கடவுளாரே."*

*–அப்பர்*

"சேர வாரும் செக்கத்தீரே"

- தாயுமானவர்

9. *R. Champakalshmi, op.cit, pp 76 79*

10. இஸ்லாம் வலியுறுத்தும் இறையச்சமும், பக்தி இயக்கம் வலியுறுத்தும் 'பக்தியும்' ஒன்றன்று. இஸ்லாத்தில் 'கோயில்' என்ற கருத்தாக்கம் இல்லை. பள்ளி அல்லது மசூதி என்பது ஒரு தொழுகைத் தலம் மட்டுமே. பிற நேரங்களில் அது பள்ளிக் கூடமாகவும் (மதராசா), ஆபத்துக் காலங்களில் இஸ்லாம் அல்லாதவர்கள் கூட வந்து தங்கிச் செல்லுமிடமாகவும் அது பயன்படும். இறையடியாரை, நபிகள் உட்பட, தொழும் வழக்கம் அவர்களுக்குக் கிடையாது. இறுக்கமான திருக் குர்ஆன் நெறிமுறைகளைத் தாண்டி, அது வலியுறுத்தும் விதி முறைகளைத் தாண்டி இறைவன் மீது பக்தி செலுத்தி யாரும் அங்கே விடுதலை பெற இயலாது.

11. "ஆரியம் கண்டாய் தமிழும் கண்டாய்" முதலியன. அப்பர் *VI 301.1, I. 100.9*

12. சம்பந்தர் *I. 75.4, I.4.11*

13. சம்பந்தர் *VI. 301.1, I 100.9*

14. அப்பர் *V. 157, VI. 216,* சம்பந்தர் *312.1*

15. சம்பந்தர்: "அமன் தெண்ணர் கற்பழிக்கத் திருவுள்ளமே"

    தொண்டரடிப் பொடி: "கூடுமேல் (சாக்கியர்) தலையை ஆங்கே. அறுப்பதே கருமங் கண்டாய் அரங்கமா நகருளானே...."

16. *I.V. Peterson, Poem to Siva,*

    *Burten Stein, Peasent state and Society in Medieval South India, OUP, ND, 1980)*

17. *The works in Sanskirt and Tamil achieved a coagulation be-*

*tween the Vedhanthas and Saiva Sidhanthas and a synthesis of Advaida Brahmam with Siva as the Saguna Brahmam". R. Champakalakshmi, Op Cit*

18. *Champakalakshmi, Ibid, p 18,*

19. *அ. மார்க்ஸ், பொ. வேல்சாமி, op cit*

20. *மா. இராசமாணிக்கனார், பெரிய புராண ஆராய்ச்சி. P. 143 162.*

21. *அ. மார்க்ஸ், புத்தம், சரணம், கருப்புப் பிரதிகள், 2004, பக். 50*

22. *பதிணென் கீழ்க் கணக்கு நூற்களில் பதினொன்று வாழ்க்கை அறத்தை உணர்த்துகின்றன. ஐந்து திணை ஒழுக்கத்தையும் பிற இரண்டும் காலத்தையும் இடத்தையும் குறித்தவை. அறவொழுக்கம் குறித்த இந்நூல்கள் பற்றி அறிஞர் கே.கே. பிள்ளை,"சைவ வைணவ பக்தி இயக்கம் தோன்றும் முன்னர், இவை இயற்றப்பட்டிருக்க வேண்டுமென்பது ஒருதலை" என்பார் (தமிழக வரலாறு மக்களும் பண்பாடும், உலகத் தமிழாராய்ச்சி நிறுவனம்,2009, பக்.109).*

*[சென்னைப் பல்கலைக் கழகத்தின் இந்திய வரலாற்றுத் துறையில் சென்ற டிசம்பர் 5, 2011 அன்று நடைபெற்ற பேரா.அ.கருணனந்தன் அவர்களின் திராவிடவியல் மற்றும் புத்தவியல் அறக்கட்டளைச் சொற்பொழிவு.]*

# இராமன் கடந்த தொலைவு

(இராவணனின் 'லங்கா' என்பதும் இன்றைய ஸ்ரீலங்காவும் ஒன்றா? "வானரங்களின் உதவியோடு இராமனால் அன்று கட்டப்பட்ட 'நளசேது' என்பதும் தனுஷ்கோடியையும் இலங்கையையும் இணைக்கும் மணல் திட்டுத் தொடரான 'ஆதம் பாலமும்' ஒன்றா? என்பது குறித்து 1930களில் எழுதப்பட்ட ஒரு அரிய ஆங்கில நூல் பற்றியது இக்கட்டுரை. 'இராமர் சேது' பிரச்சினை முளைவிடாத ஒரு காலகட்டத்தில் எழுதப்பட்டது இந்நூல் என்பது குறிப்பிடத்தக்கது)

*தான் படித்துக் கிளர்ச்சியுற்ற நூல்கள் குறித்து உடனடியாக தொடர்பு கொண்டு தனது மகிழ்ச்சியைப் பகிர்ந்து கொள்வார் நண்பர் ராமாநுஜம். ஓர் அரிய நூல் குறித்து சமீபத்தில் அவர் கூறியதோடு தமிழ்ச் சூழலில் அதை அறிமுகப்படுத்தி வேண்டிய அவசியத்தை வற்புறுத்தி அதைப் பிரதி எடுத்து உடனடியாக அனுப்பவும் செய்தார். இன்றைய சூழலில் அரசியல் முக்கியத்துவம் வாய்ந்த ஒரு பிரச்சினை குறித்து, அந்த பிரக்ஞை எதுவுமற்று சுமார் 70 ஆண்டுகளுக்கு முன்னர் எழுதப்பட்டது இந்நூல். 'Ramayana and Lanka' என்கிற இந்த சுமார் 100 பக்கம் உள்ள ஆங்கில நூலை எழுதியவர் கூ.பரமசிவ அய்யர் என்ற ஒரு தமிழர்.*

பெங்களூர் நகரத்திலிருந்து 'பெங்களூர் அச்சகத்தில்' அச்சிடப்பட்டு 1940ல் வெளி வந்துள்ளது இந்நூல். தான் மிக மதிக்கும் தனது மூத்த சகோதரர் மறைந்த நீதிநாயகம் சர். கூ.சதாசிவ அய்யர், எம்.எல்., அவர்கட்கு மிக்க பணிவுடன் சமர்ப்பிக்கப்பட்டுள்ளது இந்நூல். காலத்தின் தூசு படிந்து கிடந்த இந்நூலைக் கண்டு பிடித்து ராமாநுஜத்திடம் அளித்தவர் திரு. எஸ்.விஜயன். மார்க்சிஸ்ட் கம்யூனிஸ்ட் கட்சியின் தமிழ் மாநிலச் செயலாளராக இருந்த, எல்லோராலும் பெரிதும் மதிக்கப்பட்ட தோழர் ஏ.பாலசுப்பிரமணியம் (ஏ.பி) அவர்கள் நூலாசிரியர் பரமசிவ அய்யரின் தம்பி மகன் என்பது குறிப்பிடத்தக்கது.

நூலாசிரியர் பரமசிவ அய்யர் ஒரு நாத்திகரோ, இல்லை, அவரே சொல்வது போன்று காந்தியடிகளைப் போல 'இராமாயணம் என்பது ஒரு வெறும் கற்பனைக் காவியம்' என்று கருதுபவரோ அல்ல. சிறுவயது முதற்கொண்டு வால்மீகி இராமாயணத்தின் பால காண்டத்தையும், சுந்தர காண்டத்தையும் பலமுறை பயின்றவர். தனது வழிகாட்டியாக கருதிய அவரது தமயனாரோ வால்மீகி இராமாயணத்தை பாராயணம் செய்தவர். பரமசிவ அய்யரின் ஒரு கருத்துப்படி, 'பால காண்டம் சிறு பிள்ளைத்தனமான புராணிக சம்பவங்களின் தொகுப்பு; சுந்தர காண்டம் அதீத அலங்காரங்கள் மிகுந்த அழகிய விவரணக் கவிதை'.

1922ல் நோய்வாய்ப்பட்டுக் கிடந்த போது அவர் இதர மூன்று காண்டங்களையும் ஆழமாகப் பயின்று இருக்கிறார். அயோத்தியா, ஆரண்யா மற்றும் கிஷ்கிந்தா காண்டங்களில் நம்பத்தகுந்த உண்மையான, வரலாறு பொதிந்துள்ளது என அவர் உணர்ந்தார். 'ஆதிகாவ்யம்' என இந்திய மரபில் போற்றப்படும் இராமாயணத்தில் அடித்தளமாக அமைந்த வரலாற்று நிகழ்வு குறித்த ஒரு விமர்சன பூர்வமான ஆய்வை உருவாக்குவதில் அவரது எஞ்சிய வாழ்நாள் கழிந்தது. அயோத்யா காண்டத்தில் (சர்கம்: 8, பாடல்: 16) ஒரு வரி: "கிரஹணத்திற்கு ஆட்பட்ட சூரியனைப் போலவும், உண்மையற்ற ஒன்றைச் சொல்ல நேர்ந்த ஒரு ரிஷியைப் போலவும் தசரதன் (திகைத்து) நின்றான்". பொய் சொல்ல நேர்வது என்பது எத்தகைய ஒரு பேரவலம் என்று

வால்மீகி கருதியது பரமசிவ அய்யரின் கவனத்தை ஈர்த்தது. வால்மீகி முனிவரின் உண்மையின் மீதான விசுவாசத்தை வியந்து ஏற்று அந்த அடிப்படையில் அவரது ஆதி காவ்யத்தின் புவியியலை ஆராயத் தொடங்கினார்.

மைசூரில் உள்ள சிவசமுத்திர நீர்மின் ஆற்றல் திட்டத்தை நிறுவிய புகழ்மிக்கப் பொறியாளர் சர்.கே. சேஷாத்ரி அய்யரிடம் உதவியாளராகப் பணியாற்றிய அனுபவம் பரமசிவ அய்யருக்கு கைகொடுத்தது. பிரிட்டிஷ் அரசு வெளியிட்டிருந்த புவியியல் நுண் விளக்க வரைபடத்தாள்களை *(Coloured mile to inch Toppo Sheets)* பார்த்துப் புரிந்து கொள்ளும் பயிற்சி இதன் மூலம் அவருக்கு வாய்த்திருந்தது. எனவே, அன்றைய பிரிட்டிஷ் இந்திய அரசின் 'சர்வே' துறையிலிருந்து 63ம் எண்ணுள்ள வரைதாளை *(Survey of India Standard Sheet 63)* பெற்று அவர் ஆய்வு செய்தபோது வால்மீகி குறிப்பிடும் தமஸா, வேடஸ்ருதி, கோமதி, சயந்திகா, சிறிங்கவேரபுரம் ஆகிய கங்கையின் வடகரைப் பகுதிகள் அனைத்தும் இன்றும் டோன் (தமஸா), பிஸ்வி (வேடஸ்ருதி), கும்தி (கோமதி), சாய் (சயந்திகா), சிங்ரார் (ஸ்சிறிங்கவேரபுரம்) என கிட்டத்தட்ட அதே பெயர்களில் நிலவுவது அவருக்கு வியப்பளித்தது.

தொடர்ந்து அவர் செய்த ஆய்வுகள் அயோத்தியிலிருந்து 'லங்கா' வரை ராமர் கடந்த பாதையைத் துல்லியமாகக் கண்டறிய வைத்தது. மிக விரிவான, பிரமாண்டமான வரைபடங்களின் உதவியோடு துல்லியமாக இதை நிறுவுகிறார் பரமசிவ அய்யர். தாமோ மாவட்டத்தின் 800 சதுரமைல்கள் பரப்புள்ள சோனார் ஆறு மற்றும் அதன் கிளை நதிகளான கோப்ரா, பிவாஸ் ஆகியவற்றால் வற்றாது வளமூட்டப்பட்ட 'ஜனாஸ்தன்' எனப்படும் வண்டல் படிந்த, மக்கள் செறிவுமிக்க பகுதிகளில் 'கோண்டு' பழங்குடியினருக்கும் பரவிவந்த ஆரியர்களுக்கும் இடையில் நடந்த போராட்ட வரலாறே இராமாயணம் என்கிற உறுதியான முடிவுக்கு வந்தார் பரமசிவர்.

இடையில் தமயனார் இறந்துபோன (1928) சோகத்தில் உறைந்து செயலற்றுப் போன பரமசிவர் 1934ல் நடைபெற்ற

ஒரு சம்பவத்தால் அதிர்ச்சியடைந்து தனது அரிய ஆய்வு முடிவுகளை ஒரு நூலாக்கி வெளியிட வேண்டிய அவசியத்தை உணர்ந்தார். ‘இந்து’ நாளிதழில் வெளியான செய்திதான் அது. பரமசிவரால் பெரிதும் மதிக்கப்பட்ட பெரும் கவிஞரான ரவீந்தரநாத தாகூர் அவர்கள் சென்னைக் கூட்டம் ஒன்றில் பேசும் போது, “அயோத்தியின் அரசி (சீதை) ஒரு 10 தலை ராட்ஷசனால் கடத்திச் சென்று சிறைவைக்கப்பட்டது உங்களுடைய தீவில்தான் என நான் சிலோன் மக்களிடம் சொன்னேன்”, எனக் குறிப்பிட்டிருந்தார்.

“தெய்வீகப்பண்புகள் நிறைந்த அம்மாமனிதர் உதிர்த்த இச்சொற்கள் என்னை அதிர்ச்சியடைய மட்டுமல்ல, வேதனையுறவும் செய்தன” என்கிறார் பரமசிவ அய்யர். கவி தாகூர் மட்டுமல்ல, "பண்டித நேரு, ஸ்ரீராஜாஜி" ஆகிய பெரும் அறிஞர்களும் கூட இந்தக் கருத்தை அவ்வப்போது உதிர்த்தது பரமசிவ அய்யரை துன்புறுத்தியது. ஜூன் 1934ல் சிலோனில் பேசும் போது பண்டித நேரு ‘லங்கா’வையும் ‘சிலோனை’யும் ஒன்றாகவே குறிப்பிட்டார். திரும்பிவரும் வழியில் சென்னையில் நேருவுக்கு வரவேற்பு அளிக்கப்பட்டபோது, பண்டித நேரு “அனுமனைப் போல இலங்கையிலிருந்து பறந்து”, வந்ததாக ராஜாஜி குறிப்பிட்டார். இராமாயணப் ‘போர்’ இல்லாமலேயே தனது முயற்சிகளில் நேரு வெல்வார் எனவும் ராஜாஜி வாழ்த்தினார்.

அப்போது ராஜாஜி சென்னைப் பிரதமராக இருந்தது குறிப்பிடத்தக்கது. அதிகாரங்களில் உள்ளவர்கள், பொறுப்புமிக்க உயர் பதவிகளில் உள்ளவர்கள், அறிஞர் பெருமக்கள் இருநாட்டு மக்களிடையே மனக்கசப்பை ஏற்படுத்தக்கூடிய, தவறான தகவல்களின் அடிப்படையிலான வார்த்தைகளை உமிழ்வது பரமசிவரைத் துன்புறுத்தியது. “அப்படியானால் சர். பரோன் ஜெயதிலக (அன்றைய இலங்கைப் பிரதமர்) இராவணனா?” என ஸ்ரீ.எஸ். சீனிவாச அய்யங்கார் அதை விமர்சித்ததும் பரமசிவரைக் கவர்ந்தது.

கிட்டத்தட்ட அயர்லாந்தை ஒத்த இலங்கைத் தீவில்

இனத்தாலும், மதத்தாலும், மொழியாலும் வேறுபட்ட, 'பவுத்த சிங்களர்களுக்கும், பிராமணியப்படுத்தப்பட்ட தமிழர்களுக்கும்' இடையில் உருவாகியுள்ள பகை உணர்வுக்கு அடிப்படையாக சோழ, பாண்டிய மன்னர்கள் மேற்கொண்ட படையெடுப்புகள், அழித்த பவுத்த கலாச்சாரச் சின்னங்கள், நிறுவிய கட்டாயக் குடியிருப்புகள் ஆகியன பின்னணியில் உள்ளதை நினைவு கூறுகிறார் பரமசிவர். மஹா வம்சத்தில் இதுபற்றிய குறிப்புகள் உள்ளன. அனுராதபுரத்தையும் பொலனறுவையும், தீக்கிரையாக்கி 'ஜனநாத மங்கலம்' எனத் தன் பெயரை அவற்றிற்கு ராஜராஜ சோழன் சூட்டியதை நாமும் அறிவோம்.

இந்தப் பின்னணியில் பரமசிவ அய்யர் தனது நூலை அச்சிட்டு வெளியிடுகிறார் (1940). புவியியல் அடிப்படையில் கல்வி சார்ந்த ஆழமான அணுகல் முறையுடன் எழுதப்பட்ட இந்நூலை தமிழில் பெயர்த்து முழுமையாக வெளியிடுவது இன்றைய சூழலில் மிக அவசியமான பணி என்ற போதிலும் பரமசிவர் வந்தடைந்த சில முடிவுகளை மட்டும் இங்கு தொகுத்துத் தர முயற்சிக்கிறேன்.

கிருஸ்துவுக்கு முந்திய/பிந்திய சமஸ்கிருத இலக்கியங்கள் அனைத்திலும், போஜ மன்னனின் (கி.பி. 1010 1050) ஜம்பு ராமாயணம் வரைக்கும், சிங்களம் (சிலோன்) என்பது திரிகூட மலைமீது உள்ள இராவணனின் 'லங்கா'வுடன் இணைத்துப் பேசப்பட்டதில்லை. குணாத்யாவின் காலம் தொடங்கி சாதவாகனர்களின் காலகட்டத்திலிருந்தே சிங்களம் என்பது நாகரீக மேம்பாடு அடைந்த ஒரு பவுத்த அரசாகக் குறிப்பிடப்படுகிறது. இரத்தினக்கற்களுக்குப் பேர் பெற்றதாக அது கருதப்பட்டது. கி.பி.330ல் சிங்கள அரசன் மேகவர்மன் பேரரசன் சமுத்ரகுப்தனுக்கு விலையுயர்ந்த பரிசுப் பொருளுடன் தூது ஒன்றை அனுப்பினான்.

புகழ்பெற்ற சீனப்பயணி பாஹியான் (கி.பி.5ம் நூற்றாண்டு) தமிழகத்திலிருந்து 14 நாள் பயணத்தில் சிலோனை அடைந்து புத்தரின் புனிதப்பல்லைக் காட்சிப்படுத்திய திருவிழாவில் கலந்து கொண்டார். ஹர்ஷ மன்னரின் (கி.பி.608-648)

'இரத்னாவளி'யில் சிங்களம் பற்றிய குறிப்புகள் பல இடங்களில் உள்ளன. இராமாயணம் குறித்த அறிதல் ஹர்ஷருக்கு உண்டு. 'இரத்னாவளி'யில் மேகநாதன் லட்சுமணனை வென்றது பற்றிய பதிவும் உண்டு. இருந்தபோதிலும் இராவணின் 'லங்கா'வை அவர் சிங்களத்துடன் ஒன்றாக்கவில்லை.

வால்மீகி இராமாயணத்தில் ஒரே ஓரிடத்தில்தான் இராவணனின் இலங்கையும் இன்றைய சிலோனும் ஒன்று என பொருள்படும் குறிப்பு உள்ளது (கிஷ்கிந்தா காண்டம், சர்கம்: 41, பாடல்கள்: 17-25). சிங்களம் என்கிற பெயர் குறிப்பிடப்படாவிட்டாலும் மகேந்திரமலைக்கு எதிரே உள்ள தீவு எனப்படுகிறது. 'பாண்டிய காவ்வதம்' அல்லது கொற்கைக்கு அருகில் தாமிரபரணி கடலுக்குள் கலக்குமிடத்தில் அகஸ்தியர் அதை அமைத்தார் எனவும் குறிப்பிடப்படுகிறது. பின்னாளில் சிலோனையும் கொற்கைத் துறைமுகத்தையும் படையெடுத்து ஆக்ரமித்து, தலைநகர் அனுராதபுரத்தைக் கைப்பற்றி சிங்கள மன்னனை வீழ்த்திய இந்திய மன்னனை முகஸ்துதி செய்யும் நோக்குடன் யாரோ சிலர் இந்த வரிகளை இடைச்செருகலாகச் சேர்த்தனர் என்பதை விரிவான ஆதாரங்களுடன் பரமசிவர் நிறுவுகிறார்.

10ம் நூற்றாண்டின் பிற்பகுதியில் சோழமன்னர்கள் (ராஜராஜன், ராஜேந்திரன்) மிகப்பெரிய ஆற்றலாக வளர்ந்த காலத்தில்தான் இராமாயண 'லங்கா'வும், இன்றைய சிலோனும் 'ஒன்றாகப்பட்டது'. சுமார் 2 நூற்றாண்டுக் காலம் சூரியவம்சத்தவர்களாகத் தங்களை கூறிக்கொண்ட சோழர்களின் ஆதிக்கத்தில் இலங்கை இருந்தது. தமிழ்க் கல்வெட்டுக்களில் 'ஈழ' என்றே சிலோன் குறிப்பிடப்படுகிறது. 'ஈழ' என்பது இலங்கை என்பதன் சுருக்கமாக இருக்கலாம். சோழ மன்னர்களின் காலத்தவரான கம்பர் தனது இராமாவதாரத்தின் கிஷ்கிந்தா காண்டம், நாடவிட்ட படலத்தில் 'லங்கை'யை தமிழ்நாட்டிற்குத் தெற்கே உள்ளதாக 'தெளிவாக' வரையறுத்து விடுகிறார்.

சற்று முன் குறிப்பிட்டடபடி போஜனின் காலம் வரை (கி. பி.1050) இராவணனின் 'லங்கா'வும் இன்றைய சிலோனும் ஒன்றாக்கப்பட்டதில்லை. லட்சுமண சூரிதான் தனது யுத்த

காண்டத்தில் முதன்முதலாக 'சிங்களதீபம்' என்கிற பொய்யை இடைச்செருகலாகச் சேர்த்திருக்க வேண்டும். "(திரிகூட) மலையுச்சி நகரமான லங்காவும் சிலோன் தீவும் மட்டுமல்ல. இராமேஸ்வரத்துக்கும் மன்னார் தீவுகளுக்கும் இடையில் அமைந்த மணற்திட்டுகளின் தொடரான ஆதம் பாலமும், கற்கள், மலைப்பிஞ்சுகள், மரங்கள், முட்புதர்கள் ஆகியவற்றால் இராமனின் உத்தரவின் பேரில் (யுத்தகாண்டம், சர்கம்: 22, பாடல்கள்: 50-70) வானரங்களால் அமைக்கப்பட்ட 'நளசேது'வும் கூட இவ்வாறு ஒன்றாக்கப்பட்டது".

ஒரு காலத்தில் ஆதம்பாலம் ஒரு தொடர்ச்சியான பூசந்தியாக இருந்து கி.பி.1480ல் புயல் ஒன்றில் சிதைக்கப்பட்டது என ராமேஸ்வரம் கோயில் ஆவணங்கள் குறிப்பிடுகின்றன. வால்மீகி இராமயணத்தில் குறிப்பிடப்படும் மகேந்திர மலைக்கும் சுவேல மலைக்குமிடையில் 100 யோஜனை நீளமுள்ள வடக்குத் தெற்காகக் கட்டப்பட்ட 'நளசேது'விற்கும் ஆதம் பாலத்திற்கும் எந்தத் தொடர்பும் இல்லை. இரண்டையும் ஒன்றாக்கியதன் மூலம் இராமனின் படையெடுப்பை கொற்கைத் துறைமுகத்திலிருந்து தனுஷ்கோடி என்பதாக மாற்றிய செயல், இராமேஸ்வரத்தில் லிங்கம் நிறுவப்பட்டு இராமேஸ்வரக் கோயில் கட்டப்பட்ட காலத்துடன் இணைத்திருக்க வேண்டும். ஆக ஆதம்பாலம் 'நளசேது'வாக, 'இராமர் சேது'வாக மாற்றப்பட்டது கி.பி.1000-1100 காலகட்டத்தில்தான் என்பது பரமசிவரின் உறுதியான முடிவு.

தொடர்ந்து இதையொட்டி பல கதைகள் கட்டப்பட்டன. கிழக்கிலங்கையில் அமிர்தகலி என்னுமிடத்திலுள்ள ஒரு குளம்தான் அனுமான் தீர்த்தம், அதாவது 'லங்கை'யை எரித்தபின் தனது வால் நெருப்பை அனுமன் அணைத்த இடம் அது எனவும் குறிப்பிடப்படுகிறது. அமிர்தகலியில் உள்ள லிங்கத்தை பிரதிஷ்டை செய்தது இராமன் என்றும் கூறப்படுகிறது. ஆனால் வால்மீகி இராமாயணத்தில் (சுந்தரகாண்டம், சர்கம்: 54, பாடல்: 50) அனுமன் தன் வால்நெருப்பை சமுத்திரத்தில் அணைத்ததாகக் குறிப்பிடப்படுவது கவனிக்கத்தக்கது.

ஈஸ்வரன் அதாவது சிவன் ராட்சசர்களின் கடவுள். இராவணன்தான் லிங்கத்தை வணங்குபவன். திருமாலின் அவதாரமாகக் கருதப்படும், இராமன் சென்ற இடமெல்லாம் லிங்கத்தை பிரதிஷ்டை செய்ததாக கதை கட்டியது சமயவெறி பிடித்த சைவர்களின் வேலை என்கிறார் பரமசிவ அய்யர். கி.மு. 180ல் ப்ருகத்ரதனைக் கொன்று ஆட்சியைக் கைப்பற்றிய பார்ப்பனன் புஷ்யமித்ர சுங்கனின் காலத்தில் பவுத்தம் வன்முறைக்குள்ளாக்கப்பட்டு அழிக்கப்பட்டதை டாக்டர் அம்பேத்கர் விரிவாக எழுதியுள்ளதை நாம் அறிவோம் ('பார்ப்பனியத்தின் வெற்றி'). சிரமண முனிவர்களின் தலைக்கு 100 தினார்கள் பரிசளிக்கப்பட்ட விவரத்தைப் பரமசிவரும் குறிப்பிடுகிறார்.

புஷ்யமித்ரனைப் புகழ்ந்து எழுதியுள்ள வடமொழியின் முக்கிய இலக்கண ஆசிரியன் பதஞ்சலி மாமன்னன் அசோகரைப் புறக்கணிப்பதையும், அவர் காலத்தில் உயிர்ப்பலிகள் தடுக்கப்பட்டதை மறைமுகமாகக் கண்டித்ததையும் குறிப்பிடுகிறார். இராமாயணத்திலும் கூட இராமனைப் பயன்படுத்தி புத்தரை இழிவு செய்யும் போக்கு மதவெறியர்களால் இடைச்செருகலாக மேற்கொள்ளப்பட்டுள்ளது. இராமன் புத்தருக்கு முற்பட்டவன் என்பது இராமாயண ஆய்வாளர்களின் கருத்து. ஆனால் அயோத்தியா காண்டத்தில் (சர்கம்: 109, பாடல்: 34) இராமன் புத்தரைத் திருடன் எனவும், நாஸ்திகன் எனவும் ஏசுகிறான். இந்தத் திரிபுகள் எல்லாம் புஷ்யமித்ரன் மற்றும் பதஞ்சலியின் காலத்திற்குப் பின் செய்யப்பட்டவை என்கிறார் பரமசிவ அய்யர். இப்படித்தான் சிங்களதீபம், திரிகூட 'லங்கா'வாகவும், மகேந்திர மன்னர்கள் இராவணர்களாகவும், பவுத்த சிங்களர்கள் ராட்சசர்களாகவும், புத்தர் திருடராகவும் கட்டமைக்கப்பட்டதெல்லாம். கி.பி.1000க்கு பின் இதுவே இந்திய வரலாறாக மாறியது. 'இன்றைய தென்னிந்தியாவின் ஸ்ரீ ராமனான' ராஜாஜி, "இன்னொரு இராமாயண யுத்தத்தைத் தூண்டாதே" என சிலோன் ஆட்சியாளர்களை எச்சரிக்கவும் வாய்ப்பானது.

அயோத்தியாவில் தொடங்கி 'சரபுங்க' மற்றும் 'பைசுனி' ஆறுகளின் சங்கமத்தில் அமைந்த சரபுங்க முனிவரின் ஆஸ்ரமம் வரைக்குமான இராமனின் பயணவழியைத் தெளிவாக வரைகிறார் பரமசிவர். கங்கையின் வடகரையில் உள்ள சிங்ரார் (ஸ்சிறிங்க வேரபுரம்) தொடங்கி அவரது பாதை வருமாறு:

1. பிரயாகை, 2. யமுனையின் தென்கரையிலுள்ள புனித ஆலமரம் (வடசியாமா), 3. சித்ரகூடமலை, 4. அத்ரியின் ஆஸ்ரமம், 5. ராட்சசன் விராடன் புதையுண்ட குழி, 6. சரபுங்க முனிவரின் ஆஸ்ரமம். இவற்றில் சிங்ராரும் சித்ரகூடமும் (இராமாயணத்தின் ஸ்சிறிங்கவேரபுரமும்) மாவட்ட கெஸட்டியரில் தெளிவாக அடையாளம் காட்டப்பட்டுள்ளன. பரமசிவர் விரிவான ஆதாரங்களுடன் பிரயாகை எனப்படுவது கங்கையும், யமுனையும் கலந்து உருவான ஒரு பெரிய ஏரி என நிறுவுகிறார்.

தேவலுக்கு அருகில் உள்ள கத்ராவில் (அட்சம் 250° 15', தீர்க்கம் 810° 30') வளர்ந்த புனித ஆலமரம் கஜினி முகமதின் படையெடுப்பின் போது அழிந்திருக்கலாம். அத்ரியின் ஆஸ்ரமம் சித்ரகூட மலையிலிருந்து, 9 மைல் தொலைவிலுள்ள அனசுயா மலைதான். 'டோப்போ' வரைபடத்தில் அனசுயா குன்றுகளுக்குத் தெற்கே 3 மைல்கள் தொலைவில் உள்ள பீரத்குண்டுதான் இராம-லட்சுமணர்களால் விராடன் புதையுண்ட குழி. பீரத்குண்டுக்குத் தெற்கே ஒரு யோஜனை தொலைவில் இரு நதிகளின் சங்கத்தில் அமைந்தது சரபுங்க ஆஸ்ரமம்.

விந்தியமலைக்கும், சைவலாவிற்கும் இடையில் உள்ளதாக கூறப்படும் தாண்டகவனம் (தண்டகாரண்யம்) (வடக்கே) 'பண்ணா' தொடருக்கும் (தெற்கே) விந்தியத்திற்கும் இடைப்பட்ட பகுதி. பிரிட்டிஷ் அரசு வெளியிட்ட 'கெஸட்டியர்' மற்றும் சர்வே மேப்களின் உதவியுடன் பரமசிவர் வந்தடையும் முடிவுகள் இவை. 'லங்கா'வை உச்சியில் கொண்ட சித்ரகூடமலை அட்சம் 250° 10' தீர்க்கம் 800° 51' -ல் அமைந்துள்ளது. மகேந்திரமலையிலிருந்து சுவேல மலையில் உள்ள திரிகூட 'லங்கா'வை வந்தடைவதற்கு இராவணன், அனுமன், வானரப்படை சகிதம் இராம-

லட்சுமணர் ஆகியோர் 100 யோஜனை தூரமுள்ள சமுத்திரத்தைக் கடக்க வேண்டியிருந்தது. இவர்களில் யாரும் இடையில் நர்மதையைக் கடக்க நேரவில்லை. நர்மதையைத் தாண்டி இராமன் வந்ததற்கு எந்த ஆதாரமும் இல்லை என அறுதியாக முடிக்கிறார் பரமசிவர். எந்த வகையிலும் இன்றைய இலங்கை மலையுச்சி நகரமான வால்மீகியின் 'லங்கா' அல்ல.

இராமாயணத்தின் முக்கிய நிகழ்ச்சிகள் இராமனின் பஞ்சவடியில் தொடங்கி இராவணனின் 'லங்கா'வில் முடிகிறது. இராவணன் கழுதை பூட்டிய ரதம் ஒன்றிலேயே சீதையைத் தூக்கி வந்தான். குதிரை இந்திய மிருகமல்ல என்பது குறிப்பிடத்தக்கது. பம்பை ஏரி, சீதை தன் ஆபரணங்களை எறிந்த குன்று, இராவணன் சுபார்வாவைச் சந்தித்த மலைப்பிளவு ஆகியன இடையிலுள்ள முக்கிய நிலக்குறிகள். மகேந்திர மலையிலிருந்து அனுமன் கடலைக் கடந்தான் என்பதாகவும் குறிப்பு வருகிறது. ஆக மகேந்திர மலைக்கும் 'லங்கா' அமைந்திருந்த சுவேல மலைக்கும் இடைப்பகுதியை இராவணன் கழுதை பூட்டிய ரதந்தில் கடந்தான். அனுமன் அதை நீந்திக் கடந்தான். இராமனோ தனது வானரப்படையின் உதவியோடு தற்காலிகப் பாலம் அமைத்துக் கடந்தான்.

இடைப்பட்ட கடலைக் கடந்தது (லங்கண) பற்றிச் சொல்லுகையில் இராவணனைக் குறிக்கும் போது 'செல்லுதல்' (கமண) எனவும், அனுமனைக் குறிக்கும் போது 'நீந்துதல்' (பிளவண) எனவும் குறிப்பிடப்படுகிறது. எங்கும் 'தயண' (பறந்து கடத்தல்) என குறிப்பிடப்படவில்லை. அதாவது மகேந்திர மலைக்கும் திரிகூடத்திற்குமுள்ள 100 யோஜனைத் தொலைவு என்பது வசந்த காலத்திலும் கோடை காலத்திலும் (மார்ச் - ஜுன்) கழுதை வண்டி ஒன்றால் கடக்கக்கூடிய ஒரு ஆற்று நீர் வற்றிய பகுதிதான் என்பது கவனிக்கத் தக்கது. பிற காலங்களிலேயே நீந்துதலோ, பாலமோ தேவைப்படுகின்றன.

'யோஜனை' என்கிற தொலைவு குறித்து இரு விளக்கங்கள் வால்மீகியில் காணப்படுகின்றன. பொதுவாக ஒரு யோஜனை என்பது 4 குரோசாக்கள் அளவுடையது. 1 குரோசா என்பது

1000 வில்நாண் நீளமுடையது. 1 வில் நாண் என்பது 6 அடி நீளம். எனவே, 1 யோஜனை இந்தக் கணக்கில்படி 41/2 மைல்கள் என்றாகிறது. பிறிதோரிடத்தில் 'யோஜனை' என்பது ஒரு நூறு வில் நாண், அதாவது 600 அடி நீளமுடையது எனக் குறிப்பிடப்படுகிறது. எனவே, மகேந்திர கிரிக்கும், 'லங்கை'க்கும் இடையே 'கடலால்' பிரிக்கப்பட்ட தொலைவு ஒரு கணக்கின்படி 450 மைல்கள், இன்னொரு கணக்கின்படி 111/2 மைல்கள். இந்த இரண்டுமே தனுஷ்கோடியையும் மன்னாரையும் இணைக்கும் 30 கல் தொலைவு நீளமுள்ள கடற்பகுதியுடன் பொருந்தி வரவில்லை என்பது கவனிக்கத்தக்கது.

உண்மையை அருளிய குருவின் முன் சீடன் வீழ்ந்து வணங்கியது போல இந்த உண்மைகளை விளக்கப்படுத்திய 55.M என்கிற எண்ணுள்ள வண்ண டிகிரி வரைபடத்தின் முன் தான் வீழ்ந்து வணங்கியதாக உணர்ச்சி ததும்பக் குறிப்பிடுகிறார் பரமசிவர். பரமசிவர் வந்தடைந்த முக்கிய முடிவுகளை மீண்டும் ஒருமுறைத் தொகுத்துக் கொள்வோம்.

மகாபாரத்திலிருந்து இலியத் வரையிலான மகா காவியங்களின் அடித்தளமாக சில வரலாற்றுண்மைகள் உள்ளன. அவை குறிப்பிடக் கூடிய புவியியல் பகுதிகள் அடையாளம் காணக்கூடியன. அந்த வகையில் பரமசிவ அய்யர் இராமாயணத்தின் புவியியலைத் துல்லியாக வரைந்து விடுகிறார்.

இராமேஸ்வரம் தீவிற்கும் மன்னார் தீவிற்கும் இடைப்பட்ட சுமார் 30 கல் தொலைவிலுள்ள மணல் திட்டுகளின் தொடரான ஆதம் பாலம் வடமேற்குத் திசையிலிருந்து வடகிழக்குத் திசையில் அமைகிறது. ஆனால் வால்மீகியில் குறிப்பிடப்படும், வானரப் படைகளின் உதவியோடு இராமன் கட்டிய பாலம் மகேந்திரகிரிக்கும் சுவேல கிரிக்கும் இடையில் 100 யோஜனைத் தொலைவு உடையது; வடக்குத் தெற்கு திசையில் அமைந்துள்ளது. இரண்டும் வேறு வேறு. இராவணனின் 'லங்கா' இன்றைய சிலோன் அல்ல.

'லங்கை'யைச் சுற்றியுள்ள 'சாகரம்' என்பது என்ன? திரிகூடம் என்பது இந்த்ரான மலை. 1932 அடி உயரம் உடையது. அதன்

முப்புறங்களிலும் கிரண் நதி தழுவி ஓடுகிறது. 'லங்கை' திரிகூட மலையில் உச்சியில் உள்ளது. (ஆரண்ய காண்டம் - சர்கம்: 47, பாடல்: 29) ஜபல்பூர் கெஸட்டியர் கூறுவது: "பருவ மாதங்களில் ஹவேலிச் சமவெளி ஒரு மிகப்பெரிய ஏரியைப் போலத் தோற்றமளிக்கும். விந்தியமலை இந்தச் சமவெளியிலிருந்து மேலெழுந்தது போல் தெரியும். இந்த்ரான மலையின் மூன்று பகுதிகளிலும் தழுவிச்செல்லும் கிரண் நதி பனகர் சிங்கள் தீபம் மசோலி சாலையில் 15வது மைல்கல் வரை பழங்காலங்களில் ஒரு ஏரியைப் போல் பரவித் தோற்றமளித்திருப்பது சாத்தியம். இந்த மலையுச்சி அமைந்துள்ளது அட்சம் 23 டிகிரி 24', தீர்க்கம் 79 டிகிரி 54'ல்". ஆறுகளுக்கு இடையில் உள்ள திட்டுக்களை 'லங்கா' என்று அழைக்கும் மரபு இந்தியாவில் உண்டு என்பதை பல ஆதாரங்களுடன் பரமசிவர் நிறுவுகிறார். உதாரணமாக கோதாவரி லங்கா, சோனா லங்கா, ரூப்யா லங்கா போன்றவையும், இதேபோல் தால் ஏரியில் உலார் ஏரியும் பரமசிவரால் குறிப்பிடப்படுகின்றன.

அடுத்ததாக ராட்சசர்கள் என்பது யார்? வானரர்கள் என்பது யார்? கிட்கிந்தை எங்கே இருக்கிறது? இராம இராவண யுத்தம் எதைக் குறிக்கிறது? என்கிற கேள்விகள் எழுகின்றன. கோண்டுகள் என்னும் பழங்குடியினரே ராட்சசர்கள். பார்ப்பனியமயமான விபீஷணனும் அவனது வழியில் வந்தவர்களும் ராஜகோண்டுகள் எனப்படுவர் என்றும், சாதாரண கோண்டுகள் (துர்கோண்டுகள்) இன்றும் மத்திய மாகாணங்களில் இராவண வம்சிகள் என்று இவர்கள் அழைக்கப்படுவதாகவும் பரமசிவ அய்யர் குறிப்பிடுகிறார். திரிகூட மலை ஒரு காடு நிறைந்த பகுதி. "தாண்டவ வனத்தின் காடுகளிலும் மலைகளிலும் அலைந்து திரிவோம் (ஆரண்ய காண்டம், சர்கம்: 17, பாடல்: 28)" என சூர்ப்பனகை இராமனை அழைப்பது குறிப்பிடத்தக்கது.

வன மாமிசங்களில் மிகவும் வேட்கையுடையவர்களாகவும், அழுகிய மாமிசமானாலும் கூட விரும்பி உண்ணுபவர்களாகவும் இவர்களைப் பற்றி மாண்டியா கெஸட்டியர் குறிப்பிடுகிறது. நிமரிலிருந்து ஹசரிபாக் வரை பரவியுள்ள சாத்பூரா, சோட்டா நாக்பூர் பீடபூமியின் காடுகள் அடர்ந்த பகுதியில் கோண்டு

களோடு வசிக்கக் கூடியவர்கள் கோர்க்கர்கள் (குறவர்கள்). இவர்களைப் பற்றி வழிப்பறி செய்யும் குற்றப்பரம்பரையினர் என்ற வகையில் கெஸட்டியர்கள் குறிப்பிடுகின்றன. கோண்டுகள் 'கோண்டி' எனப்படும் திராவிட மொழியைப் பேசுபவர்கள், கோர்க்கர்கள் 'முண்டா' மொழி பேசுவோர். இவர்களே வால்மீகி குறிப்பிடும் வானரர்கள் என்பது பரமசிவரின் முடிவு.

வால்மீகி இவர்களை எங்கும் ஆடையுடுத்தாத அம்மணர்களாகக் குறிப்பிடவில்லை. சுக்ரீவன் தன்னைப்பற்றிச் சொல்லும்போது கூட தனது சகோதரன் வாலி எல்லா மக்களையும் அமைச்சர் களையும் அழைத்துத் தன்னைப்பற்றி ஒரு விரிவான அறிக்கையைச் சமர்ப்பித்து ஒற்றைத்துணியுடன் நாடு கடத்தியதாக குறிப்பிடுவான். (கிஷ்கிந்தா காண்டம், சர்கம்: 10, பாடல்: 26). சுக்ரீவனும், வாலியும் போரிடுவதற்கு முன் தங்கள் இடைக்கச்சுகளை இறுக்கிக் கட்டிக் கொண்டதும் குறிப்பிடத்தக்கது (கிஷ்கிந்தா காண்டம், சர்கம்: 6, பாடல்: 26, 27). வளமான ஜனஸ்தானத்தைக் பூர்வகுடிகளான கோண்டுகளிடமிருந்து ஆரியர்கள் கைப்பற்றியதற்கான போரே இராம-இராவண யுத்தம்.

விரிவான வரைபடங்கள், இராமாயணத்தில் காணப்படும் புவியியற் பகுதிகளைக் குறிப்பிடும் சர்வே வரைபடங்களின் எண், அட்ச, தீர்க்கக் குறிகள் ஆகியவற்றைக் காட்டும் அட்டவணைகள் ஆகியவை நூலில் பிண்ணினைப்பாகத் தரப்பட்டுள்ளன. நூலின் இரண்டாம் பாகத்தில் இராமன் 11000 ஆண்டுகள் வாழ்ந்தது உண்மையா? இராமன் நாடு கடத்தப்பட்டதற்கான உண்மையான காரணம் என்ன? லட்சுமணன், பரதன் இவர்களில் யார் மூத்தவர்? வால்மீகியின் மானுடப் பின்புலம், பெண்கள் குறித்த அவரது பார்வை, சீதை லட்சுமணனை அவமானப்படுத்தியது உண்மையா? காயத்ரி இராமாயணம் என்பது என்ன? ஆகிய பிரச்சினைகளை எடுத்துக் கொண்டு தமது விளக்கங்களையும் ஆய்வு முடிவு களையும் முன் வைக்கிறார் பரமசிவர்.

வால்மீகியின் 'லங்கை' வட இந்தியாவில்தான் உள்ளது என்கிற

உண்மை புதிதல்ல. மார்க்சிய அறிஞர்களும் வேறு பல வரலாற்று ஆசிரியர்களும், இதனை நீண்ட காலமாகச் சொல்லி வருகின்றனர். கங்கைச் சமவெளியின் அரசு உருவாக்கத்திற்கும் இனக்குழு மக்களுக்குமிடையேயான முரணே இராமாயண வரலாறு என்பதும் முன்பே பேசப்பட்டுள்ளன (பார்க்க: அ.மார்க்ஸ், "வால்மீகி ராமாயணம் சில குறிப்புகள்", விலகி நடந்த வெளிகள்- கருப்புப்பிரதிகள்).

பரமசிவ அய்யர் அதிர்ச்சியடையக்கூடிய புதிய உண்மை எதனையும் சொல்லிவிட்டார் எனக் கூற முடியாது. ஆனால் இத்தனை அறிவியல் ஆதாரங்களுடன் யாரும் முன்னதாகவே இதை நிறுவியது கிடையாது. அவர் எழுதிய காலம், சூழல், இதற்கென அவர் எடுத்துக் கொண்ட பிரயாசை ஆகியன மிகவும் குறிப்பிடத்தக்க ஒன்று. விரிவான ஆய்வு ஆதாரங்களுடன் தனது முடிவுகளை நிறுவும் அவரது பாங்கு குறிப்பிடத்தக்கது. பிறப்பால் பார்ப்பனர் ஆயினும் புராதன, இதிகாச நம்பிக்கைகளுக்கு மாறான உண்மைகளை மனதார ஏற்றுக்கொள்ளும் அவரது நேர்மையும், அறிந்த உண்மைகளை அது தமது கருத்தியலுக்கு எதிரானதாக இருந்த போதிலும், சொல்லத் துணிவதும் நாம் மதிக்கத்தக்க பண்புகளாகின்றன. நேர்மை, அறம், அன்பு ஆகியவற்றைக் காட்டிலும் வேறென்ன பண்பு மானுடமாக இருக்க முடியும்?

பரமசிவ அய்யர் எந்தச் சூழ்நிலையில் இதை எழுத நேர்ந்தார் என்பது நம் அனைவரது மனச்சாட்சியையும் உரசிப் பார்க்கக் கூடிய ஒரு நிகழ்வாக அமைகிறது. பல்வேறு அரசியல் நோக்கங்களுக்காக உருவாக்கப்பட்ட வரலாற்றுத் திரிபுகள் 'உண்மை'களாகவே இறுகி நாமறியாமலேயே நமது ஓர்மையின் ஓரங்கமாகிவிட்ட நிலையில் அதன் வெளிப்பாடுகள், சமகாலத்தில் மானிடர்களுக்கிடையே வெறுப்பையும், பகையையும் ஏற்படுத்திவிடலாகாது எனப் பரமேசுவரர் அடைந்த பதைபதைப்பு ஆகியன உன்னதமானவை.

மனிதன் ஒரு அரசியல் மிருகம் எனச் சொல்வது ரொம்பவும் ஆழமான அர்த்தங்களை உள்ளடக்கிய ஒன்று. அது ஏதோ ஒரு

அரசியல் கட்சியில் உறுப்பினராக இருப்பதையோ, அரசியல் பேசுவதையோ குறிப்பிடுகிற விஷயம் அல்ல. ஜியார்ஜியோ அகம்பன் போன்றவர்கள் குறிப்பிடுவது போல மனிதன் ஒரு *'Bios Politikon'*. அரசியலைத் தாண்டி அவனுக்கு உயிர் வாழ்க்கை கிடையாது. அரசியல் அவனுக்கு மறுக்கப் படும்போது அவன் வெற்று வாழ்க்கைக்கு *(Bare Life)*, அதாவது உயிர் மட்டுமே உள்ள ஒரு புழுவைப் போல ஆகிவிடுகிறான். சக மனிதர்கள், சமூகம் குறித்த எந்தக் கரிசனமும் இல்லாத முண்டங்களாக வாழ்வது குறித்த மன அதிர்வுகளை பரமசிவ அய்யரின் கரிசனம் நம்மில் ஏற்படுத்திவிடுகிறது என்பது மிகையல்ல. அரசியல் பேசுவது தேவையற்றது என்பதை ஒரு கொள்கையாக அறிவிப்பதன் மூலமும், மவுனமாக இருப்பதன் மூலமும் இந்த முண்டங்கள் வெறுப்பு அரசியலுக்கும் பாசிச உருவாக்கத்திற்கும் அளிக்கும் பங்களிப்பை நாம் கவனிக்காதிருக்க கூடாது

## மகாவித்வான் ரா.இராகவையங்காரின் ஆத்திசூடி உரை

மீனா தன்னுடைய புதிய கட்டுரைத் தொகுப்பை அனுப்பியிருந்தார். 'சித்திரம் பேசேல்' என்கிற தலைப்பு குறித்து முன்பே கூறியிருந்தார். வித்தியாசமான தலைப்பாக உள்ளதே எனக் கேட்டபோது 'ஆத்திசூடி'யில் உள்ள ஒரு நீதிமொழி என்று பதில் வந்தது. ஆத்திச்சூடியை நாம் எங்கே முழுவதும் படித்துள்ளோம், முதல் பத்து அல்லது இருபது நீதி மொழிகளைத்தான் பாடநூற்களில் கண்டிருக்கிறோம். இன்று மீனாவின் நூலில் அந்தத் தலைப்பைப் பார்த்தவுடன், சரி என்ன பின்னணியில் ஔவையார் 'சித்திரம் பேசேல்' எனச் சொல்லியிருப்பார் எனப் பார்த்துவிடலாமென ஆத்திசூடியைத் தேடினேன். பேராசிரியர் மு.சண்முகம் பிள்ளை பதிப்பித்த மகாவித்வான் இராகவையங்காரின் உரை கையில் அகப்பட்டது.

சென்ற நூற்றாண்டின் முக்கிய தமிழறிஞர்களில் ஒருவரான இராகவையங்கார் (1870 - 1946) சேது சமஸ்தான வித்வானாகப் பெயர் பெற்றவர். சமஸ்தானத்திலிருந்து ஆயுட்கால பரியந்தம் ரூபாய் 635 சன்மானமாகப் பெற்று வந்தவர். பாண்டித்துரைத் தேவர் முதலானோரின் முன் முயற்சியால் நான்காம் தமிழ்ச் சங்கம் எனப் பெயர் பெற்ற மதுரைத் தமிழ்ச் சங்கம் தொடங்கப்பட்டபோது (1901), அதன் பதிப்பு மற்றும் ஆய்வுத் துறைகளின் தலைவராக விளங்கியவர். சங்க நூல்கள் உட்படப்

பல அரிய நூற்களைப் பதிப்பித்தவர். 'தமிழ் வரலாறு', 'வஞ்சிமாநகர்' உள்ளிட்ட பல முக்கிய உரைநடை நூல்களையும் செய்யுள் நூல்களையும் எழுதியவர். அபிஞான சாகுந்தலத்தைத் தமிழில் பெயர்த்தவர். தனது 65வது வயதில் அண்ணாமலைப் பல்கலைக் கழகத்தின் ஆராய்ச்சித் துறைக்குப் பொறுப்பேற்று ஆறாண்டுகள் பணிசெய்து ஓய்வு பெற்றவர். சேதுபதி மன்னரின் உதவியோடு விவேகானந்தருடன் மேனாடுகளுக்குச் சென்றபோது அவருடன் நேரடியாகப் பழகும் வாய்ப்பைப் பெற்றவர்.

இன்னும் அவரது குறைந்தபட்சம் ஆறு நூல்கள் அச்சேறவில்லை என்பது வியப்பை அளிக்கிறது. ஆத்திச் சூடி உரைகூட அவரது மறைவுக்குப் பலகாலத்திற்குப் பின் 1985ல் தான் தஞ்சைத் தமிழ்ப் பல்கலைக் கழகத்தால் வெளியிடப்பட்டுள்ளது.

ஆத்திச்சூடி உரையில் அவரது பரந்துபட்ட நூலறிவு வெளிப்படுகிறது. பரிமேலழகரின் திருக்குறள் உரைப் பாணியில் இதை அவர் ஆக்கியுள்ளார். ஒவ்வொரு நீதிமொழிக்கும் அதனளவில் பொருளுரைப்பதோடு நில்லாமல் ஒட்டுமொத்தமாய் ஔவை முன்வைக்கும் அறம் குறித்த ஒரு வாதத்தின் *(argument)* ஒரு இடைக்கண்ணி என்கிற வகையிலும் முன் பின் மொழிகளுடன் தொடர்புபடுத்திப் பொருளுரைக்கும் பாங்கு குறிப்பிடத்தக்கது. ஆத்திச்சூடியில் 108 நீதிமொழிகள்தான் உண்டு என நாம் அறிந்துள்ளோம். வழக்கிலுங்கூட 'நூற்றெட்டு அறங்கள்' என்றே சொல்வதுண்டு. தனது உரைப்பாயிரத்தில் இராகவையங்காரும் அதையே கூறியபோதும் அவரது உரை 109 மொழிகளைக் கொண்டுள்ளது நமக்கு வியப்பளிக்கிறது. ககர வர்க்க வரிசையில் 43ம் மொழியாக 'கௌவை அகற்று' எனும் மொழியைத் தன்னிச்சையாக இணைத்துக் கொண்டதற்கு இராகவையங்கார் ஏதும் விளக்கம் அளிக்கவில்லை. பதிப்பித்த சண்முகம் பிள்ளையவர்களாலும் காரணங் கூற இயலவில்லை. 'பழி ஏற்படுத்தும் சொற்களைத் தவிர்க்க' என்பது கௌவை அகற்று என்பதற்குப் பொருள்.

சுமார் இரண்டு மணி நேரங்கள்தான் அந்நூலைப் புரட்டினேன்.

பிறிதொரு சந்தர்ப்பத்தில் விரிவாக மனதூன்றிப் படிக்க வேண்டும்.

'தையற்சொற் கேளேல்' என்கிற 63ம் மொழிக்கு இராகவர் அளித்துள்ள விளக்கம் கண்டு ஒருகணம் அதிர்ந்து போனேன். 'பெண்டாட்டி சொல்லைக் கேளாதே' என்பதுதான் இதற்கான பாரம்பரிய உரை. மற்ற இரு முக்கிய ஆத்திச்சூடி உரைகாரர்களான ஆறுமுக நாவலரும், ந.மு.வேங்கடசாமி நாட்டாருங்கூட இந்தப் பொருளையே வலியுறுத்தியுள்ளனர். தந்தைவழிச் சமூக ஆணாதிக்கக் கருத்துநிலையை உயர்த்திப் பிடித்து எழுதப்பட்ட இவ்வுரைக்கு ஒரு மாற்றாக எவ்வாறு அயோத்திதாச பண்டிதர் ஒரு மாற்று உரையை எழுதியுள்ளார் என்பதை வியந்து நான் மிக விரிவாக எழுதியுள்ளேன் ('உடைபடும் மௌனங்களும் சிதறுண்ட புனிதங்களும்' என்கிற எனது பெருந்தொகுப்பில் உள்ள 'தமிழ் நவீனமான கதை' கட்டுரையைக் காண்க). 'தையற்சொல் கேளேல்' என்பதற்கு 'பிறர் மனத்தைக் குத்தித் தைக்கும் (அதாவது துன்புறுத்தும்) சொற்களுக்குச் செவிகொடேல் என்பது பண்டிதரின் உரை.

மகாவித்வான் இராகவையங்கார் பாரம்பரிய உரைக்கு ஒரு இடமளித்தபோதும் தனக்கே உரித்தான பார்வையுடன் முற்றிலும் வேறுபட்ட ஒரு மாற்று உரையை அவர் முன்வைத்துள்ளது என்னை ஒரு கணம் அசத்தியது.

"பெண்டாட்டி சொல்லைக் கேட்டு ஒழுகற்க என்றவாறு" என முதலில் மரபுவழி உரையைத் தந்துவிடுகிறார். பிறகு அதற்கோர் ஆறுதலாக "தையல்பால் (பெண்டாட்டியின் மீது) வைத்த அன்பின் மேலீட்டால் அவளுடைய சொல்லில் குற்றம் தோன்றாது ஒழுகுவான் என்பது கருதி அதனை விலக்கினார்" என்றொரு விளக்கம் சொல்வார். அதாவது பெண்கள் என்றாலே சரியாகக் கருத்துரைக்க மாட்டார்கள் என்பதல்ல, யாரும் தவறு செய்யக் கூடும், அது மனைவியாய் இருக்கும் பட்சத்தில் அன்பின் மிகுதியால் அந்தத் தவறு கண்ணில் படாது போய்விடும் ஆபத்திலிருந்து தப்பிக்கவே ஔவை அவ்வாறு கூறலாயிற்று என்கிற இராகவையங்காரின் விளக்கம் நிச்சயம்

மரபுரைகளிலிருந்து ஒரு படி முன்னேற்றமான விளக்கந்தான். தவிரவும் பிந்தைய மொழியொன்று “மேன்மக்கள் சொற்கேள்” (95) என்பதாக உள்ளதைச் சுட்டிகாட்டி, ‘மேன்மக்கள்’ என்பதில் பால் வேற்றுமை காட்டாமையால் ஒட்டுமொத்தமாய்ப் பெண்கள் சொல்லைக் கேளாதே எனத் தையல் சொல் கேளேலுக்குப் பொருள் கோடக் கூடாது என்று இன்னொரு ஆறுதல் விளக்கமும் அளிப்பார்.

இராகவையங்கார் அத்தோடும் நிறுத்தவில்லை. இதனை அவ்வையின் தொடர் வாதில் ஓர் இடைக்கண்ணியாகப் பாவித்து முற்றிலும் ஒரு மாற்று உரையைத் தந்துவிடுகிறார், ஆத்திச்சூடியில் இதற்கு முந்தைய நீதி மொழி “தேயத்தோடு ஒத்து வாழ்” (62) என்பது. “பல்வேறு வகைப்பட்ட தேயத்தார் பலரோடும் மனமொத்து வாழ்க என்றவாறு” என்பது இதற்கான அவர் உரை. இதையும் கூட, “உன் நாட்டில் வாழும் பலதிறப்பட்ட மக்களுடன் பகையின்றி வாழ்” என்பதுபோல முடித்து விடாமல்,

“ஒத்துவாழ் என்றதனால் தேயத்தார் பல்வேறு வகைப்பட்டு ஒவ்வாதிருத்தல் புலனாயது. ஊழாற் பல்வேறு வகைப்படுதலாவது உயர்சாதி தாழ்சாதி, அறிவு அறிவின்மை, செல்வம் வறுமை, உயர்மதம் தாழ்மதம் இவற்றானும் பிறவாற்றானும் பலதிறப்படுதல்.”

என விரித்துரைக்கிறார், சாதி, மதம் உள்ளிட்ட வேறுபாடுகள் ஊழ்வினைப் பயன் என்கிற அளவிலேயே அவர் நின்றுபோனபோதும், இப்படிப் பலதிறப்பட்ட மற்றமைகளோடும் (other) “ஒத்தொழுகாமைக்கண் வாழ்வில்லை” என்கிற அளவிற்கு அவரது பொருள் விளக்கம் விரிவது குறிப்பிடத்தக்கது.

இனி, இதற்கடுத்து அமைந்துள்ள மொழியான “தையற்சொற் கேளேலு”க்குத் திரும்புவோம். இதற்கு மரபுரைகளை மீறி இராகவர் அளிக்கும் விளக்கம் இப்படிச் செல்கிறது:

“மேல் (முந்தைய மொழிவில்) ‘ஒத்துவாழ்’ என்றார். அங்ஙனம் ஒத்துவாழ்தற்குரிய சொல்லையல்லது சேர்த்தலல்லாத சொல்லை

யார் வாயினுங் கேளற்க என்றாரெனினும் அமையும். தைத்தல் - சேர்த்தல்; 'தைஇ' என்பதனானுணர்க. தையல் சொல் சேர்த்தல் அல்லாத சொல்"

அதாவது ஒத்துவாழ்தல் குறித்து முன்மொழிவில் சொல்லும் ஔவை அடுத்த மொழிவில் அதற்கான வழியை மொழிகிறார் என்பது இராகவர் கருத்து. அதென்ன? "ஒத்துவாழ்தலுக்கு எதிரான சொல்லைக் கேளாதே" என்பதுதான் அவ்வழி. 'தையல்' என்கிற சொல்லுக்குப் பெண் என்கிற பொருள் தவிர (சேர்த்துத்) தைத்தல் என்றொரு பொருளுமுண்டு. எனவே (பலதிறத்தாரும்) சேர்ந்து வாழ்தற்கு எதிரான சொல்லைச் சொல்லாதே என்பதாக இராகவரின் பொருள் அகல்கிறது. இன்றைய அரசியல் மொழியில் இதனை "வெறுப்புப் பேச்சுக்களைத் தவிர்" *(Avoid Hate Speeches)* எனலாம்.

இப்படியான ஒரு மாற்று விளக்கத்தை ஆறுமுக நாவலர், வேங்கடசாமி நாட்டார் முதலானோர் முயலவில்லை என்பது கவனத்திகுரியது.

ஆத்திசூடியைப் புரட்டிக் கொண்டிருக்கும்போது இப்படிப் பல அம்சங்கள் கவனத்திற்பட்டன. 94ம் மொழி, "மெல்லினல்லாள் தோள்சேர்" என்பது. "மென்மையுடைய இற்கிழத்தியாகிய நல்லவள் தோள்களைப் புணர்க என்றவாறு" என இதற்கு இராகவர் உட்பட அனைவரும் பொருளுரைப்பர். 96ம் மொழி, "மைவிழியார் மனையகல்" என்பது. "மை தீட்டிய கண்ணினையுடையார்க்குரிய மனைகளை நெருங்காமற் செல்க என்றவாறு" என்பது பொருள். அதாவது கணிகையர் மனைக்குச் செல்லாதே என இராகவரும் ஏனையோரும் இதற்கு விளக்கம் அளிப்பர்.

இவ்விரு கருத்துக்களையும் சுருங்கச் சொல்வதாயின் 'மனைவியுடன் இன்பம் அநுபவி, கணிகையரிடமிருந்து விலகு' என அமையும். ஆனால் இவ்விரு மொழிகளிலுமே 'மனைவி' என்றோ 'கணிகை' என்றோ வேறுபடுத்தி ஏதும் சொல்லவில்லை. வெறுமே 'மெல்லினல்லாள்', 'மைவிழியார்' என்றே சொல்லப்படுகிறது. எனில் எப்படி மனைவி என்றும்

கணிகை என்றும் வேறுபடுத்திப் பொருள் கோடற்படுகிறது. "மென்மையான நல்லவள்" என மென்மையும் நன்மையும் மனைவிக்குரித்தாக்கப் படுகிறது. 'மை தீட்டிய விழிகள்' என்பது அலங்கரித்து நிற்றலைக் குறிக்கிறது. கணிகைக்குரிய பிற ஆடவரை ஈர்க்கும் பண்பு இதன்மீது ஏற்றப்படுகிறது. ("மாயப் பொய் கூட்டி மயக்கும் விலைக் கணிகை" என்பது பரிபாடல்). தவிரவும் இற் கிழத்திகள் (குடும்பப் பெண்கள்) இப்படி அலங்கரித்து நிற்றல் ஆகாது என்றும் பொருளாகிறது.

மைவிழி என்பது கணிகையையே குறிக்கிறது என்பதற்கு இராகவர் வேறு இரு விளக்கங்களையும் சுட்டுகிறார். "கணிகையர்க்கு வைதவ்வியமே இல்லாமை பற்றி 'மைவிழியார்' என்றார்" என்பது ஒரு விளக்கம். மற்றது இங்கு மனை என்பது 'கணிகைக் கிருகமாயிற்று; அல்லது மகளிர்க்குரியதாகாமையின்" என்பது. வேறொன்றுமில்லை. ஒரு மனையை அவ்வீட்டுக்குரிய ஆணை முன்வைத்தே அடையாளப்படுத்த இயலும். மனை மகளிர்க்குரியதன்று. ஒரு மனை, மகளிரால் அடையாளப்படுத்தப் படுகிறதெனில் அது கணிகையர் மனையாகத்தான் இருக்க இயலும்.

ஆகா, மொழி எப்படிக் கலச்சாரத்தால் கட்டமைக்கப் படுகிறது பாருங்கள். "'மெல்லினல்லாள் தோள்சேர்' மற்றும் 'மைவிழியார் மனையகல்' ஆகிய இரு ஔவை மொழிகளையும் நேரடியாக ஆங்கிலத்தில் பெயர்த்து விளக்கங்களின்றிப் பதிப்பித்தால் அதை வாசிக்க நேரும் ஒரு மேற்குலக வாசகி இதை எப்படிப் பொருள்கொள்வாள். அவளால் இரண்டையும் இவ்வாறு வேறுபடுத்திப் பொருள் கொள்ள இயலுமா? மொழிபெயர்ப்பு சாத்தியமில்லை, மொழி அப்பாவித்தனமானதல்ல என்பவற்றிற்கு இது ஒரு எடுத்துக்காட்டு.

'சக்கர நெறிநில்' (44) என்பது இன்னொரு ஆத்திசூடி மொழி. 'ஆக்ஞா சக்கரம்', அதாவது அரசாணையின்படி ஒழுகு என்பது இராகவர் உள்ளிட்டு அனைவரும் அளிக்கும் பொருள். 'தெய்வ மிகழேல்' (61) என்பது இன்னொரு மொழி. நாவலரும் நாட்டாரும் 'தெய்வம்' என்பதற்கு தெய்வம் என்றே பொருள்

கொள்கின்றனர். இராகவர் இதற்கு 'ஊழூண்மை' எனப் பொருள் கொள்கிறார். இங்கும் முந்தைய மொழியுடன் தொடர்புபடுத்தி அவர், 'நன்மை தீமைகளைச் சீர்தூக்கி நீ செய்கிற ஒரு வினை உனக்குத் துன்பந் தருவதாக அமையின் அதற்காக தெய்வத்தை இகழாதே, இது ஊழ்வினைப் பயன் என உணர்' என்கிற ரீதியில் பொருள் சொல்கிறார். 'சாஸ்திராப்ரவ்ருத்தி' என்கிற வைதிக நெறி நின்றே இராகவையங்கார் இதைக் கூறினும், ஊழை வலியுறுத்தும் வகையில் சமண/ ஆசீவகச் சிந்தனை மரபில் வைத்தும் இதைக் காண இயலும். சக்கர நெறிநில், தெய்வம் இகழேல் முதலானவற்றை அடிகொண்டு ஆத்திசூடிக்கு ஒரு அவைதீக உரை எழுத இயலுமா?

'சித்திரம் பேசேல்' இல் தொடங்கி எங்கெங்கோ போயாயிற்று. 'சித்திரம்' என்பதற்கு 'மெய்போலத் தோன்றும் பொய்மொழிகள்' என்றே நாட்டாரும் நாவலரும் உரை பகர்கின்றனர். மீனாவும் தன் நூலுக்கு இந்தப் பொருளிலேயே தலைப்பிட்டுள்ளதாகக் கூறுகிறார். மகாவித்வான் இராகவையங்கார் வழக்கம்போல முந்தைய மொழிகளுடன் தொடர்புபடுத்தி, சித்திரம் என்பதற்குக் 'கைவன்மையால் எழுதிக்காட்ட வேண்டிய ஒன்று' எனச் சற்றே வேறுபட்ட பொருள் கொள்கிறார். 'சித்திரம் பேசேல்' என்பதற்கு அவரளிக்கும் பொருள் வருமாறு:

"அச் சான்றோர் முன்னே கைவன்மையால் எழுதிக்காட்ட வேண்டிய சித்திரம் போன்ற தொன்றை வாய்வன்மையாற் பேசற்க என்றவாறு"

இதற்கு முந்தைய மொழி சான்றோரைத் துணைக்கொள்வது குறித்தது. அதற்கான ஒழுக்கங்களில் ஒன்றாகவே சித்திரம் பேசேல் என்கிற அடுத்த மொழி கூறப்படுகிறது என்கிறார் இராகவர். 'சித்திரம்'. என்பதற்கு இங்கவர் மிகவும் மேன்மையான ஒரு பொருளைக் கொள்கிறார். "சித்திரம் போலச் செயற்கரியதைச் செய்க என்பது நோக்கு. இதனால் இவ்வாசிரியர் (அதாவது ஔவை) சித்திர வினையைப் பெரிதும் மதித்தனர் என்பது உய்த்துணரலாகும்" என்பது இராகவர் கூற்று. செய்து காட்ட வேண்டிய ஒன்றைச் செய்து காட்டுவதே அருமை. செய்து

காட்டாமல் வெறுமே சான்றோர் முன்னே வாய்ச் சவடால் காட்டற்க என்பதாகச் சித்திரம் பேசேலுக்கு இராகவையங்கார் பொருள் கொள்கிறார்.

இந்தப் பொருளும் மீனாவின் நூலுக்கு இன்னும் பொருத்தமானதே.

*(கவிஞர் இன்குலாப் எழுதி மங்கை குழுவினரால் அரங்கேற்றப்பட்ட 'ஔவை' நாடகத்திற்கு நான் எழுதிய விமர்சனத்தில் (பாட்டும் கூத்துமாய் மேடை ஏறிய பாடினி ஔவை) ஆத்திசூடி குறித்து வேறு சில பார்வைகளை முன்வைத்துள்ளேன். 'பின் நவீனத்துவம் இலக்கியம் விமர்சனம்" நூற்தொகுப்பில் அதைக் காணலாம்.)*

# சஞ்சை சுப்ரமணியத்தின் பார்வையில் இந்திய மற்றும் ஐரோப்பிய மதச் சார்பின்மைகள்

*வா*ழும் இந்திய வரலாற்றறிஞர்களில் மிக முக்கியமானவர் சஞ்சை சுப்பிரமணியம். டி.டி.கொசாம்பி, ரொமிலா தபார் ஆகியோரளவு சாதாரண மக்கள் மத்தியில் இவர் அறிமுகமாகவில்லை ஆயினும் அவர்களளவிற்கு மிக முக்கியமானவர் சஞ்சய். சமகால அரசியலில் வரலாறு மிக முக்கிய பங்கு வகிக்கும் இன்றைய சூழலில், வரலாற்றின் பெயரிலான குருட்டுத்தனத்தை *(obscurantism)* எதிர்கொள்ள கொசாம்பி, ரொமிலா முதலானோர் நமக்குப் பெரிதும் உதவினர். 15 முதல்18ம் நூற்றாண்டு வரையிலான காலத்திய "நவீனத்துவ" வரலாற்றாசிரியரான சஞ்சையின் "இணைப்புண்ட வரலாறு" *(connected history)* எனும் கருத்தாக்கத்தையும் வாசித்துச் செரித்திருந்தோமானால் இந்தியச் சூழலில் 'மதச்சார்பின்மையின்' பொருளை நாம் இன்னும் சிறப்பாக விளங்கிக் கொண்டிருக்கவும், வரலாற்றின் பெயரிலான குருட்டுத்தனங்களை இன்னும் கூர்மையாக எதிர் கொண்டிருக்கவும் இயலும் எனத் தோன்றுகிறது.

இந்த நோக்கில்தான் சுமார் ஏழு ஆண்டுகளுக்கு முன் 'தீராநதி' இதழில் இரு மாதங்கள் சஞ்சை சுபிரமணியம் குறித்தும், அவரது வரலாற்றுக் கோட்பாடு குறித்தும் எளிய முறையில்

கவனம் ஈர்த்திருந்தேன், எனினும் தொடர்ந்து அதனை அடுத்த கட்டத்திற்கு கொண்டு செல்ல எனக்கும் வாய்க்கவில்லை.

வரலாற்றைத் தேசிய எல்லைக்குள்ளோ, இல்லை ஒரு பண்பாட்டு எல்லைக்குள்ளோ மட்டும் சுருக்கி விடாமல் உலகளாவிய தொடர்புகளுடன் இணைத்துப் புரிந்து கொள்வதன் மீது சஞ்சை கவனத்தை ஈர்க்கிறார். வரலாறு என்பது நமக்கு வேத, சங்க காலங்களுடனோ, இராமயண, மகாபாரதங்களுடனோ, இல்லை பவுத்த, சமண, சோழ காலங்களுடனோ முடிந்துவிடவில்லை. இன்றைய இந்திய உருவாக்கத்தில் இந்தக் காலங்களைப் போலவே பதினைந்தாம் நூற்றாண்டுக்குப் பிந்திய காலங்களும் மிக மிக முக்கியமானவை. எனினும் நாம் அதற்குரிய முக்கியத்துவத்தை அளிப்பதில்லை. ஏராளமான இலக்கியங்கள், வரலாறு எழுது முயற்சிகள், மத, தத்துவச் சொல்லாடல்கள், சகல துறைகளிலும் வெளிநாட்டாரின் தொடர்புகள் நிகழ்ந்த இக்காலகட்டம் மிகமிக முக்கியமான ஒன்று. இந்தக் காலகட்டத்தையும், இன்றைய வரலாற்றுருவாக்கத்தில் அதன் பங்களிப்பையும் விளங்கிக் கொள்ள சஞ்சையின் அணுகல் முறைகளும் அவர் இது தொடர்பாக எழுதியுள்ள பதினைந்துக்கும் மேற்பட்ட நூற்களும் பெரிதும் உதவும்.

சஞ்சையின் மிகச் சில கட்டுரைகள், விவாதங்கள், நேர்காணல்கள், அவரது நூற்கள் குறித்த விமர்சனங்கள் ஆங்கில இதழ்களில் வெளிவந்துள்ளன. ‘அவுட்லுக்’ இதழில் அஷிஷ் நந்தியின் கருத்துக்களை மிகக் கடுமையாக அவர் விமர்சித்து எழுதிய குறுங்கட்டுரை பலரது கவனத்தையும் ஈர்த்த ஒன்று,

“மதச்சார்பின்மை” எனும் கருத்தாக்கம் மேலைச் சூழலிலும் இங்கும் எப்படி வேறுபட்டு உள்ளது என்பது குறித்த அவரது கவன ஈர்ப்பும், இவற்றை ஒன்றே போலக் கருதி ஒன்றை மற்றவற்றால் அளக்க முயல்வதின் பிழைகளையும் சஞ்சை தொடர்ந்து சுட்டிக்காட்டி வருவது மிக முக்கியமான ஒன்று, மேலைச் சூழலில் உள்ளது போன்ற இறுக்கமாக வரையறுக்கப்பட்ட மதக் கட்டமைப்பு இங்கிருந்ததில்லை. மேலைச் சூழலில் *secularism* என்பது இந்த மத இறுக்கத்திலிருந்து நிறுவனங்களைப்

பிரித்து நிறுத்துவதாக இருந்தது. அந்தத் தேவையை மக்கள் எளிதில் உணரக் கூடிய நிலை அங்கிருந்தது. இங்கு அப்படி இறுக்கமாக வரையறுக்கப்பட்ட ஒற்றை மதம் இல்லாதது மற்றும் வலிமையான மக்கட் தொகுதிகளுக்கிடையிலான (*communities*) அதிகார ஊடாட்டம் முதலியன அந்தத் தேவையை இங்கு உருவாக்கவில்லை. இத்தகைய மக்கட் தொகுதிகள், நாடு, பெரிய நாடு, வலங்கை, இடங்கை முதலான அமைப்புகள் ஆகியன ஒருவகையான 'போட்டி இறையாண்மைகளாக' (*contested sovereignty*) அமைந்திருந்தன. இது இங்கு ஒருவகையான அதிகாரப் பகிர்வை ஏற்படுத்தி இருந்ததும் மேலைச் சூழலில் நடந்தது போன்ற அரசியல் முதலானவற்றிலிருந்து மதத்தைப் பிரித்தல் என்பதுபோல ஒரு *secularisation* இங்கு உருவாகாமற் போனதற்கான காரணங்கள் எனலாம். இது குறித்தெல்லாம் நாம் மேலும் விளங்கிக் கொள்ள சஞ்சை நமக்குப் பெரிதும் பயன்பட வாய்ப்புள்ளது.

இங்கு மதநீக்கம் (*secularisation*) என்பது வெறுமனே மதத்திலிருந்து நிறுவனங்களைப் பிரிப்பது என்கிற அளவில் நிற்காமல், மேலும் அதிகமான ஆழமும், முக்கியத்துவமும் மிக்க கருத்தாக்கமாக உள்ளது; அது முற்றிலும் ஒரு இந்திய வகைப்பட்ட கருத்தாக்கம் என்னும் சஞ்சையின் கருத்து, அசிஷ் நந்தி போன்றோரின் இந்துப் பாரம்பரியமே *secular* ஆனது என்னும் கருத்திலிருந்து மிக நுண்மையாகவும், வன்மையாகவும் வேறுபடுவது குறிப்பிடத் தக்கது. அதாவது நந்தி போன்றோர் மதநீக்கம் (*secularism*) குறித்த மேலைக் கருத்தாக்கத்தை அப்படியே ஏற்று அது இந்தியாவில் பாரம்பரியமாக இருந்து வந்தது எனச் சொல்ல, சஞ்சையோ இங்கு *secularism* என்பதன் பொருளே வேறு எனச் சொல்வதிலுள்ள நுணுக்கமான வேறுபாடு முக்கியமானது.

இனி சஞ்சை சுப்பிரமணியத்தின் நேர்காணல் ஒன்றைப் பார்க்கலாம். இது நவம்பர் 30, 2013 ஆங்கில 'இந்து' நாளிதழில் வெளி வந்துள்ள நேர்காணல். நேர்கண்டது: வைஜு நரவேன். தலைப்பு: "இந்தியாவின் மதச்சார்பின்மை என்பது பல்வேறு சமூகப் பிரிவுகளிடையே சமரசம் செய்வது என்கிறார் சஞ்சை சுப்ரமண்யம்"

***நீங்கள் நவீனத்துவம் குறித்த வரலாற்றாசிரியர். நாம் தற்போது என்ன வகையான விலகல்கள் மற்றும் எழுச்சிகளைச் (shifts and upheavals) சந்தித்துக் கொண்டுள்ளோம்?***

*அரசியல் அமைப்புகள் என்கிற வகையில் பல விலகல்கள், எழுச்சிகள் ஏற்பட்டுள்ளன. எனது ஆய்வுக்குட்பட்ட 17ம் நூற்றாண்டு உண்மையில் முடியாட்சிகளால் நிரம்பியது. இடப் பெயர்வுகளுக்கான தொழில் நுட்பங்கள், பயண வசதிகள் ஆகியவற்றில் இன்றைய மாற்றங்கள் வெளிப்படுகின்றன, தொலைவு மற்றும் சமூக உறவுகள் குறித்த கருத்தாக்கங்கள். குடும்பம் வரையிலான சமூகக் குழுக்கள் பற்றிய கருத்தாக்கங்கள் எல்லாவற்றிலும் மாற்றங்கள் ஏற்பட்டுள்ளன.*

***புலப் பெயர்வு வடிவங்களில் என்ன மாற்றங்கள் ஏற்பட்டுள்ளன? நீண்ட காலப் போக்கில் இவை எவ்வாறு மாறியுள்ளன? புலப் பெயர்வு குறித்த விவாதம் எப்படி மாறியுள்ளது?***

*முன்னர் புலப்பெயர்வு அலைகள் என்பன பேரரசு உருவாக்கம் மற்றும் ஏகாதிபத்திய விரிவாக்கம் ஆகிய பின்னணியில் நிகழ்ந்தன. எடுத்துக்காட்டாக காலனிய அமெரிக்காவில் ஏற்பட்ட புலப் பெயர்வு. ஏன் 19ம் நூற்றாண்டின் பிற்பகுதி மற்றும் இருபதாம் நூற்றாண்டில் நடைபெற்றவையும் கூட ஏகாதிபத்தியப் பரம்பல் என்கிற பின்னணியில்தான் நடைபெற்றன. அப்போது முன்வைக்கப்பட்ட வாதங்களை நாம் இப்போது ஏற்க மாட்டோம். “ஆளில்லாத நிலங்களில்” குடியேற்றங்கள் நிகழ்வதாக அப்போது சொல்லப்பட்டது. 1940, 50 களில் ஆஸ்திரேலியாவிலும் கூட இப்படிப் பேசப்பட்டது. முதல் உலகப் போர் மற்றும் மாபெரும் பொருளாதாரச் சரிவு ஆகியவற்றிற்குப் பின் வெள்ளையர்களின் புலப்பெயர்வு என்பது சிறுபான்மை ஆகிவிட்டது.*

*நாம் இப்போது காண்பது ஐரோப்பா அல்லாத பகுதிகளிலிருந்து ஏற்படும் புலப் பெயர்வு. இவை (பேரரசு உருவாக்கம் என்பதுபோல) அரசியல் மறு சீரமைப்பு என்கிற பின்னணியில் நடைபெறுவதல்ல இது. இன்றைய கட்டமைக்கப்பட்ட அரசுகள்*

*(Constituted States)* இதை எதிர்க்கின்றன. மாற்றங்களைத் தம் கட்டுப்பாட்டுக்குள் வைக்க முனைகின்றன. இன அடிப்படையில் அல்லது தொழில் அடிப்படையில் ஒரு வகையான புலப்பெயர்வுகளைக் காட்டிலும் இன்னொரு வகையான புலப் பெயர்வுகளுக்கு முன்னுரிமை அளிக்கின்றன. எப்படியாயினும் உலக மக்கள் தொகைச் செறிவு இப்படி சமச்சீரற்றதாக உள்ள வரையில் இத்தகைய 'அட்ஜஸ்மென்ட்'கள் இருக்கத்தான் வேண்டும்.ஆனால் விரிவான விசாலமான விவாதங்களைச் செய்வது ஒன்று; எவ்வாறு மக்கள் இடம் பெயர்கின்றனர், எவ்வாறு அவர்கள் இதற்கு அனுமதிக்கப்படுகின்றனர் என்கிற உண்மையை எதிர்கொள்வது இன்னொன்று,

***வரும் ஆண்டுகளில் பன்னாட்டளவிலான இழுபறிகள் (tensions) அதிகம் உருவாகும் என எதிர்பார்க்கிறீர்களா? இஸ்லாம் மற்றும் புலப்பெயர்வு குறித்த அச்சத்தோடு அது பிணையுமா? ஒன்றோடொன்று பிணைந்த இரட்டை இழுபறிகளாக அவை அமையுமா?***

ஆம், நிச்சயமாக. தற்போது, அமெரிக்காவைப் பொருத்த மட்டில் அவர்களின் அச்சம் லத்தீன் அமெரிக்காவிலிருந்து மேற்கொள்ளப்படும் புலப் பெயர்வு. ஆனால் ஐரோப்பாவில் இப் பிரச்சினை வேறு வகையாக முன்வைக்கப்படுகிறது. சில நேரங்களில் இஸ்லாம் பற்றிய பிரச்சினை ஒரு சாக்காக முன்வைக்கப்படுகிறது. ரோமா மற்றும் ஜிப்சிகள் குறித்த பிரச்சினையை எடுத்துக் கொள்ளுங்களேன். இஸ்லாமுக்கும் அதற்கும் எந்தத் தொடர்பும் இல்லை. ஆனாலும் அபத்தமான கருத்துக்கள், குழந்தைகளைத் திருடிச் செல்பவர்கள் என்பது போன்ற மத்திய கால மூட நம்பிக்கைகள் மீண்டும் மேலுக்கு வருகின்றன. இன்னும் ஆழமான பெரிய ஒரு மனநோயின் இருப்பை இது சுட்டிக்காட்டுகிறது. ஃப்ரான்சிலும் இத்தாலியிலும் ஏராளமாக வங்க தேசத்தவர்கள் உள்ளனர். ஆனால் யாரும் அவர்களை முஸ்லிம்களாகப் பார்ப்பதில்லை. இன்னொரு பக்கம் இந்தத் துருக்கியர்கள்.மேற்குலகு நீண்ட நாட்களாக அவர்களுடன் தொடர்பில் உள்ளது. அவர்களும் சென்ற நூற்றாண்டில் "மேற்கத்தியர்களாக' ஆகும் விருப்பத்தில் தம்

கலாச்சாரத்தின் ஒரு பகுதியையே உதறிவிடவும் முயற்சித்தனர். ஆனால் ஐரோப்பிய யூனியனில் சேர முயற்சித்தபோது அவர்கள் விரட்டியடிக்கப்பட்டனர். துருக்கியைக் காட்டிலும் கிரேக்கம்தான் ஐரோப்பாவுடன் அதிகமான பொதுமை அம்சங்களைக் கொண்டுள்ளது!

**புல நுழைவு குறித்த பிரசினை என்னை மதச்சார்பின்மை குறித்த கேள்விக்கு இட்டுச் செல்கிறது. மதசார்பின்மையைக் கடைபிடிப்பதில் இந்தியாவுக்கும் ஃப்ரான்சுக்கும் இடையே என்ன முக்கிய வேறுபாட்டைக் காண்கிறீர்கள்?**

இந்த அம்சத்தில், இந்தியாவுக்கும் ஃப்ரான்சிற்கும் இடையிலான வேறுபாடு இரண்டு அம்சங்களில் வெளிப்படுகிறது. முதலில் மதச் சார்பின்மை என்பதற்கும் "*laicite*" என்கிற ஃப்ரெஞ்ச் கருத்தாக்கத்திற்கும் உள்ள வேறுபாடு. (*laicite:* மத நிறுவனங்களுக்கு அப்பாற்பட்ட மக்கட் தொகுதி; *laymen, laity* என்பது போல. இதன் பொருள் அவர்கள் மதநம்பிக்கை அற்றவர்கள் என்பதல்ல; மத ஊழியத்திற்கு அப்பாற்பட்ட சாதாரண மக்கள்). அடுத்ததாக, தற்போது பயிலப்படுகிற நிறுவன நடைமுறைகள் சார்ந்த வேறுபாடு.

இந்த மத நிறுவனங்களுக்கு அப்பாற்பட்ட மக்கட் தொகுதியின் உருவாக்கத்தை மதப் போர்களின் பின்னணியிலிருந்து பார்க்க வேண்டும். ஃப்ரெஞ்சுப் புரட்சி மற்றும் அதற்குப் பின் உள்ள வரலாற்றின் பின்னணியில் பார்க்க வேண்டும். கத்தோலிக்க நிறுவனத்திற்கு அதிகாரத்தில் ஒரு பங்கிருக்கிறது, அது பல்வேறு மட்டங்களில் பிரச்சினைகளுக்குக் காரணமாகிறது என அப்போது கருதப்பட்டதை அந்தப் பின்னணியிலிருந்து பார்க்க வேண்டும். எனவே கத்தோலிக்க நிறுவனத்தின், அதாவது மதத்தின் பிடியிலிருந்து அரசை விடுவிக்க வேண்டும் என்கிற நிலைபாட்டை இங்கு நாம் சந்திக்கிறோம். இன்றும் கூட இஸ்லாம் மற்றும் முஸ்லிம் பிரச்சினை முன்வைக்கப்படும்போது, அது அடி மன ஆழத்தில் கத்தோலிக்க நிறுவனப் பிடி குறித்த அச்சமாகவே உள்ளது. முகத்திரை (ஹிஜாப் / *veil*, ஃப்ரெஞ்சில் *voil)* பற்றிப் பேசும்போது அவர்களுக்குக் கத்தோலிக்கக்

கன்னிமார்களே நினைவில் நிற்கின்றனர். ஃப்ரெஞ்சுக்காரர்களில் பலர் இன்று இஸ்லாத்தைப் பெண்கள் மீதான ஒடுக்குமுறை நிறுவனமாகக் காண்பதன் பின்னணியாக ஒரு காலத்தில் கிறிஸ்தவத்தை அவர்கள் அப்படிப் பார்த்த பார்வை அமைகிறது.

இந்தியாவில் நாம் வேறொரு சூழலை எதிர்கொள்கிறோம். மிக நீண்ட காலமாக, முஸ்லிம் அரசமைவுகள் இங்கு உருவான காலந் தொடங்கி, பல்வேறுபட்ட சமூகப் பிரிவுகளுக்கிடையேயான சமநிலையில் மாற்றங்கள் நடந்து கொண்டே இருந்துள்ளது. வரையறுக்கும் நிறுவனங்களின் அடிப்படையில் கட்டமைக்கப்பட்ட இந்து மதம் என ஒன்று இல்லாமையினால், அரசிலிருந்து மதத்தைப் பிரித்து விடுவதுதான் ஒரே வழி என யாரும் இங்கே எக்காலத்திலும் நினைத்ததில்லை. பல்வேறு சமூகப் பிரிவுகளுக்கிடையே *mediate* பண்ணி *balance*.பண்ணுவதே இங்கு பிரச்சினையாக இருந்தது. அரசன் மருத்துவனாகவும், அவனது ஆளுகைக்குட்பட்ட நாடு, சிகிச்சை வேண்டி அவன் முன் கிடத்தப்பட்ட உடலாகவும் உருவகிக்கப்பட்டது. (வாதம், பித்தம், சிலேட்டுமம் முதலான - *humours*) பல்வேறு கூறுகளுக்கிடையே *balance* பண்ணி சமூக ஆரோக்கியத்தைக் காப்பது அரசனின் பணியாகக் கருதப்பட்டது.

**ஃப்ரான்ஸ், பெல்ஜியம், ஸ்விட்சர்லாந்த் முதலான நாடுகளில் முஸ்லிம்களுக்கு எதிராக இயற்றப்படும் ஏராளமான சட்டங்களின் ஊடாக சமூகங்களுக்கிடையே காக்கப்பட வேண்டிய சம நிலை தவறுகிற அத்துமீறல் நிகழ்வதாகக் கருதலாமா?**

ஆம், அவர்கள் தம் சிந்தனை முறையை அவர்களாகவே மறு வரையறை செய்து கொள்ளக்கூடிய திறன் உடையவர்களாக உள்ளார்களா என்பதுதான் இப்போது பிரச்சினை. குறிப்பாக ஃப்ரான்ஸ், மதத்தை அரசிலிருந்து பிரிப்பதே பிரச்சினைகளுக்கான சர்வ விடிவு என்கிற தனது மனச்சிக்கலை விட்டொழிக்குமா? ஏனெனில் சமூகங்களுக்கிடையேயான உறவுகளைப் பேசுவதற்கான சரியான மொழி அதுவல்ல.

ஃப்ரெஞ்ச் குடியரசியம் (*French Republicanism*) உற்பவித்திருப்பது ஒரு உச்சபட்சமான நெகிழ்வற்ற தன்மை. குறிப்பிடத் தக்க அளவில் உள்ள கிறிஸ்தவரல்லாத சிறுபான்மைச் சமூகத்தவரைக் கையாள்வதற்கான கோட்பாட்டுக் கருவிகள் அவர்களிடம் கைவசம் இல்லை. நான் ஒரு முறை, "இது தொடர்பான நிறுவன ரீதியான தீர்வுகளுக்கு ஃப்ரெஞ்சியர்கள் இந்தியாவை அணுகலாம்" எனச் சொல்லி *Le Monde* இதழ் வாசகர்களின் ஆத்திரத்திற்கு ஆளானேன்.

**ஃப்ரெஞ்சுக்காரர்கள் ஒரு பக்கம் தாங்கள் வீழ்ந்து கொண்டிருப்பதாக (*idea of decline*) மறுகுகின்றனர். இன்னொரு பக்கம் பிற நாடுகளில் தம் மொழி, கலாச்சாரம் ஆகியவற்றைப் பரப்பித் தம் பெருமையை மறு கட்டமைப்புச் செய்து கொண்டுள்ளனர். அவர்களின் இந்தப் பிளவுண்ட மனநிலையை எப்படிப் பார்க்கிறீர்கள்?**

இது ஃப்ரான்சுக்கு மட்டுமேயான பிரச்சினை அல்ல. ஜெர்மனியை இரு கூராகப் பிரித்ததென்பது போருக்குப் பிந்திய நாற்பது ஆண்டுகளில் ஃப்ரான்ஸ் தனது கலாச்சார நிழலை வளர்த்துக் கொள்வதற்குக் காரணமாகியது. ஜெர்மானியர்கள் மொழி விஷயத்தில் பெரிய அளவில் விட்டுக் கொடுத்து ஆங்கிலத்தை இப்போது ஏற்றுக் கொள்ளத் தொடங்கி விட்டனர். அமெரிக்கர்கள் தங்களின் வாரிசுகளாக உள்ளார்கள் என பிரிட்டிஷ்காரர்கள் தங்களுக்குத் தாங்களே ஆறுதல் அளித்துக் கொள்கின்றனர். ஃப்ரான்சின் பிரச்சினை என்னவெனில் அதற்கு இப்படி ஒரு "கடல் கடந்த ஃப்ரான்ஸ்" இல்லை என்பதுதான். தவிரவும் ஃப்ரெஞ்ச் அமைப்பில் கலாச்சார உற்பத்தி உட்பட அனைத்து அம்சங்களும் பெரிய அளவில் அரசின் ஆதிக்கத்திற்கு உட்பட்டவைதான். எனவே அம் மக்கள் வீழ்ச்சியைப் பற்றிப் பேசுவதென்பது உண்மையில் ஃப்ரெஞ்ச் அரசின் ஒப்பீட்டு ரீதியான வீழ்ச்சியைத்தான். ஃப்ரான்ஸ் எதிர்கொள்ளும் உலகமோ அரசுத் தலையீடுகளை எதிராகப் பார்க்கும் ஒரு உலகம். ஐரோப்பா அதன் அரசுகளின் அதிகாரங்களை நீர்க்கச் செய்து கொண்டுள்ளது. கேள்வி இதுதான். அரசு இன்னும் குறைவான பங்கை ஆற்றக் கூடிய ஒரு ஃப்ரான்சை

நாம் கற்பனை செய்ய முடியுமா? பியரி பூர்தோ போன்ற எழுத்தாளர்களும் சிந்தனையாளர்களுங்கூட இறுதியில் அரசுத் தலையீட்டின் சமூக விளைபொருட்களாகத்தான் உள்ளனர். அரசை அவர்கள் விமர்சித்தாலும் இல்லாவிட்டாலும் அதன் வெற்றியையே எடுத்துக்காட்டுகிறார்கள். அவர்கள் வலிமையான சிவில் சமூக நிறுவனங்களின் விளைபொருட்கள் அல்ல.

**காலேஜ் டி ஃப்ரான்சின் *Early Modern World History* அமர்வுக்கு நீங்கள் தேந்தெடுக்கப்பட்டுள்ளீர்கள். எத்தகைய குறிப்பான பிரச்சினைகளில் நீங்கள் கவனம் குவிக்கப் போகிறீர்கள்?**

இந்த அமர்வுக்கு மிக விரிவான வரையறை அளிக்கப்பட்டுள்ளது ஒவ்வொரு ஆண்டும் நீங்கள் ஒவ்வொரு *theme* ஐ தேர்வு செய்து கொள்ளலாம். இந்த ஆண்டுக்கான *theme* 17ம் நூற்றாண்டின் உலகளாவிய வரலாறு. காலெஜ் டி ஃப்ரான்சில் வரலாறு என்பது ஒன்று ‘தேசிய வரலாறுகள்’ அல்லது ‘நாகரீக வரலாறுகள்’ என்பவையாக ஒழுங்கமைக்கப்பட்டுள்ளன. எனவே இது ஒரு வகையான சோதனை முயற்சி கடந்த 15, 20 ஆண்டுகளாக நான் மேற்கொண்டு வரும் ‘இணைப்புண்ட வரலாறு” *(Connected History)* எனப்படும் நெகிழ்ச்சியான எனது அணுகல்முறைகளில் ஆர்வமுள்ளவர்களாக அவர்கள் உணர்ந்தனர்.. நெகிழ்ச்சியான என்றால், புவி இயல் கண்ணோட்டத்தில் நெகிழ்ச்சியான வரலாறு.

**சில தலைப்புகளை எங்களோடு பகிர்ந்து கொள்ள இயலுமா?**

இந்த ஆண்டுக்கான தலைப்புகள் ’17ம் நூற்றாண்டின் உலகளாவிய நெருக்கடி’ எனச் சொல்லப்படுவதை உ ள்ளடக்குகின்றன. இதைச் சிலர், எடுத்துக்காட்டாக, பருவநிலை மாற்றத்துடன் *(climate change)* தொடர்பு படுத்திப் பார்க்கின்றனர். அதே நேரத்தில் நான் வேறு சில குறிப்பான கேள்விகளையும் எடுத்துக் கொள்கிறேன். எடுத்துக் காட்டாக 17ம் நூற்றாண்டு என்பது கடற் கொள்ளை வரலாற்றிலும் ஒரு முக்கியமான தருணம்.

அலக்சான்ட்ரே எக்ஸ்கியூமெலின் என்கிற ஒரு ஃப்ரெஞ்சுக்காரர் இந்தத் தலைப்பில் ஒரு பகழ் பெற்ற நூலை எழுதியுள்ளார்.

ஐரோப்பாவின், குறிப்பாக சிவில் யுத்தப் பின்னணியில் இருந்த இங்கிலாந்தின் அன்றைய அரசியல் சூழல், அதன் கேள்விக்குள்ளாக்கப்பட்ட இறையாண்மை *(contested sovereignty)* ஆகியவற்றோடு தொடர்புடைய நிகழ்வு அது. கடற்கொள்ளை என்பது பெரும்பாலும் கேள்விக்குள்ளாக்கப்பட்ட இறையாண்மை, அரசு நிலைகுலைதல் ஆகியவற்றோடு தொடர்புடையது.

## தஞ்சை மராட்டிய மன்னர்கள் மத்தியில் ஒரு முஸ்லிம் தளபதி பேஷ்வா ஆட்சியின் அரச நீதி பற்றிய ஒரு குறிப்பு

தஞ்சை வடவாற்றங்கரையில் உள்ள இடுகாட்டில் சிறு கோவில்கள் எனச் சொல்லத்தக்க பல கல்லறைகளைக் காணலாம், 'ராஜா கோரி' . 'சையத் கோரி' என அவற்றைச் சொல்வார்கள். சையத் கோரி சற்றுத் தொலைவில் தெரியும். இஸ்லாமியக் கட்டிடக் கலை வடிவில் அது காட்சியளிக்கும்.

எழுத்தாளர் டேனியல் அவர்களின் கல்லறைக்குச் செல்லும்போதெல்லாம் இவற்றை நோட்டம் விட்டுச் செல்வதுண்டு. அருகில் நெருங்கிப் பார்த்ததில்லை.

ராஜா கோரி என்பது மராட்டிய அரச குடும்பத்தைச் சேர்ந்தவர்கள் அடக்கம் செய்யப்பட்ட கல்லறைப் பகுதி என்றும் சையத் கோரி என்பது துக்கோஜி, இரண்டாம் ஈகோஜி, சுஜான்பாய், பிரதாப சிம்மன் ஆகியோரின் காலத்தில் கோட்டைத் தளபதியாகவும், ஒரு குறிப்பிட்ட காலகட்டத்தில் *(1735 - 38)* தஞ்சை அரசில் ஒரு *king maker* ஆகவும் இருந்த ஒரு முஸ்லிம் 'கில்லேதாரரின்' கல்லறை என்றும் விசாரித்தபோது தெரிய வந்தது.

மராட்டிய சிவாஜியின் சகோதரர் வெங்காஜி எனப்படும் முதலாம் ஈகோஜியால் *(1674 - 86)* தொடங்கி வைக்கப்பட்டது

தஞ்சை மராட்டிய அரச வம்சாவளி (1674 - 1855). முதலாம் சரபோஜி மன்னனின் (1711 - 27) மரணத்திற்குப் பின் அவனது மகன் காட்டுராஜா உடனடியாக ஆட்சி பீடத்தில் அமர முடியவில்லை. சரபோஜியின் அதிகாரபூர்வமான மனைவியருக்கு அவன் பிறந்திராததே காரணம். சரபோஜியின் சகோதரன் துக்கோஜி (1728 -36) அந்த இடத்தைப் பிடித்துக் கொண்டான். அதன்பின் அவனது மகன் இரண்டாம் ஈகோஜி ஓராண்டு காலம் ஆண்டான். அவனது அகால மரணத்திற்குப் பின் அவனது மனைவி சுஜான்பாயியிடம் அதிகாரம் சென்றது.

ஆனால் விரைவில் ஃப்ரெஞ்சுக்காரர்களின் உதவியுடன் சரபோஜியின் மகன் காட்டுராஜா, இரண்டாம் சாகுஜி, என்கிற பெயரில் ஆட்சிகட்டிலில் அமர்ந்ததில் (1938) சய்யிதின் பங்கு முக்கியமாக இருந்தது. சுஜான்பாயியைப் பிடித்துச் சிறையிலிட்டான் சய்யித்.

இதே காலகட்டத்தில் தஞ்சை அரசின் அதிகாரத்திற்குட்பட்ட காரைக்காலை ஃப்ரெஞ்சுக்காரர்களுக்கு அளிக்குமாறு சாகுஜியை வற்புறுத்தி வந்தான் ஃப்ரெஞ்சுக்காரர்களுடன் நெருக்கமாக இருந்த சந்தா சாகிப். முதலில் ஒப்புக் கொண்டபோதும் இறுதியில் சாகுஜி மசியவில்லை. படை எடுத்து வந்த சந்தா சாகிப் சாகுஜி முறையாகப் பிறந்த மகனில்லை எனக் காரணம் சொல்லி அவனை அரச பதவியிலிருந்து வெளியேற்றினான் (1739).

காலியான அரச பதவியில் துக்கோஜியின் மகன் பிரதாப சிம்மன் (1739 63) அமர்ந்து கொண்டான். பிரதாபன் ஆட்சிக்கு வந்தவுடன் செய்த காரியங்களில் ஒன்று சய்யிதைக் கொன்றது. தன் மகளைச் சந்தா சாகிபின் மகனுக்குக் கட்டி வைத்துத் தஞ்சை ஆட்சியைக் கவரச் சதி செய்ததாக சய்யித் குற்றம் சாட்டப் பட்டான். சய்யிதின் தம்பி காசிம் இதில் அரசனுக்கு உடந்தையாக இருந்தான்.

இதுதான் சய்யிதின் கதை.

## இரண்டு

உலகிலேயே பெரியது எனச் சொல்லப்படும் கல்வெட்டு தஞ்சைப் பெரிய கோவிலின் தென் மேற்கு மூலையில் அமைந்துள்ளது. தஞ்சை மராட்டிய மன்னர்களின் வம்சாவளியைச் சொல்லும் இம் மராட்டிய மொழிக் கல்வெட்டுடன் காலின் மெக்கன்சி தொகுத்துள்ளவற்றிலுள்ள இது தொடர்பான சுவடிகளையும் ஒப்பிட்டு மெக்கன்சி சுவடிகளைத் தமிழ்ப் பல்கலைக் கழகம் வெளியிட்டுள்ளது (தஞ்சை மராட்டிய மன்னர் வரலாறு, 1987, பதிப்பாசிரியர் கே.எம்.வேங்கடராமையா). தரமான ஆய்வுப் பதிப்பு.

இந்த நுலை நேற்றிரவு புரட்டிக் கொண்டிருந்தபோது மெக்கன்சி சுவடியில் (எண் 318, எம் 79) சய்யித் பற்றி இருந்த குறிப்பு ஒன்று என் கவனத்தை ஈர்த்தது. அதில் சில வரிகள் மட்டும் (பக்.100):

“.....இதுவுமல்லாமல் இவன் (சய்யிது/ சையிந்து) அகிறுத்தியம் பண்ணிக் கொண்டு வந்த தென்ன வென்றால் யெகோஜி ராஜா தஞ்சாவூர் றாட்சியத்துக்கு முதல் அதிபதியான பிற்பாடு இதுக்கு முன்னே பண்ணியிருக்கிற தற்ம்மமும் தஞ்சாவூர் றாட்சியத்திலே வெகு தேவாலையங்கள் காவேரி தீரத்தில் வெகு பிறாமணாள் வாசமா யிருக்கிறார்களென்று அக்கிறாரம் கட்டிவிக்கிறது, தேவாலையும் கட்டிவிக்கிறது, பிறாமணாளுக்கு சறுவமானியங் கொடுக்கிறது, யெக்கியம் (யக்ஞம்/வேள்வி) பண்ணிவிக்கிறது, அன்னசத்திரம் போடுவிக்கிறது, இந்த விதமாய் அனேக தற்ம்மங்கள் யெகோஜி மகராஜா நாள் முதல் பரம்பரையாகப் பண்ணிக்கொண்டு வந்தார்கள். அப்பால் பிரதாப சிம்ம ராஜா பட்டத்துக்கு வந்த நாள் முதல் விசேஷ தற்மம் பண்ணிக்கொண்டு வந்தார். இந்த தற்மத்துக்கெல்லாம் சய்யிது விரோதம் பண்ணி வந்தான்.”

ஆக, பார்ப்பனர்களுக்கு செய்யப்பட்ட சிறப்புச் சலுகைகளை ஏதோ ஒரு வகையில் சய்யிது எதிர்த்து வந்திருப்பதும் ஆட்சியாளர்களுக்கும் பார்ப்பனர்களுக்கும் இது பிடிக்காமலிருந்திருப்பதும் தெரிகிறது. இப்படிச் சொல்வதன்

பொருள் சய்யிதை ஆளும் வர்க்கத்திற்கு எதிராகப் புரட்சி செய்த வீரனாகவும் தியாகியாகவும் தூக்கிப் பிடிப்பதல்ல. முழு விவரங்களும் நமக்குத் தெரியவில்லை. அன்றைய குழப்பமான சூழலில், தன் அதிகாரத்தை நிலைநாட்டிக் கொள்ளத் தன்னளவில் எல்லா வகைகளிலும் சய்யிதுவும் முயற்சித்திருப்பான் என்பதில் அய்யமில்லை.

வம்சாவளியைச் சொல்லும் இச்சுவடி தொடர்ந்து சய்யிது மீது வைக்கும் அடுத்த குற்றச்சாட்டு எத்தகைய கோணத்திலிருந்து வைக்கப்படுகிறது என்பதுதான் ஒரு கணம் நம்மை இந்தியத் துணைக் கண்ட அரச நீதியைப் பற்றிச் சிந்திக்க வைகிறது.

*“இதுவுமல்லாமல் தான் துலுக்க சாதியாக யிருந்தும் கற்ணாட்டச் சாதி (கர்நாடக சாதி) தேவடியாள் கோவில் தேவடியாளைக் கெடுத்துப் போட்டான். அதிலே ஒருத்தி மொஹனா என்கிற தாசியைக் கெடுத்துப் போட்டு அவளைத் தன்னுடைய வீட்டிலே கொண்டு போய் வைத்துக் கொண்டான். இப்படிக்கொத்த துஷ்கிருத்தியமும் கிறுத்திறமும் மஹாறாஜாவுக்கு எல்லாம் தெரிந்திருந்தும் தாம் நூதினமாய் ராச்சியத்துக்கு வந்திருக்கிறோம் என்று அந்த சயிந்துக்கு தெண்டினை (தண்டனை) பண்ணாமல் சிறிது நாள் வரைக்கும் அவனுடைய அதிகாரமும் நடப்பித்தார்.....”*

இப்படிச் செல்கிறது வம்சாவளி வரலாறு. அடுத்த சில வரிகளில் சய்யிது கொல்லப்படும் நிகழ்வு விரிவாக விளக்கப்படுகிறது.

## மூன்று

மனைவியாக இருந்தாலும், பாலியல் தொழிலாளியாக இருந்தாலும், அவர்களது விருப்பத்தை மீறி உறவு கொண்டாலோ, கடத்திச் சென்றாலோ அது குற்றம் என்பதில் யாருக்கும் கருத்து மாறுபாடு இருக்க இயலாது. ஆனால் இங்கே சய்யிது மீது சாத்தப்படும் குற்றச்சாட்டு அத்தகைய உயரிய நோக்கிலிருந்து எழவில்லை.

பாலியல் தொழில் செய்வோர், கோவில்களுக்குப் பொட்டுக் கட்டிக் கொண்ட தேவதாசியர் முதலானோர் அதிகாரத்தில் உள்ளோரால் எந்த அளவிற்குப் பாலியல் ரீதியாகத் துன்புறுத்தப்பட்டனர், பாலியல் உறவில் அவர்களது சுய விருப்பம் மற்றும் தேர்வுகளுக்கு எவ்வாறு இடமில்லாமல் இருந்தது என்பதற்கு வரலாற்றில் ஏராளமான எடுத்துக்காட்டுகள் உண்டு,. மூன்றாம் குலோத்துங்க சோழனது ஆட்சிக்காலத்திய திருக்காளத்தி (காளஹஸ்தி} கோவில் கல்வெட்டொன்றில் காணப்படும் செய்தி ஒன்று குறித்து நான் ஆதாரங்களுடன் என் கட்டுரைகள் சிலவற்றில் குறிப்பிட்டுள்ளேன். கோவிலுக்கென்று கொண்டுவரப்பட்டுப் பொட்டுக்கட்டப்பட்ட தேவதாசியரை குலோத்துங்க மன்னன் கட்டாயமாகத் தன் அந்தப்புரத்திற்குக் கொண்டு சென்று விடுகிறான். மக்கள் இதை அறிந்து எதிர்ப்புத் தெரிவித்ததன் விளைவாக வேறு வழியின்றி மன்னன் அவர்களைக் கோவிலுக்குத் திருப்பி அனுப்பிய செய்தியைக் குறிக்கும் கல்வெட்டுதான் அது.

தஞ்சை மராட்டிய மன்னர் ஆட்சிக் காலத்தில் இத்தகைய கொடுமைகள் எந்த அளவிற்கு இருந்தன என்பதற்கு தஞ்சை மோடி ஆவணங்கள் சாட்சி பகர்கின்றன. மூட்டை மூட்டையாகக் கட்டி வைக்கப்படுள்ள மோடி ஆவணங்களில் ஓரிரு மூட்டைகள் மட்டுமே அவிழ்க்கப்பட்டு, அவற்றிலிருந்து தேர்வு செய்யப்பட்ட ஆவணத் தொகுதிகள் மூன்றைத் தமிழ்ப் பல்கலைக் கழகம் வெளியிட்டுள்ளது (தொகுப்பாசிரியர் பா.சுப்பிரமணியன்). இந்த மூன்று தொகுதிகளிலேயே ஏராளமான பாலியல் வன்முறைகளும் பெற்றோர்களிடமிருந்தும், கணவன்மார்களிடமிருந்தும் பெண்கள் கடத்திச் செல்லப்படுகிற சம்பவங்களும் பதிவாகியுள்ளன. அப்படியான சில சம்பவங்களைப் பேரா.ஆ.சிவசுப்பிரமணியம் தொகுத்து:ள்ளார் (‘உங்கள் நூலகம்’, அக்டோபர் 2012).

மன்னர்களின் அதிகாரபூர்வமான மனைவியர் (ராணிகள்) தவிர ‘அபிமான மனைவியர்’, ‘விரும்பிக் கொண்ட மனைவியர்’, ‘சேர்த்துக் கொண்ட மனைவியர்’ என்கிற பெயர்களில் பலர் இருந்ததை வம்சாவளி வரலாறுகள் பதிவு செய்துள்ளன.

இவர்கள் தவிரவும் பல காமக் கிழத்தியர்களும் இருந்துள்ளனர். இவர்களுக்கென தனி மாளிகைகள் அமைக்கப்பட்டு அங்கே அவர்கள் தங்க வைக்கப்பட்டனர். அரசாங்க நிதியிலிருந்து அவர்களுக்கு 'சம்பளம்' வழங்கப்பட்டது. அவர்களுக்குச் சமையல் செய்ய ஆட்களும், சமைக்கத் தனி விடுதிகளும் இருந்தன.

பெரிய அறிவுஜீவியும், நூல் சேகரிப்பாளனுமாகிய இரண்டாம் சரபோஜி மன்னனின் (1798 - 1832) இத்தகைய காமக் கிழத்தியர் திருவையாற்றில் ஆற்றங்கரை ஓரமாக உள்ள 'கல்யாண மஹாலில்' தங்க வைக்கப்பட்டனர். இரண்டாம் சிவாஜியின் (1832 - 55) 48 காமக் கிழத்தியர் தஞ்சை கீழ வீதியில் மங்கள விலாசத்தில் இருந்தனர். இந்த மாளிகைகள் இரண்டும் இன்னும் அதே பெயர்களில் திருவையாற்றிலும் தஞ்சையிலும் உள்ளன. இந்தப் பெண்களோடு இவர்களுக்குப் பிறந்த குழந்தைகளும் அங்கு வசிப்பர். சிவாஜி இறந்தபோது 10 பெண் குழந்தைகளும், 15 ஆண் குழந்தைகளும் மங்கள விலாசத்தில் இருந்தனர். இறந்தபோது அவனுக்கு 303 'வைப்பாட்டிகள்' இருந்ததாக மாவட்ட ஆட்சித் தலைவர் போர்பஸ் அரசுக்குக் கடிதம் எழுதினார் (செ.இராசு, தஞ்சை மராட்டியர் கல்வெட்டுகள், தமிழ்ப் பல்கலைக் கழக வெளியீடு, 1987, பக்.7).

இவர்கள் 'சத்மம்' என அழைக்கப்பட்டனர். இவர்கள் தாசிகளா? என்கிற கேள்வியை வெள்ளை நிர்வாகம் எழுப்பியபோது, அரண்மனை சிரேஸ்தார் வெங்கடராவ் அன்றைய வெள்ளை அதிகாரிக்கு (ரெசிடென்ட்) அளித்த பதிலில்,

"தாசிகளும் தோழிகளும் அநேக புருஷர்களுடன் சகவாசஞ் செய்வார்கள். அவர்களுக்கு மானமோ வெட்கமோ கிடையாது. விபச்சாரம் அவர்களுடைய தொழில். மங்கள விலாசப் பெண்கள் அப்படி அல்ல. மானத்துடன் ஒரே புருஷனிடத்தில் இருந்து வருபவர்கள். அந்தப் புருஷனுக்குப் பின்னர் பிழைத்திருக்கும் வரையில் வெளியே போகாமல், புருஷன் இறந்துபோன பின்பு ஸ்திரி புழங்க வேண்டிய முறைப்படி இருப்பார்கள்"

ஆனாலும் உண்மை நிலை அப்படி இல்லை என்பதை மோடி

ஆவணங்கள் வெட்ட வெளிச்சமாக்குகின்றன. இப்படி நூற்றுக் கணக்கான மனைவியரைப் பாலியல் ரீதியாக இந்தச் சோம்பேரி மன்னர்கள் எப்படிச் சமாளித்திருக்க முடியும்? இப்படி அடைப்பட்டுக் கிடந்த பெண்கள் தவிர்க்க இயலாமல் பிற ஆடவருடன் பாலியல் தொடர்புகளைக் கொண்டிருந்ததையும், அது தொடர்பாக அரண்மனை அதிகாரிகளுக்கு புகார்க் கடிதங்கள் எழுதப்பட்டதையும் (அவற்றில் சில மொட்டைக் கடிதங்கள்) மோடி ஆவணங்கள் பதிவு செய்துள்ளன. ரெங்கசாமினாயகர் என்பவர் 16.08.1876 அன்று எழுதிய புகார்க் கடிதத்தில்,

“தஞ்சாவூர் சிவாஜி மகாராஜன் வைப்பாட்டி என்கிற மங்கள விலாசத்தில் ஒருவளாகிய கோவிந்தாபாயி, லெட்சுமி அம்மாள் இவர்கள் இரண்டு பேரும் திருவையார் சகஜிநாயகர் அக்கிரகாரத்திலுள்ள அய்யங்கார் பிள்ளை, திருவேங்கடத்தையங்காரை இடைவிடாமல் வைத்துக் கொண்டு ரொம்பவும் கெட்ட செய்கைகளைச் செய்து கொண்டிருக்கிறார்கள். அதைப் பற்றித் தங்களுக்கு அனேக பெட்டிஷன்கள் எழுதியும் தாங்கள் கவனிக்கவில்லை. இப்பொழுது தாங்கள் தயவு செய்து விசாரிக்கும்படியாய்க் கேட்டுக் கொள்கிறேன்.”

எனக் கூறப்பட்டிருந்தது (மோடி ஆவணம் தொகுதி 2; 149 – 153). போகட்டும். இது நமக்குப் பிரச்சினை இல்லை. அந்தப் பெண்களை நாம் குற்றம் சொல்ல இயலாது.

நம்முடைய கவலை என்னவெனில் இப்படி அரசர்களாலும் அரண்மனை அதிகாரிகளாலும் கொண்டு செல்லப்பட்ட பெண்கள் பலர் குடும்பங்களிலிருந்தும், ஆதரவில்லாமலிருந்தும் கட்டாயமாகக் கொண்டு செல்லப்பட்டவர்கள்தான். தேவதாசியரைப் பொருத்த மட்டில் கேட்க வேண்டியதில்லை. மோடி ஆவணங்களிலிருந்து சிவசுப்பிரமணியம் சுட்டும் சில நிகழ்வுகள்:

1. புதுக்கோட்டையைச் சேர்ந்த சிலம்பாயி எனும் பெண், தன் 9 வயது மகளை விசாலாட்சி எனும் தாசியிடம்

மூன்றரை ரூபாய்க்கு அடமானம் வைத்துச் செல்கிறாள் (1842). திரும்பி வந்து பணத்தைத் தந்து மகளைக் கேட்டபோது, அரண்மனையிலிருந்து வந்தவர்கள் கட்டாயமாக அவளைக் கொண்டு சென்றுவிட்டனர் எனப் பதில் வருகிறது. தன் மகளை மீட்டுத் தரச் சொல்லி ஆங்கில ரெசிடென்டுக்கு எழுதிய கடிதம் ஒரு ஆவணமாகத் தொகுப்பில் இடம் பெற்றுள்ளது (2:153 154).

2. அக்கச்சிப்பட்டி எனும் ஊரிலிருந்து பிழைக்க வந்த சிதம்பரம் பிள்ளையுடன் வந்த பெண்களை அரண்மனையார் கட்டாயமாகப் பிடித்துச் செல்கின்றனர். விடச் சொல்லிக் கேட்டபோது அவர் அடித்துத் துன்புறுத்தப்படுகிறார். அப் பெண்களை விலைக்கு விற்றதாக அவர் எழுதிக் கொடுக்க வேண்டியதாகிறது. ஆங்கில ரெசிடென்டிடம் புகார் அளித்தாலோ அவனும் விரட்டி அடிக்கிறான். கவர்னருக்குப் புகார் அளிக்கலாமென்றாலோ உள்ளூர் தபாலாபீசில் புகாரைப் பெற மறுக்கின்றனர் (2: 157– 159).

3. மாமனார் வீட்டில் விட்டுச் சென்ற தன் பால்ய மனைவி மீனாட்சி, பருவமெய்தியிருப்பாள் என அழைத்துச் செல்ல ஆவலோடு வந்த இளங் கணவன், அவள் இப்போது ஆனந்தவல்லி என்கிற பெயருடன் அரண்மனையில் வாழ்வதாக அறிந்து கவர்னர் துரைக்கு அளித்த புகார் இன்னொரு ஆவணம் (2: 160 –162).

அரண்மனை அதிகாரத்திற்கு எதிராகப் புகார் அளிக்கும் நடுவர்களாக ஆங்கில நிர்வாகத்தை மக்கள் கருத வேண்டிய நிலை இருந்தது என்பதும், பெரும்பாலும் ஆங்கில நிர்வாகம் அதிகாரத்திற்கே துணை போயுள்ளதையும் நாம் விளங்கிக் கொள்கிறோம். எனினும் பல நேரங்களில் நேர்மையுள்ளம் படைத்த ஆங்கில அதிகாரிகளும் இருந்துள்ளனர் என்பதற்கு அரண்மனைப் பார்ப்பன அதிகாரக் கும்பலால் உடன்கட்டை என்கிற பெயரில் தீக்கிரையாக்க முயற்சிக்கப் பட்ட கிளாவரிந்த பாயைக் காப்பாற்றிய ஆங்கில ரெசிடென்ட் லிட்டில்டன் ஒரு சாட்சி (மாதவையாவின் 'கிளாரிந்தா').

இப்படியான பின்னணியில்தான் “கோவில் தேவடியாளான” மொஹனா என்கிற பெண்ணை கோட்டைத் தளபதி சய்யிது கட்டாயமாக உறவு பூண்டு வீட்டுக்கும் கொண்டு சென்றதை மட்டும் பெருந் துஷ்கிருத்தியமென வரையறுக்கிறது போன்சே வம்ச வரலாறு. கட்டாயமாகத் தேவதாசி ஒருவரைக் கொண்டு சென்றதல்ல இங்கு குற்றம். "துலுக்க சாதியைச்” சேர்ந்த ஒருவன், “கற்னாட்டச் சாதியை"ச் சேர்ந்த ஒருத்தியைக் கொண்டு சென்றதால்தான் அது குற்றம். அவன் கோட்டைக் கில்லேதாரராக இருந்தாலும் துலுக்க சாதியைச் சேர்ந்தவன்: அவள் ‘கோவிற் தேவடியாளாக” (மன்னிக்கவும் இச் சொல்லைப் பயன்படுத்த நேர்ந்ததற்கு) இருந்தபோதும் கற்னாட்டச் சாதியைச் சேர்ந்தவள்.

பிரச்சினை அறம் சார்ந்தது அல்ல. அது சாதி சார்ந்தது. மத அடிப்படையிலானது.

இதுதான் இந்துத்துவ சக்திகள் இன்று உன்னத அரச மாதிரியாக முன்வைக்கும் சிவாஜி மன்னர்கள் மற்றும் பேஷ்வா ஆட்சிகளின் அரச நீதி.

## தேவதாசிமுறையும் பரத நாட்டியமும்

சென்னை டாக்டர் எம்.ஜி.ஆர் ஜானகி கல்லூரியின் நாட்டியத் துறை சார்பாக நடத்தப்பட்ட பரத நாட்டியம் தொடர்பான ஒரு சர்ச்சை சமூக ஊடகங்களில் இடம்பெற்றுள்ளது. *Devadasi System and Bharatha Natyam* என்கிற தலைப்பில் அக் கல்லூரியின் நாட்டியத் துறையில் ஒரு உரை நிகழ இருப்பதாக வந்த அறிவிப்பைப் பார்த்துவிட்டு பெண்ணியச் செயல்பாட்டாளர்கள் பேரா.சரஸ்வதி, ஓவியா, வழக்குரைஞர் அஜிதா, கவின்மலர் ஆகியோர் கல்லூரி முதல்வரிடம் அதற்கு எதிர்ப்புத் தெரிவித்துள்ளனர். “தேவதாசி முறை ஒழிக்கப்பட்டுவிட்டது. இந்நிகழ்வு அதை மீண்டும் மாணவர்களிடையே நியாயப்படுத்துவதாக அமைந்துவிடுமோ என்கிற அச்சத்தை” வெளிப்படுத்தி அவ் உரையை ரத்து செய்யக் கோரியுள்ளனர்.

அவர்களின் மறுப்பை ஏற்று *‘Evolution of Bharathanatiyam’* என்பதாக உரைத் தலைப்பு மாற்றப்பட்டுவிட்டதாகவும், ”இது கலை சார்ந்த நிகழ்வாக இருக்கும். சொர்ணமால்யாதான் பேசுகிறார்” என்றும் கல்லூரி தரப்பில் சொல்லப்பட்டுள்ளது.

நிகழ்வின்போது உரைத் தலைப்பு அதுவாக இருந்தபோதிலும் சொர்ணமாலாவின் ‘பவர் பாயின்ட்’ திரைத் தலைப்பு *’Devadasis - Wives of God’* என்பதாகாக இருந்துள்ளது. மாலா

என்ன பேசினார் என்பது முழுமையாகத் தெரியவில்லை. முகநூல் பதிவுகளிலிருந்து அவர் தேவதாசி முறையைப் போற்றிப் பேசினார் என்றும் தேவதாசியரால் வளர்க்கப்பட்ட 'சதிரில்' இருந்தே பரதம் தோன்றியதாகக் கூறினார் எனவும் தெரிகிறது. தேவதாசி முறை உருவானது, முத்து லட்சுமி ரெட்டி போன்றோர் அதைச் சட்டப் பூர்வமாக ஒழித்தது முதலியன குறித்தும் அவர் சில தவறான கருத்துக்களை முன் வைத்ததாகவும் அதற்கு ஓவியா முதலானோர் அங்கேயே எதிர்ப்புத் தெரிவித்ததாகவும் பதிவுகளிலிருந்து அறியவருகிறது.

தேவதாசிமுறை ஒழிப்பு, அதில் முதுலட்சுமி ரெட்டி, மூவலூர் ராமாமிர்தம் ஆகியோரின் பங்கு, சத்தியமூர்த்தியின் சட்டமன்றப் பேச்சுக்கள் ஆகியவை குறித்துத் தமிழில் எழுதியுள்ளவர்களில் நானும் ஒருவன்.

தேவதாசி முறை குறித்து நாம் சிலவற்றை நுணுக்கமாகப் புரிந்து கொள்வது அவசியம்:

1. பரத்தமை, பொதுமகளிர், வரைவின் மகளிர், பிற்காலத்திய தேவதாசியர் ஆகியோருக்கிடையே உள்ள நுணுக்கமான வேறுபாடுகள் முக்கியம். சோழர் காலத்தில் கோவில்கள் என்கிற நிறுவனம் அரசதிகாரத்தின் பிரிக்க இயலாத ஓரங்கமாக மாறியபோது தேவதாசிமுறை கோவில் நிர்வாகத்தின் பகுதியாக நிறுவனமயப்படுத்தப்பட்டது. தளிச்சேரிப் பெண்டுகள் முதலான பெயர்களில் தேவதாசியர் அழைக்கப்பட்டனர். ராஜராஜ சோழன் தஞ்சையில் கட்டிய பெருவுடையார் கோவிலுக்கென நாட்டின் பல்வேறு பகுதிகளுக்கும் ஓலை அனுப்பிக் கட்டாயமாக 400 பெண்களைக் கொணர்ந்து அவர்களைத் தேவதாசியராக்கிய வரலாற்றை நாம் அறிவோம்.

2. இவர்கள் பல்வேறு சாதிகளிலிருந்து வந்தபோதும் பின்னாளில் இவர்களே ஒரு சாதியாயினர். தமிழகச் சாதிகள் பலவும் காலப்போக்கில் இப்படியெல்லாம் உருவானவைதானே. பிற மொழிக் கலப்பு உட்பட எல்லாச் சாதிகளிலும் ஏற்பட்ட மாற்றங்கள் இதிலும் நிகழ்ந்தன.

'சின்னமேளம்', 'பெரியமேளம்' முதலான பிரிவுகளும் உருவாயின. முதலியார், பிள்ளை முதலான பட்டப் பெயர்களையும் இவர்களும் பயன்படுத்திக் கொண்டனர். பின்னாளில் இவர்கள் அனைவரும் நவீன அரசுப் பதிவுகளில் இசை வேளாளராகக் குறிக்கப்பட்டனர்.

3. மத்திய காலத்தில் ஏற்பட்ட வேலைப் பிரிவினைகளின் ஊடாக சிலப்பதிகாரக் காலம் தொடங்கி வளர்ந்து வந்த தமிழின் வளமான இசை மற்றும் நாட்டியப் பாரம்பரியத்திற்கு உரியவர்களாக இவர்கள் ஆயினர். காலங்காலமாக இவற்றைக் கையளித்துக் காப்பாற்றிய பெருமை இவர்களுக்குண்டு. தஞ்சை நால்வர், பாலசரஸ்வதி தேவி, வீணை தனம்மாள் எனப் பலரையும் சொல்லலாம்.

4. பெண்களுக்குக் கல்வி மறுக்கப்பட்ட நமது சமூகத்தில், கல்வி கற்கும் வாய்ப்புப் பெற்றவர்களாகவும் தேவரடியார்களே இருந்தனர். அச்சுக் கோர்ப்பு முறையைத் தமிழுக்கு அறிமுகப்படுத்திய சீகன்பால்கு அக்காலக் கல்வி முறையின் பாடத்திட்டங்கள் குறித்துச் சேகரித்துள்ள தகவல்கள் இதற்குச் சான்று (சீகன்பால்கு குறித்த எனது நூலில் இதைக் காணலாம்). 'ராதிகா சாந்தவனம்' எழுதிய முத்துப்பழனி, அந்நூலைப் பதிப்பித்துப் பெரும் பிரச்சினைக்குள்ளான புட்டலக்ஷ்மி நாகரத்தினம்மாள் முதலியோர் சில எடுத்துக்காட்டுகள்.

5. இத்தனைக்கும் மத்தியில் தேவதாசிப் பெண்களின் வாழ்க்கை மிக அவலமான ஒன்று. கட்டாயமாகப் பொட்டுக்கட்டப்பட்டு கோவில் சேவகத்திற்கு விடப்படும் இவர்களுக்குக் குடும்ப வாழ்க்கை மறுக்கப்பட்டது. குடும்ப வாழ்க்கை மறுக்கப்பட்டால் என்ன வந்துவிடப் போகிறது என இதை ஒதுக்க இயலாது. ஏனெனில் இது அவர்களின் சுதந்திரமான தேர்வு அல்ல. கட்டயமாகத் திணிக்கப்பட்ட ஒன்று. இவர்கள் கோவிற் பூசகர்கள், நிர்வாகிகள், ஊர்ப் பெரியமனிதர்கள் ஆகியோரின இச்சைகளைத் தீர்த்துக் கொள்வதற்கான பண்டங்களாகப்

பயன்படுத்தப்பட்டதோடன்றி, இவர்களின் முதுமைக் காலம் மிகவும் அவலத்துக்குரிய ஒன்றாகவும் அமைந்தது.

காலங்காலமாக இப்படிப் பாலியல் சுரண்டல்களுக்கு ஆட்பட்டு வந்த இச் சமூகம் சென்ற நூற்றாண்டில் இந்தப் பொட்டுக்கட்டும் அவலத்திலிருந்து விடுபட்ட வரலாற்றையும், அதில் டாக்டர் முத்துலட்சுமி, ராமாமிர்தம் அம்மையார் ஆகியோரின் பங்கையும், திராவிட இயக்கம் இதில் முன் நின்றதையும், சத்தியமூர்த்தி முதலானோர் இந்தியப் பாரம்பரியம் என்கிற வகையில் தேவதாசி முறையை ஆதரித்துப் பேசிய வரலாற்றையும், அதைக் காக்க முயன்று தோற்ற கதையையும் நாம் அறிவோம்.. திராவிட இயக்கம் தவிர காந்தியடிகளும் முத்துலட்சுமி ரெட்டி அவர்களுக்கு ஆதரவாக இருந்தது குறிப்பிடத்தக்கது. தமிழகச் சுற்றுப்பயணம் ஒன்றில் அவர் அத்தனை கூட்டங்களிலும் தேவதாசிமுறை ஒழிப்பை ஆதரித்துப் பேசினார். *(பார்க்க: எனது 'காந்தியும் தமிழ்ச் சனாதனிகளும்' நூல்).*

இங்கொன்றைக் குறிப்பிடுவது முக்கியம். சென்ற நூற்றாண்டில் நம் தமிழ் இசையும், தேவதாசியரால் காபாற்றப்பட்டு வந்த தமிழ் நாட்டிய மரபும் ('சதிர்') இங்கே 'கர்நாடக சங்கீதமாகவும்', 'பரத நாட்டியமாகவும்' உருமாற்றப்பட்டது. ருக்மணிதேவி, ஈ. கிருஷ்ணையர், பத்மா சுப்பிரமணியம் போன்ற சமூக மேல்தட்டுப் பார்ப்பனர்கள் இதில் பெரும் பங்கு வகித்தனர். தேவதாசி மரபில் வந்த கலை என்கிற உண்மை இவர்களுக்கு இழுக்காக இருக்கும் என்பதால், தேவதாசியரின் பங்கு இவர்களால் மூடி மறைக்கப்பட்டது. சதிர் பரதமாகியது.

எனவே இந்தக் கலையின் தமிழ் வேர்களையும், இதைக் காப்பாற்றி வந்ததில் தேவதாசியரின் மரபையும் நாம் அழுத்திச் சொல்ல வேண்டியுள்ளது. அப்படிச் சொல்வது யாராக இருந்தபோதிலும் அதை நாம் வரவேற்க வேண்டியவர்களாகவே இருக்கிறோம். இன்றைய பரத நிகழ் வடிவத்தை *(Format)* அமைத்துத் தந்தவர்கள் தஞ்சை நால்வர் எனும் இசை வேளாளர்குல மரபினர் என்பது குறிப்பிடத் தக்கது. தஞ்சைப்

பெரிய கோவில் நந்தி மண்டபக் கூரையில் இந்த நால்வர் நட்டுவாங்கம் செய்ய, ஒரு தேவதாசி மங்கை நடனமாடும் ஓவியம் உள்ளது.

சதிர்க் கலையிலிருந்து உருவாக்கப்பட்ட பரதத்தில் தமிழ் நாட்டிய மரபைக் காப்பாற்றி வந்த இசை வேளாளரின் பங்கைக் குறிப்பிடும் அதே வேளையில் தேவதாசி முறையை உன்னதப்படுத்தி, அதை ஒழித்துக் கட்டிய திராவிட இயக்கத்தின் பங்கைக் கொச்சைப்படுத்திப் பேசுவதை நாம் ஏற்கவும் இயலாது.

எனினும் இதற்கான கல்வித் துறைகளில் *'Devadasi System and Bharathanatiyam', 'Evolution of Bharathanatiyam', 'Devadasis - Wives of God'* போன்ற தலைப்புகளில் கருத்தரங்குகளே நடத்தக் கூடாது எனக் கூற இயலுமா? தேவதாசி முறை ஒழிக்கப்பட்டுவிட்டது என்பதால் அது குறித்து ஆய்வுகளே கூடாது எனச் சொல்ல இயலுமா? 'தமிழகத்தில் தேவரடியார் மரபு' என்கிற நூலை முனைவர் நர்மதா எழுதியுள்ளார். அது அவரது முனைவர் பட்ட ஆய்வு. இன்றைய 'பரத நாட்டியத்தில்' தேவரடியார் மரபு குறித்த அடுத்த நூற் தயாரிப்பில் அவர் இப்போது உள்ளார். பி.எம்.சுந்தரம் என்பவர் ஒரு நூல் எழுதியுள்ளார். லக்ஷ்மி விஸ்வநாதன் *Women of Pride: The Devadasi Heritage* என்றொரு நூலை எழுதியுள்ளார். இன்னும் பல ஆய்வுகள் இருக்கக் கூடும். என் கவனத்தில் பட்டவை இவையே. சத்யஜித்ரே, பாலசரஸ்வதி குறித்து ஒரு அற்புதமான ஆவணப் படம் ('பாலா') எடுத்தார்.

கல்வி நிறுவனங்களில் கல்விச் சுதந்திரம் (academic freedom) என்பது முக்கியம். அவர்கள் என்ன பேசப் போகிறார்கள், ஆய்வில் என்ன சொல்லப் போகிறார்கள் என்பதை நாம் முன் கூட்டி ஊகித்து அந்த அடிப்படையில் எதிர்ப்புக் காட்ட இயலாது. எழுதப்பட்ட ஒரு பாடத்தில் உள்ள தவறுகளை நாம் சுட்டிக் காட்ட இயலும். ஆனால் எழுதப்பட இருக்கும் ஒரு ஆய்வில் அல்லது பேசப்பட உள்ள ஒரு உரையில் நீ தவறாகத்தான் பேசுவாய் என்கிற முன் அனுமானத்தில் நாம் அதில் தலையிடுவது கல்விச் சுதந்திரத்தில் தலையிடுவதாகவே

அமையும். அப்படி எழுதப்படும், பேசப்படும் பட்சத்தில் அதற்கான எதிர்வினைகளை ஆற்ற நமக்கு இப்போது எத்தனையோ வழிமுறைகள் உண்டு.

இறுதியாக ஒன்றைச் சொல்லி ஆக வேண்டியுள்ளது. இன்று தேவதாசி முறையைச் சொர்ணமாலா போன்ற பார்ப்பனர் மட்டும் போற்றவில்லை. பெ.மணியரசனின் ‘தமிழ்த் தேசப் பொதுவுடமைக் கட்சி’ போன்ற தமிழ்த் தேசிய அமைப்புகளும் போற்றிப் புகழ்கின்றன. அவர்கள் ராஜராஜ சோழன் போன்றோரை தமிழ் வீரத் திரு உருக்களாகப் பார்க்கின்றனர். பெருமிதத்திற்குரிய சோழர் காலத்தை கம்யூனிஸ்டுகள் நில உடைமை என்றும், பெரியாரியர்கள் பார்ப்பனீயம் என்றும் இதுகாறும் கீழ்மைப்படுத்தி விட்டனரே என வெளிப்படையாகக் கண்டிக்கின்றனர். ராஜராஜன் பட்டமேறிய ஆயிரமாண்டு நாளை கருணாநிதி பெரு விமரிசையாகக் கொண்டாடியபோது தமிழகத்தில் மிகப் பெரிய எதிர்ப்புகள் நிகழ்ந்தன. ஆனால் தஞ்சைப் பெருவுடையார் கோவிலின் ஆயிரமாவது குடமுழுக்கை கருணாநிதி அரசு கொண்டாடியபோது, ‘தமிழர் கண்ணோட்டம்’ என்கிற தமிழ்த் தேசிய இதழ் அதை வரவேற்று சிறப்பு மலர் வெளியிட்டது. அதில் ராஜராஜ சோழன் அறிமுகப்படுத்திய தேவரடியார் முறை பெருமைக்குரிய ஒன்று எனவும், அது பெண்களுக்கு அளிக்கப்பட்ட சிறப்பு எனவும் பொருள்பட்ட கட்டுரை வெளியிடப்பட்டது. அப்போது யாரும் இங்கு எந்த எதிர்ப்பையும் காட்டவில்லை என்பது குறிப்பிடத் தக்கது.

சொர்ணமால்யாவைப் பொருத்தமட்டில் அவர் இன்றைய பரத நாட்டிய முறையில் தேவதாசியருக்கும் அவர்கள் வளர்த்து வந்த சதிருக்கும் உரிய பங்கைச் சொல்ல விரும்புபவராகவே தெரிகிறது. ’ரகுநாத அபுதவமு’ என்கிற நாட்டியம் குறித்த அவரது பி.எச்டி ஆய்வில் பரத நாட்டியமாக இன்று அறியப்படும் நாட்டிய வகையில் பாரசீக நாட்டியத் தாக்கம் *(Persian influence)* குறித்து பேசியுள்ளதையும், பல்கலைக் கழகத்தில் சொர்ணமால்யாவின் ஆய்வு நேர்முகத் தேர்வின் *(viva)* போது பார்ப்பன அறிவுஜீவிகளும் கல்வியாளர்களும் கடுமையாக

எதிர்ப்புத் தெரிவித்ததையும் நண்பர் கோம்பை அன்வர் குறிப்பிட்டார்.. இப்படி இன்று அவர்கள் முன்வைக்கும் நாட்டிய மரபில் பாரசீக அதாவது முஸ்லிம் பண்பாட்டுத் தாக்கம் உள்ளது என்கிற உண்மையையும் அவர்கள் ஏற்கத் தயாராக இல்லை. தவிரவும் பரத நாட்டியத்தில் தேவதாசியரின் பங்கிற்கு சொர்ணமால்யா கொடுக்கும் அதிக அழுத்தமும் அவர்களுக்கு உவப்பளிப்பதில்லை என்கிறார் அன்வர். குடந்தைக் கோவில் சிற்பமொன்று எல்லோரும் நினைப்பதுபோல கிருஷ்ணனல்ல, அது தமிழ்க் கடவுள் முருகன் என சொர்ணமால்யா ஒரு கட்டுரை வாசித்தபோது அதை பத்மா சுப்பிரமணியம் கடுமையாக விமர்சித்ததையும் அவர் குறிப்பிட்டார்.

சொர்ணமால்யாவோ அல்லது வேறு யாருமோ தேவதாசி முறையை ஒழித்த திராவிட இயக்கத்தின் பங்கைக் கொச்சைப் படுத்துவதை ஏற்க இயலாத அதே நேரத்தில் இதற்குக் காட்டும் எதிர்ப்புகள் என்பன தேவதாசியர், சிறுபான்மையினர் மற்றும் அடித்தள மக்களின் பங்களிப்புகளை மறைக்கும் முயற்சிக்குத் துணையாகிவிடக் கூடாது என்பதையும் நாம் மனதில் இருத்த வேண்டும்.

## தேசம், அகதி, மனிதம்

முப்பது ஆண்டுகளுக்கு முன் (1990) ஒரு அக்டோபர் 30 அன்று யாழ்ப்பாணத்தில் பாரம்பரியமாக வசித்துவந்த 75,000 முஸ்லிம்களை சில மணி நேர அவகாசம் கொடுத்து விடுதலைப் புலிகள் வெளியேற்றினர். கையில் அவர்கள் எதையும் எடுத்துச் செல்ல அனுமதிக்கப்படவில்லை. இன்றும் அவர்கள் புத்தளம், அநுராதபுரம், குருநாகல் முதலான இடங்களில் அகதி வாழ்க்கை வாழ்கின்றனர். அவ்வாறு சிறு வயதில் அகதியாய் இடம் பெயர்ந்த நண்பர்கள் எனக்கு உண்டு. அவர்களில் ஒருவர் அசீம். மன்னிக்க வேண்டும், யாழ் அசீம்.

அவரது கவிதை நூலுக்கு முன்னுரை எழுதுவதற்காக அக்கவிதைகளை வாசித்துக் கொண்டிருக்கும் இந்தக் கணத்தில் தவிர்க்க இயலாமல் இன்றைய உலகின் முக்கிய சிந்தனையாளர்களில் ஒருவரான ஜார்ஜியோ அகம்பன் என் நினைவில் நிழலாடிக் கொண்டே உள்ளார். இன்றைய உலகை நாம் புரிந்து கொள்வதற்கு, "மனிதன், குடிமகன், இறையாண்மை உடைய மக்கள்" முதலான கருத்தாக்கங்கள் போதா. இன்றைய உலகைப் புரிந்து கொள்வதற்கான ஒரு சரியான அரசியல் "வரை மாதிரி" (Political Paradigm) அகதிகள்தான். இன்றைய உலகை நாம் ஒரு மிகப் பெரிய அகதிகள் முகாமாகத்தான் பார்க்க வேண்டியுள்ளது என்பார் அகம்பன்.

இந்த கதியற்றோர் எனப் பொருள்படும் ‘அகதி’ அல்லது ‘ஏதிலியர்’ என்கிற கருத்தாக்கம் எப்போது உருவானது? ‘புலப்பெயர்வு’ என்பது கிறிஸ்தவத்தின் பழைய ஏற்பாடு மற்றும் முஸ்லிம்களின் திருக்குர்ஆன் காலத்திலிருந்தே இருந்தபோதிலும், இன்றைய அரசியல் பொருளில் இத்தகையக் கருத்தாக்கம் உருவானது தேச அரசுகளின் *(Nation States)* காலம் தோற்றத்தோடுதான். “இறையாண்மையுடைய குடிமக்கள்” *(Sovereign People)* என்கிற கருத்தாக்கமும் அப்போதுதான் உருவாகியது. ஆக, மனிதர்கள் / குடிமக்கள் என்கிற அரசியல் பிளவு முதன் முதலாக இப்படித்தான் உருவாகியது. தேச அரசு குடிமக்களுக்கு மட்டுமே உரிமைகளை வரையறுத்தது. மக்கள் அல்லது மனிதர்கள் என்போர் அதன் அரசியல் வரையறைக்கு உட்படமாட்டார்கள்.

குடிமக்களின் உரிமைகள் என்பதற்கு முன் ‘மனித உரிமைகள்’ *(Human Rights)* என்பது பொருளற்றுப் போனது. “மனிதர்கள்’ என்கிற வகையினத்திற்கு *(category)* தேச அரசியலில் இடமில்லை. குடிமக்கள் அல்லாதோர் “வெற்று உயிரிகளாகவே” *(bare life)* கருதப்படுவர். பண்டைய ரோமப் பேரரசு காலத்திய “புனித / *sacer*” என்கிற கருத்தாக்கத்துடன் ஒப்பிட்டு அகம்பன் இது குறித்துச் சொல்வதை இங்கே விரிவாகப் பேசுவதற்கு இடமில்லை. ஒன்றை மட்டும் சொல்ல வேண்டும். ரோமப் பேரரசில் இறைவனுக்கு முன் உறுதி மொழி எடுத்துப் பின் அதை மீறியவர்கள், அச்சமூக உறுப்பினர்களின் அனைத்து உரிமைகளையும் இழந்தவர்களாகக் கருதப்படுவர். அவர்களை அச் சமூக உறுப்பினர்கள் யார் வேண்டுமானாலும் கொல்லலாம். கொல்பவர்கள் கொலைக் குற்றவாளிகளாகக் கருதப்பட மாட்டார்கள். அதே நேரத்தில் கொல்லப்பட்டவர்கள், அதாவது சமூக விலக்கு செய்யப்பட்டவர்கள் இறைவனுக்குப் புனித பலியாகக் கொடுக்கப்படும் தகுதிகளையும் இழந்தவர்களாவார்கள். ஏனெனில் இறைக்கு அளிக்கப்பட்ட உறுதி மொழியை மீறியவர்கள் என்கிற வகையில் அவர்கள் இறைவனுக்குரியவர்களாவர். இப்படி ஏற்கனவே இறைவனுக்குரியவர்களை யாரும் இறைவனுக்கு மீண்டும் பலி

கொடுக்க இயலாது. ஆனால் அதே நேரத்தில் இறைவனுக்கு அளித்த உறுதி மொழியை மீறியவர்கள் குறைந்த பட்ச உரிமையான உயிர் வாழும் உரிமையும் அற்றவர்களாகிறார்கள். அவர்களை யார் வேண்டுமானாலும் குற்றம், தண்டனை என்கிற பொறுப்புகளின்றிக் கொல்லலாம்.

தேச அரசுகள் உருவான காலத்தில் அவற்றோடு சேர்ந்து பெரிய அளவில் எவ்வித உரிமைகளும் அற்ற அகதிகளும் உருவானார்கள். ரோமப் பேரரசு காலத்திய உரிமைகளற்ற "வெற்று உயிரிகளுக்கும்"*(sacer)* தேச அரசுகளின் காலத்திய அகதிகளுக்கும் பெரிய வித்தியாசமில்லை. முன்பே சொன்னதுபோல தேச அரசுகள், குடிமக்கள் என்கிற கருத்தாக்கத்தை மட்டுமே அங்கீகரித்தன. மனிதர்கள், மனித உரிமைகள் என்பவற்றிற்கு அவற்றில் இடமில்லை. நாடற்றவர்கள், புலம் பெயர்ந்தவர்கள் என தேச அரசுகளால் வரையறுக்கப்பட்டவர்களின் 'நலம்' கருதி உருவாக்கப்பட்ட 'பன்னாட்டு அகதிகள் ஆணையம்' முதலான அமைப்புகளும் இத்தகைய அகதிகளை, ஏதோ ஒரு அரசியல் காரணத்தின்பாற்பட்டு உருவான ஒரு கூட்டமாகக் கருதி அவர்களை *dispose* செய்யத்தான் கருதினவே ஒழிய, அவர்களை (தனி) மனிதர்களாகக் கருதி, மனித உரிமைகள் என்கிற அடிப்படையில் அவர்களது பிரச்சினையைத் தீர்க்கத் தயாரக இல்லை. இன்றுவரை இதுதான் நிலைமை.

யாழ் அசீமின் கவிதைகளுக்குள் செல்லுமுன் இன்னொன்றையும் சொல்வது உசிதம். ஒரு தேசத்திற்குள் உள்ளவர்களை குடிமக்கள் அல்லாதவர்களாக அந்தத் தேச அரசு எவ்வாறு வரையறுக்கிறது? 18ம் நூற்றாண்டிலும், 19ம் நூற்றாண்டின் முதற் காற்பகுதியிலும் உருவான தேச அரசுகள் எந்த அடிப்படையில் அந் நாடுகளில் வாழ்ந்திருந்தவர்களை நாடற்றவர்களாக்கி வெளியேறின, அல்லது அழித்தொழிப்பு முகாம்களுக்கு *(extermination camps)* அனுப்பி வைத்தன? ஹிட்லரும் மற்றவர்களும் தம் நாட்டிலிருந்த மக்களை வெளியேற்றுவதற்கும் முகாம்களுக்கு அனுப்புவதற்கும் முன் அரசியல் ரீதியாக ஒரு சடங்கைச் செவ்வனே செய்து முடித்தார்கள். அவ்வாறு அனுப்பப்பட்டவர்களின் குடியுரிமையைப் பறித்ததுதான் அந்தச்

சடங்கு. அவர்கள் *denaturalize/ denationalize* செய்யப்பட்ட பின்பே வெளியேற்றப்பட்டனர் அல்லது முகாம்களுக்கு அனுப்பப்பட்டனர். எந்த அடிப்படையில் நாட்டு மக்களில் ஒரு சாரார் *denaturalize / denationalize* செய்யப்பட்டனர்? 'தேசம்' என்பதற்கான ஆங்கிலச் சொல்லான *Nation* என்பது அந்தத் தேச எல்லையில் பிறந்தவர் *(Native/ Natal)* என்கிற சொல்லிலிருந்து பிறந்தது. ஆனால் எப்படி தேச அரசுகள் பிறந்தபோது குடிமக்கள் என்கிற கருத்தாக்கம் மனிதர்கள் என்பதை நீக்கி முன்வைக்கப்பட்டதோ அதேபோல *Nationality* என்கிற வகையினம் *Nativity* என்பதை அர்த்தமற்றதாக்கியது.

ஒரு தேசத்தை *Native* ஆக, அதாவது பிறப்பிடமாகக் கொண்டிருப்பது மட்டுமே ஒருவர் குடிமக்கள் என்கிற தகுதியை, அதாவது *Nationality* பெறுவதற்கான தகுதியைக் கொண்டிருப்பதாகிவிடாது என்பதே தேச அரசுகளின் நிலை. அந்த வகையிலேயே தேச உருவாக்கமும் முதல், இரண்டாம் உலகப் போர்களை ஒட்டிப் பெரிய அளவில் அகதிகள் உருவாக்கமும் நிகழ்ந்தன. பிறப்புக்கு அப்பால் மொழி, இனம், மதம் முதலான வேறு ஏதோ ஒரு தகுதி குடிமக்களாகக் கருதப்படுவதற்கு அவசியமாக்கப்பட்டது. எடுத்துக்காட்டாக சென்ற நூற்றாண்டுத் தொடக்கத்தில் இந்திய தேசத்தை வரையறுத்த இந்து தேசியவாதிகள் இந்த மூன்றையும் தாண்டி 'பித்ரு பூமி', 'புண்யபூமி' என்கிற கருத்தாக்கத்தை முன்வைத்தனர். அதாவது தந்தையர் நாடாக இருந்தால் மட்டும் போதாது. புண்யபூமியாகவும் இந்த நாடே அவர்களுக்கு இருக்கவேண்டும். மெக்காவையோ, எருசலேமையோ, ரோமையோ புனித பூமியாகக் கருதுபவர்கள் இந்த நாட்டுக்குரியவர்கள் அல்லர்.

தமிழகத்தில் ஈழப் பிரச்சினைக்கு ஆதரவாகப் பேசி வரும் பலரும் தமிழையே தாய் மொழியாகக் கொண்ட ஈழத் தமிழர்களும் முஸ்லிம்களும் அரசியல் ரீதியாகப் பிளவுண்டு நிற்பதைப் புரிந்துகொள்வதில்லை. இருசாரரும் இரு வேறு தேசிய இனங்களாக உணர நேர்ந்ததைப் புரிந்துகொள்ள முயல்வதுமில்லை. ஈழத் தமிழ்த் தேச அரசு என்கிற கருத்து உருவான கணத்திலேயே இந்தப் பிளவும் உருவானது.

அப்படியான ஒரு ஈழத் தமிழ்த் தேச அரசு விடுதலைப் புலிகளின் தலைவர் பிரபாகரனால் பிரகடனப் படுத்தப்பட்டபோது உலக அளவில் தேச அரசுகளின் உருவாக்கத்தின்போது என்ன நிகழ்ந்ததோ அது இங்கும் நிகழ்ந்தது.

இங்கே *Nativity* என்பதற்கப்பால் மதம் குடிமக்களுக்கான அடிப்படைத் தகுதியாக்கப்பட்டது, இருபத்திரண்டாண்டுகளுக்கு முன் ஒரு அக்டோபர் 30ந் தேதியன்று, அப்போது முகிழ்த்திருந்த ஈழத் தேச அரசு,

> "இரு மணி நேரம் தருகிறோம்
> உயிருடன் உங்களை விடுகிறோம்.
> எல்லாம் உங்கள் நன்மைக்கே
> எடுப்பதை எடுத்துப் புறப்படுங்கள்.
> எல்லாம் நாமே காத்திடுவோம்
> இனியொரு நாளில் அழைத்திடுவோம்!"

என அறிவித்து அவர்களை விரட்டியது, வெளியேற்றுப்படலம் அத்தோடு முடிந்துவிடவில்லை.

> வழியனுப்பி வைத்த நீங்கள்
> வழிமறித்து நின்றீர்கள்
> பொன்னும் பொருளும்
> எமக்கே சொந்தம்
> ஈழத்தைக் கடப்பதற்கு
> இருநூறு போதுமென்று
> அத்தனையும் அபகரித்தீர்
> அகதிகளாய் அனுப்பிவைத்தீர்"

என அவர்கள், "மஞ்சாடி நகை கூட மிஞ்சாது" வெறுங்கையோடு விரட்டப்பட்டார்கள்.

> "தேடிய பொன் / ஓடி உழைத்த சொத்து
> வாழ்ந்த வீடு / வாழவைத்த கடை
> பன்னிரண்டு நூற்றாண்டாய் / வேரோடி விருட்சித்த
> உறவுப் பெரு விருட்சமது / இரு மணித் துளியிடையே
> துகளாகிப் பறந்தது / துவேஷப் பெரு நெருப்பில்!......."

மேலோட்டமாகப் பார்க்கும்போது அவர்கள் வீடு வாசல்கள், செய்தொழில்கள், பாடுபட்டுச் சேர்த்த சொத்துக்கள், வாழ்ந்த மண் ஆகியவற்றை மட்டுமே இழந்தார்கள் என்றே தோன்றும். ஆனால் எல்லாவற்றிற்கும் மேலாகப் புதிதாகப் பிரடனப்படுத்தப்பட்ட தேச அரசின் குடிமக்கள் என்ற தகுதியையே அவர்கள் இழந்தனர். ஒரு தேச அரசிற்குள் குடிமக்கள் / அகதிகள் என்கிற வகையினம் தவிர வேறு வகையினத்திற்கு இடமில்லை என்பதால் எல்லாவகையான அடிப்படை மனிதத் தகுதிகளையும், உரிமைகளையும் இழந்து அகதிகளாயினர்.

இறுதிவரை அவர்களுக்குக் குடியுரிமை வழங்குவதற்கு ஈழத் தேச அரசு தயாராக இல்லை. வருந்துகிறோம் என அவர்கள் சொல்ல நேர்ந்தாலும், இறுதிவரை “நீங்கள் திரும்பி வரலாம், உங்கள் உயிருக்கும் உடமைக்கும் உத்தரவாதம் அளிக்கப்படும்“ எனச் சொல்லத் தயாராக இல்லை. ஈழப் போராட்டம் மிகப் பெரிய அழிவுகளோடு மட்டும் முடிந்து விடவில்லை. எளிதில் தீர்க்க இயலாத பல சிக்கல்களோடும் அது முடிந்துள்ளது. அந்தச் சிக்கல்களில் ஒன்றுதான் அகதிகளாக்கப்பட்ட வடக்கு முஸ்லிம்கள் இன்றளவும் அவர்களது சொந்தப் பிரதேசங்களுக்குத் திரும்ப இயலாதவர்களாகவே இருப்பது.

வாழ்வின் அனைத்து அவலங்களும், சவால்களும் இலக்கியக் கருப்பொருளாவது போலவே அகதி வாழ்வும் இன்று உலகெங்கிலும் ஒரு முக்கிய கருப்பொருளாகியுள்ளது. அகதி வாழ்வையும் கூட நாம் ஒரே மாதிரியாகப் பார்த்துவிட இயலாது. புலம் பெயர் வாழ்விலும் பல நிலைகள் உண்டு. உலகமயச் சூழலில் சிறந்த வேலை வாய்ப்பு, உயரிய வாழ்க்கை நிலை கருதி உலகப் பெரு நகரங்களை *(metro-politan cities)* நோக்கி இடம் பெயர்வதும் ஒரு வகைப் புலப் பெயர்வுதான். உள்நாட்டுப் போர்ச்சூழலில் சொந்த நிலத்தில் வாழமுடியாத நிலையில் உலகப் பெரு நகரங்களை நோக்கி நகர்வதும் ஒரு புலப் பெயர்வுதான். இது முன்னதைப்போல முற்றிலும் விருப்பபூர்வமாக அல்லாமல் வேறு வழியின்றி மேற்கொள்ளப்படுவதுதான் என்றபோதிலும் இதிலும்

விருப்பபூர்வமான தேர்விற்குச் சிறிது இடமுண்டு. குடும்பமே சிதைந்து, வேண்டாத விருந்தாளியாக நுழைந்த ஒரு நாட்டில் அகதி வாழ்க்கை வாழ்வது கொடிதுதான் என்றபோதிலும் ஒப்பீட்டளவில் சமூகப் பாதுகாப்பும், செல்வச் செழிப்பும் மிக்கப் பெரு நகர வாழ்வின் சுகங்கள் ஓரளவு இவர்களுக்கும் கிடைத்து விடும். மூன்றாவது வகையினரின் நிலைதான் ரொம்பவும் பரிதாபத்திற்குரியது. குடியுரிமை நீக்கப்பட்டு சொந்த நிலத்தில் வாழக்கூடாது என வெளியேற்றப்பட்டவர்களும், சொந்த நிலத்தில் வாழவே இயலாது என வெளியேறி, எந்தத் தேர்வுச் சுதந்திரமும் இல்லமல் பிரிதொரு அண்டை நிலத்தில் வாழ நேர்ந்தவர்கள் இவர்கள். ஈழப் போராட்டதின் ஊடாக வெளியேற்றப்பட்டுப் புத்தளதில் அகதி வாழ்க்கை வாழ்ந்து கொண்டுள்ள வடக்கு முஸ்லிம்களும், மன்னாரிலிருந்து இராமேஸ்வரம் வழியாக இந்திய எல்லைக்குள் வந்து, தமிழகத்திலுள்ள 110 முகாம்களில் வாழும் ஈழத் தமிழர்களும் இவ்வகைக்குச் சிறந்த எடுத்துக்காட்டுகள்.

இந்த மூன்று வகையினருக்கும் ஒரு பொருத்தம் உண்டு. அதுதான் இழந்துபோன வாழ்வு குறித்த ஏக்கம் *(nostalgia)*. ‘வீடு’ குறித்த ஏக்கம். வாழ்ந்த வீடு, ஊர், உற்றார், சுற்றம் என்பன வெறும் வீட்டையும் ஊரையும் சுற்றத்தையும் குறிப்பன அல்ல. ஒரு வேளை புலப் பெயர்வின்றி அதே இடத்திலேயே வாழ நேர்ந்திருந்தால் வீட்டிலும், ஊரிலும், சுற்றத்திலும், அவற்றோடு அவர்களுக்கான உறவுகளிலும் மிகப் பெரிய மாற்றங்கள் ஏற்பட்டிருக்கலாம். சில நேரங்களில் அவை சலித்தும் கூடப் போயிருக்கலாம். ஆனால் புலம் பெயர்ந்தவர்களைப் பொருத்தமட்டில் வீடு, ஊர், சுற்றம் என்பன புலம் பெயர்ந்த கணத்தோடு உறைந்து விடுகின்றன. ‘வீடு’ என்பது நான்கு சுவர்களுக்குள் இரத்த உறவுகளுடன் வாழ்ந்த ஒரு பௌதீகச் சிறு வெளி மட்டுமல்ல. வீடு, ஊர் முதலியன பண்பாடு, இனம் அல்லது தேசம் ஆகியவற்றின் ஒரு குறியீடாகவும் ஆகிவிடுகிறது. வீடு குறித்த ஏக்கம் உண்மையில் இழந்துபோன தமது வேர்கள் குறித்த ஏக்கமாகி விடுகின்றது.

> "குளத்தடியில் ஓர் பந்தல் / ஐந்து சந்தியிலோர் பந்தல்
> சிவலை பள்ளியில் ஓர் பந்தல் / ஊரெல்லாம் பந்தல்கள்
> நாளுமொரு பந்தலிலே / நபிபுகழைக் கூறிடுவர்
> தீன் மணக்கும் பேருரைகள் / தெருவெங்கும்
> எதிரொலிக்கும் தெவிட்டாது எந்நாளும் / கொண்டாட்ட
> மாதமென்றால் மௌலூது வானை முட்டும்......."

இதெல்லாம் என்ன, வெறும் வீடு குறித்த, ஊர் குறித்த ஏக்கப் பெருமூச்சுகள் மட்டுந்தானா? இழந்த பண்பாடு, சிதைந்த வேர்கள் குறித்த வேதனைப் புலம்பல் இல்லையா?

வேர்கள் என்கிறபோது இன்னொன்றும் நினைவுக்கு வருகிறது. கால ஓட்டத்தில் வேர்களிலிருந்து பெயர்க்கப்பட்ட உயிரிகள் புது மண்ணிலும், அவை எந்த அளவிற்குத் தம் இயல்புக்கு ஒவ்வாதவை ஆயினும் வேர்களைப் பாய்ச்சும்தானே. இருபதாண்டுகள் அல்லது முப்பதாண்டுகள் ஆனபின் புலம் பெயர்ந்தவர்களின் மனநிலைகள் ஒரே மாதிரியாகவா இருக்கும்? பணி நிமித்தமும், ஒரு உயர்ந்த வாழ்க்கைக் கனவுகளோடும் இடம் பெயர்ந்தவர்களும் அவர்தம் சந்ததியினரும், எத்தனை ஏக்கப் பெரு மூச்சுக்களை விட்டபோதும் மீண்டும் திரும்புவரோ தம் சொந்த நிலத்திற்கு?

கட்டாயமாகக் குடியுரிமை பறிக்கப்பட்டு வெளியேற்றப்பட்டவர்கள், அண்டை நாடுகளில் வந்து அகதிகளாய்த் தஞ்சம் புகுந்தவர்கள் ஆகியோரின் நிலையும் கூட அதுதான். விரும்பினாலும் கூடத் திரும்பிப் போக இயலாத சூழல் ஒரு பக்கம். தங்களின் வீடுகள் இருந்த இடம் பிறரால் ஆக்ரமிக்கப்பட்ட நிலை, ஒரு குடும்பமாக வந்தவர்கள் இடைப்பட்ட 20 ஆண்டுகளில் மூன்று அல்லது நான்கு குடும்பங்களானபின் திரும்பிச் செல்வதிலுள்ள சிக்கல்கள், இடம்பெயர்ந்து வந்த குடும்பத்தின் மூத்தோர்கள் மரித்தபின் இன்றுள்ள அடுத்தடுத்த தலைமுறையினர் தம் பூர்வீக வாழிடங்களை அடையாளம் காண இயலாத நிலை........ ஆகா, எத்தனை பிரச்சினைகள்..?

2010ல் நான் இலங்கை சென்றபோது 'மீள்பார்வை' ஆசிரியர் சிராஜ் மஷூர் என்னைப் புத்தளம் அகதிகள் முகம்களுக்கு அழைத்துச் சென்றார். கூடவே கவிஞர் முஸ்ரிபாவும் வந்திருந்தார். முகாம்களில் இருந்தவர்களோடு ஆங்காங்கு பேச்சுக் கொடுத்தேன். சுமார் 30 வயதிருக்கும் ஒரு பெண். இடம் பெயர்ந்து வந்தபோது அவளுக்குச் சுமார் பத்து வயது இருந்திருக்கலாம். சைக்கிள் கேரியரிலோ, தோளிலோ சுமந்து அநுராதபுரம் வழியாக அவளது பெற்றோர்கள் அவளைப் புத்தளத்திற்குக் கொண்டு வந்திருப்பார்கள். "யாழ்ப்பாணத்தில் உன் வீடு எங்கே இருந்ததம்மா?" எனக் கேட்டேன். அப்போது மதிய நேரம். பெரியவர்கள் வெளியே வேலைக்குச் சென்றிருந்தார்கள். ஒரு கணம் திகைத்த அந்தப் பெண் அடுத்த வீட்டை எட்டிப் பார்த்து, "அக்கா, நாம இருந்த இடம் பேரென்ன?" எனக் கேட்டு, "பொம்மைவெளி" என்றாள்.

இரண்டாம்முறை நான் இலங்கை சென்றிருந்தபோது (2012) மன்னாரில் நடைபெறும் பவுர்ணமி இலக்கியச் சந்திப்பில் பேசுவதற்கு நண்பர் தேவா ஏற்பாடு செய்திருந்தார். கூட்டம் முடிந்து எல்லோரும் உரையாடிக் கொண்டிருந்தபோது, கூட்ட ஏற்பாட்டாளர், வந்திருந்த ஒரு முஸ்லிம் பெண்ணிடம் அடுத்த கூட்ட விவரங்களைச் சொல்லி, அவசியம் வருமாறு அழைத்தார். அவர் ஒரு ஆராய்ச்சி மாணவி. பூர்வீக ஊரான மன்னாரில் பள்ளி ஒன்றில் ஆசிரியையாக உள்ளார். "இல்லை என்னால் வரமுடியாது. நான் பெரு நாளுக்கு ஊருக்குப் போகிறேன்" என அப்பெண் பதிலுரைத்தார். நண்பர் கேட்டார்: "ஏம்மா, இதுதானே உன் ஊர்? அப்புறம் எந்த ஊருக்குப் போகப் போகிறாய்?". அந்தப் பெண் சிரித்து விட்டுச் சொன்னாள்: "என் உம்மா, வாப்பாவுக்குத்தான் இது சொந்த ஊர். எனக்குச் சொந்த ஊர் புத்தளந்தான்..."

அகதி வாழ்வின் அத்தனை துயரங்களையும் சுமைகளையும் அதை அனுபவித்திராத நம்மால் புரிந்து கொள்ள இயலாது. யாழ் அசீமின் கவிதைகள் நமக்கு அந்த அனுபவத்தை ஓரளவு உணர்த்தக் கூடும். யாழ் அசீமுக்கு இப்போது என்ன

வயதென்று எனக்குத் தெரியவில்லை. புலம் பெயர்ந்த காலத்தில் அவருக்குப் பத்து அல்லது பதினைந்து வயதிருந்திருக்கலாம்.. ஓரளவு விவரம் தெரிந்திருக்க வேண்டும். அவருக்குப் புலம் பெயர்ந்த நினைவுகள் இன்று ஆறாத இரணமாக இருந்த போதிலும் இன்னும் அவர் தன் தமிழ்ச் சொந்தங்களுடன் பகை மறந்து இணைந்திருக்கவே பேராசை கொள்கிறார்.

> "இனிய நண்பனே! / உயிரோடிணைந்து
> உணர்வோடு கலந்து / எம் இதயத்தை இயக்கும்
> இனிய தமிழ் மொழியால் / இணைவோம் வா"

என நம்பிக்கையோடு அறைகூவல் விடுக்கிறார். ஒரு போரைப் பெரும் இழப்புகளுக்கு மத்தியில் தோற்று நிற்கும் தமிழ் பேசும் மக்களுக்கு இந்த நம்பிக்கைதான் ஒரே துணையாக இருக்க முடியும்.

முஸ்லிம்களைப் பொருத்த மட்டில் புலம் பெயரும் அனுபவம் அவர்களது பரம்பரை நினைவுகளில் படிந்த ஒன்று. சமத்துவமிக்க ஒரு சமூகத்தை உருவாக்கும் ஒரு போர்ப்பணியினூடாகப் புலம் பெயர்ந்தவர் அண்ணல் நபிகள் நாயகம். வெற்றிகரமாகத் தன் பணி முடித்துப் புலம் பெயர்ந்த மண்ணிலேயே அடக்கமானவர் அவர். "கண்மணியாம் நபிகள் மக்காவின் மண்துறந்து மதீனத்து நகர் தன்னில் வாழ்ந்த வரலாறு" அவர்களது இன்றைய துயரத்தில் துணை நிற்பதையும் யாழ் அசீமின் கவிதைகள் உணர்த்துகின்றன.

# தமிழகத்தில் சத்திரியர்கள்: ஒரு குறிப்பு

ஏப்ரல் 20, 2012 முதல் சாதிவாரிக் கணக்கெடுப்பு நடத்தப்பட வேண்டும் என அரசு அறிவிப்பு வந்தவுடன் ஒரு சிலர் அதை எதிர்த்தனர். இது ஆதிக்க சாதியினருக்கு மத்தியில் தற் பெருமிதங்களுக்கும் சாதி உறுதியாக்கத்திற்கும் வழி வகுக்கும் எனக் காரணம் சொல்லப்பட்டது. எனினும் முறையான சாதிவாரிக் கணக்கெடுப்பு மேற்கொள்ளப்படாததைக் காரணம் காட்டியே சில நியாயமாக வழங்கப்பட வேண்டிய ஒதுக்கீடுகளை நீதிமன்றங்கள் தடுத்து நிறுத்தியுள்ள நிலையைச் சுட்டிக்காட்டி இட ஒதுக்கீடு ஆதரவாளர்கள் இந்தக் கணக்கெடுப்பை ஆதரித்தனர். திராவிடர் கழகத் தலைவர் கி.வீரமணி அவர்கள், “சாதியை ஒழிக்க சாதி வாரிக் கணக்கீடு தேவை" எனக் கூறி அதனை வரவேற்றதோடு உங்கள் சாதிகளைச் சரியாகச் சொல்லிப் பதியுங்கள் எனத் தமிழ் மக்களுக்கு வேண்டுகோளும் விடுத்தார்.

இந்நிலையில் ஒரு வன்னியர் அமைப்பு தம் சாதியினரை நோக்கி, “பட்டப் பெயர்களைச் சொல்லிப் பதியாமல் ‘வன்னிய குல சத்திரியர்’ என்கிற பொதுப் பெயரில் பதிவு செய்யுங்கள்” என அறிவித்தது. இதைக் கண்டு ஒரு தமிழ்த் தேசிய இயக்கத்தின் பொறுப்பாளர் இதைக் கடுமையாகக் கண்டித்ததோடு, “தமிழகத்திற்கு என்றைக்காவது விடியல் கிடைக்கும்போது

இவர்களைத் தமிழகத்தை விட்டு வெளியேற்றுவேன்" என்றார். இதை வன்னிய சாதியைச் சேந்த பலரும் கண்டித்தனர்.

வன்னியர்கள் தமிழகத்தின் வெவ்வேறு பகுதிகளில் கவுண்டர்கள், நாயக்கர்கள், பள்ளிகள் என வெவ்வேறு பெயர்களில் அழைக்கப்படுவதால் அவ்வாறே அவர்கள் பதிவு செய்யப்பட்டால் ஒட்டுமொத்த வன்னியர்களின் மொத்த எண்ணிக்கை பாதிக்கப்படும் எனவும் அந்தச் சாதி அமைப்புகள் கவலைப்படுவதை நாம் புரிந்து கொள்கிறோம். ஆனால் இதில் ஏதோ ஒன்றைப் பொதுப் பெயர் என அறிவிக்காமல் "வன்னிய குல ஷத்திரியர்" என்கிற வருணாசிரம அடையாளத்தைத் தேர்வு செய்வது அப்படி ஒன்றும் புரிந்து கொள்ள இயலாத ஒன்று அல்ல. மருத்துவர் இராமதாஸ் அவர்கள் அரசியல் களத்தில் அக்கினிச்சட்டியைச் சுமந்து கொண்டுதான் இறங்கினார். படு தீவிரமாகத் தமிழ்த் தேசியம் பேசிய காலங்களிலும் அவர் அதை இறக்கினார் இல்லை.

சாதி அடையாள அரசியலும் மத அடையாள அரசியலும் ஏதோ ஒரு வகையில் "மற்றதை" அடையாளப்படுத்தி ஒதுக்கி வைப்பதையே குறிக்கோளாகக் கொண்டுள்ளது. அவை அவ்வப்போது ஒன்றிணைந்து கொள்வதில் பெரிய பிரச்சினைகள் வந்துவிடுவதில்லை. இன்று இராமதாஸ் மோடியுடன் கை கோர்த்து நிற்பது வியப்புக்குரிய ஒன்றல்ல. எதிர்பார்த்ததுதான்.

### தமிழகத்தில் சத்திரியர்

சாதிகள் இப்படி மேல்நிலை அடையாளம் தேடுதலென்பது மிகவும் நுணுக்கமாகப் புரிந்து கொள்ள வேண்டிய ஒன்று. காலங் காலமாகச் சாதியின் பெயரால் ஒடுக்கப்பட்ட மக்கள் அத்தகைய பெயர்களிலிருந்து தம்மை விடுவித்துக் கொள்ளும் முயற்சி வரலாற்றில் தொடர்ந்து நடைபெறும் ஒன்று. 'பள்ளர்கள்' என்கிற அடையாளம் எம்மை இழிவு செய்கிறது, நாங்கள் 'தேவேந்திர குல வேளாளர்கள்' என ஒரு பிரிவு மக்கள் சொல்லும்போது நாம் என்ன செய்ய இயலும்? இத்தகைய மேல்நிலையாக்கம் அல்லது சமஸ்கிருதமயமாக்கலின்

பிரச்சினைகளை உணரும் அதே நேரத்தில் இந்த ஆபத்திற்கு நாம் முகம் கொடுத்தும் ஆக வேண்டி உள்ளது. தம்மைத் தேவேந்திர குலத்தார் எனக் கூறிக் கொள்வதற்காக அந்த ஒடுக்கப்பட்ட மக்கள் போராடும்போது அவர்களோடு களத்தில் நிற்க இயலாது என நாம் சொலிவிட முடியாது,

சாதி, வருண முறைகளைப் பொருத்தமட்டில் இந்தியத் துணைக்கண்டம் முழுமைக்கும் சில ஒற்றுமைகளும் உண்டு. வேற்றுமைகளும் உண்டு. ஒற்றுமைகளை முதன்மைப்படுத்தி வேற்றுமைகளை மறுப்பதோ, வேற்றுமைகளை முதன்மைப்படுத்தி ஒற்றுமைகளை மறுப்பதோ எதார்த்தத்தைப் புரிந்து கொள்ள உதவாது. பார்ப்பனீய வருண முறை தமிழகத்திற்கு வந்தபோது அது அப்படியே வேத வருண முறையுடன் முழுமையாகப் பொருந்தியிருக்கவில்லை. நான்கு வருணங்கள் மற்றும் தீண்டத்தகாதவர் என்கிற வடிவில் அது இங்கு அமையவில்லை. பார்ப்பனருக்கு அடுத்தபடியாக இங்கே இடைக்காலம் தொடங்கி ஆதிக்கம் செலுத்திய வேளாளர்கள் சூத்திரர்களாகவே இங்கு கருதப்பட்டனர். மேல்நிலைப்படுத்திக் கொள்ள முனைந்தபோதுகூட அவர்கள் தம்மை ‘சற்சூத்திரர்கள்’ அல்லது ‘பூ வைசியர்’ என்றுதான் சொல்லிக்கொள்ள முடிந்ததே தவிர சத்திரியராகத் தம்மை அவர்கள் அடையாளப்படுத்திக் கொள்ள முடிந்ததில்லை. அருகிலுள்ள கேரளாவில் கூட இந்நிலை இல்லை. நம்பூதிரிகள் பார்ப்பனர்களாகவும், வர்மாக்கள் சத்திரியர்களாகவும் நாயர்கள் சூத்திரர்களாகவும் வருண தர்மத்தில் பொருத்தப்பட்டனர்.

பிரிட்டிஷ் ஆட்சியில் பெரிய மாற்றங்கள் ஏற்பட்டன. நவீனத்துவ நிறுவனங்கள் இங்கே மேலிருந்து புகுத்தப்பட்டன. கல்வி, அரசு நிர்வாகம், நீதித் துறை முதலியவற்றில் இது பெரிய அளவில் வெளிப்பட்டது. பிரிட்டிஷ் ஆட்சியைப் பொருத்தமட்டில் அதன் முதன்மை நோக்கம் பொருளாதாரச் சுரண்டல். சமூக அளவில் நவீனத்துவ மாற்றங்களை கொண்டு வருவது பொருளாதாரச் சுரண்டலுக்கு இடையூறாக அமையும் என்கிற நிலை வந்தபோதெல்லாம் பிரிட்டிஷ் அரசு சமூக ஒழுங்கமைப்பில் தலையிடுவதிலிருந்து விலகிக் கொண்டது.

இந்த வகையில் சமூக அமைப்பில் சில மாற்றங்களைச் செய்ய வேண்டுமென முன்வந்த வெள்ளைப் பாதிரிமார்களுக்கும் வெள்ளை அரசுக்குமே பல சந்தர்ப்பங்களில் முரண்பாடுகள் வந்ததுண்டு.

புதிய நீதி வழங்கு நெறிமுறை உருவாக்கப்பட்டபோது இந்து சிவில் சட்டத்தைப் பொருத்தமட்டில் இங்குள்ள சாதி முறை, அதாவது 'தேச வழமைச் சட்டம்' ஏற்றுக்கொள்ளப்பட்டது. இந்துச் சட்டத்திற்கு விளக்கமளிக்க பார்ப்பன விற்பனர்கள் பணிக்கப்பட்டனர்.

இந்தச் சூழலில்தான் இந்து மரபில் சத்திரியர்களுக்குள்ள சிறப்புரிமைகளைத் தமதாக்கிக் கொள்ளப் பலரும் முனைந்தனர். இங்கே சத்திரிய வருணத்தவராக யாரும் அடையாளப்படுத்தப் படாததை ஒரு வாய்ப்பாக இவர்கள் கருதினர். சென்ற நூற்றாண்டின் முதல் சில பத்தாண்டுகளில் இம் முயற்சிகள் தமிழகமெங்கும் நடந்தன. வேளாளர்கள் தம்மைச் சூத்திரர் அல்ல எனப் பல 'ஆதாரங்களுடன்' எழுதிய வருண சிந்தாமணி எனும் நூல் குறித்து நாங்கள் அப்போதே நிறப்பிரிகையில் எழுதினோம். அஞ்சல் துறையில் உயர் பதவியில் இருந்த கடலூர் கனகசபைப்பிள்ளை எழுதிய அந்நூலுக்கு தமிழ்ப் பெருங்கவி பாரதியார் சாற்றுக் கவி பாடியுள்ளதையும் நாங்கள் வெளிக் கொணர்ந்தோம்.

வன்னியர்கள் மட்டுமன்று, நாடார்களும் கூடத் தமக்குச் சத்திரிய உரிமை கோரி நூல்கள் எழுதினர். கேள்வி பதில் வடிவிலான ஒரு நூலொன்றும் எங்களின் பார்வைக்கு வந்தது. அருப்புக்கோட்டையில் உள்ள நாடார் கல்லூரி ஒன்றுக்கு சைவ பானு சத்திரிய கல்லூரி என்று பெயர் (SBK College). இந்தக் காலத்தில் வந்த இப்படியான பல நூற்களை ரோஜா முத்தையா நூலகத்தில் நீங்கள் காண முடியும்.

இங்கொன்றைச் சொல்ல வேண்டும். இக்காலகட்டத்தில் உருவான இதர சில முக்கிய மாற்றங்களாவன: சாலைகள் மற்றும் இருப்புப் பாதைகள் மூலம் தமிழகம் ஒருங்கிணைக்கப்படுதல், அஞ்சல் துறை, அச்சுத் தொழில் நுட்பம், தின மற்றும் வார, மாத

இதழ்கள் முதலியன. மண வினைத் தொடர்புகள் இல்லாதிருந்த போதிலும் ஒரே மாதிரியான சாதிகள் பலவும் ஒரே பெயரில் ஒருங்கிணைந்தன. இந்தப் புதிய தொழில் நுட்பங்கள் இதற்குப் பெரிதும் உதவின. 19ம் நூற்றாண்டின் இறுதியிலும், 20ம் நூற்றான்டின் முற்பகுதியிலும் கிட்டத்தட்ட ஒவ்வொரு சாதிக்கும் இங்கே பத்திரிகைகள் தொடங்கப்பட்டன. செங்குந்த மித்திரன், நாடார் மஹாஜனம்......இப்படி. இப்படியாக சாதீய ஒருங்கிணைப்பும் இறுக்கமும் தீவிரமடைய நவீன மாற்றங்கள் இங்கே பயன்பட்டன,

எனினும் இவ்வாறு பல்வேறு சாதிகளும் தமக்குச் சத்திரிய அந்தஸ்து கோரும் நிலை பெரியாரின் அரசியல் வருகைக்குப் பின் குறைந்தது. பார்ப்பனர்கள் தவிர மற்றெல்லோரும் “பார்ப்பனரின் வைப்பாட்டிப் பிள்ளைகளாக', சூத்திரர்களாக, தீண்டப் படாதவர்களாக வரலாறு முழுமையும் ஒடுக்கப்பட்டு வந்ததை அவர் தெருத் தெருவாகப் பிரச்சாரம் செய்தார். பார்ப்பனரல்லாதோர் இயக்கம், தலித் இயக்கம், நீதிக் கட்சி ஆட்சி ஆகியவற்றின் ஊடாக இங்கே உருவான இட ஒதுக்கீடு முறை பார்ப்பனரல்லாதோர், பிற்படுத்தப் பட்டவர்கள், பட்டியல் சாதியினர் முதலான புதிய சட்ட ஏற்புப் பெற்ற வரையறைகளை உருவாக்கியதும் சத்திரிய அடையாளக் கோரிக்கைகளைப் பின்னுக்குத் தள்ளியது. எனினும் சாதி ஒருங்கிணைப்பு தேர்தல் அரசியலினூடாகத் தொடர்ந்தது.

1980களுக்குப் பின் உலக அளவில் அடையாள அரசியல் வலுப்பெற்றது குறித்து நான் தொடர்ந்து எழுதிவருகிறேன். இந்தியாவிலும் அந்நிலை உருவானது. சாதி அடிப்படையில் வெளிப்படையாகக் கட்சிகள் இயங்கத் தொடங்கின. ஒடுக்கப்பட்ட சாதிகளுள் ஒன்றான வன்னியர்கள் தமது நியாயமான கோரிக்கையை முன்வைத்து கால் நூற்றாண்டுக்கு முன் பெரும் போராட்டம் ஒன்றைத் தொடங்கிய போது அக்கினிச் சட்டியுடன் கூடிய சத்திரிய அடையாளத்துடன் வன்னியர் சங்கம் வெளிப்பட்ட வரலாற்றைச் சற்றுமுன் குறிப்பிட்டேன். ஆண்ட பரம்பரையாக அவர்கள் தம்மை அடையாளப்படுத்திக் கொண்டனர்.

## தமிழர் அல்லது இந்து எனும் அடையாளங்கள்

இதே நேரத்தில் இன்றைய விவாதம் இன்னொன்றையும் வெளிக் கொணர்ந்துள்ளது. சாதி மற்றும் தீண்டாமைப் பிரச்சினைகளைத் 'தமிழன்' அல்லது 'இந்து' முதலான பேரடையாளங்களை வற்புறுத்துவதன் மூலம் மட்டும் எதிர் கொண்டு விட இயலாது என்பதுதான் அது. தமிழ்த் தேசிய அமைப்புகளும், இந்துத்துவ அமைப்புகளும் அப்படித்தான் நினைத்துக் கொண்டுள்ளன. சாதி, தீண்டாமைப் பிரச்சினைகளில் அவை காட்டும் மௌனத்திற்கு வேறென்ன பொருள்.

எல்லாவற்றையும் அப்படியே வைத்துக்கொண்டு "தமிழர்" என்கிற அடையாளத்தை முன் வைத்தால் பிரச்சினை தீர்ந்துவிடும் என அவர்கள் கூறுகின்றனர். தமிழர் என்கிற அடையாளம் சாதீயத்திற்கு அப்பாற்பட்டது என்பதாகவும் அவர்கள் முன்வைக்கின்றனர். இது அப்பட்டமான ஒரு வரலாற்றுத் திரிபு. தமிழர் என்கிற அடையாளம் இங்கே உயர் சாதி இந்துத் தமிழர்களைக் குறிப்பதாகவே இருந்து வந்துள்ளது. தமிழர் என்றால் "பறையர் ஒழிந்த பிற சாதியினர்" என இங்கே பல்கலைக் கழகங்கள் அகராதிகள் உருவாக்கின. பறையர்களை வைத்துத் தமிழர்களை அடிக்கிறார்கள் எனத் தமிழ்த் தென்றல்கள் இங்கே உரை நடை எழுதினார்கள். இழிசனர் மொழி எனவும் கொடுந் தமிழ் எனவும் மொழியும் கூடச் சாதி அடிப்படையில் இங்கே இரண்டாகப் பிரிக்கப்பட்டது. மனோன்மணீயம் சுந்தரம்பிள்ளையின் மாணாக்கர் வெள்ளக்கால் சுப்பிரமணிய முதலியார் "தமிழாள், துலுக்காள்" என்கிற வழமை ஒன்று இருப்பதாகக் கூறியதோடு, "மாட்டு மாமிசம் தின்னாராயுள்ள தமிழர்" என்றும் அவர் சொல்லாடினார்.

தமிழடையாளத்துடன் தன்னை முன்னிறுத்திக் கொண்ட தலித் அறிஞர்களும் அரசியல் தலைவர்களும் இங்கே அவர்களுக்குரிய மரியாதைகளுடன் ஏற்கப்பட்டதில்லை. அயோதிதாசப் பண்டிதரை தமிழ் அறிஞர் உலகம் தலித் எழுச்சிக்கு முந்தின நாள்வரை அடையாளம் கண்டுகொண்டதில்லை. எழுச்சித் தமிழராக இன்று அடையாளம் காணப்படும்

தொல். திருமாவளவன் அவர்களுடன் நான் சமீபத்தில் இரு கூட்டங்களில் பேசினேன் இரண்டிலுமே அவர் அரசியல் களத்தில் தான் புறக்கணிக்கப் படுதல் குறித்தே அதிகம் பேசினார்.

இன்று தமிழ் அடையாளம் வெட்கமில்லாமல் பார்ப்பனீயத்துடன் அடையாளம் காண்கிறது, ராஜராஜ சோழனுக்கு விழா எடுக்கிறது. அவன் தேவதாசிமுறை கொண்டு வந்ததைப் போற்றுகிறது. மராத்திய நடுத்தர சாதி அடையாளத்தை முன்நிறுத்தும் ஃபாசிசக் கட்சியான சிவசேனாவைத் தன் முன்மாதிரி எனச் சொல்லிக் கொள்கிறது. அருந்ததியருக்கு இட ஒதுக்கீடு கொடுக்கக் கூடாது என்கிறது. அண்ணல் அம்பேத்கரை வடநாட்டார் என்கிறது. இத்தகைய சொல்லாடல்கள் ஊடாகத் தமிழர் ஒற்றுமை எப்படிச் சாத்தியம்? தமிழர் என்று அடையாளப் படுத்திக் கொள்வதன் மூலமே சாதி ஒழிந்துவிடுமா?

வெறுமனே பெயர்களில் மேல் நிலையாக்கம் காட்டுவதாலோ இல்லை மொழி, மத மற்றும் இன அடையாளங்களை முன்னிலைப்படுத்துவதாலோ இங்கு சாதியையோ தீண்டாமையையோ ஒழித்துவிட இயலாது.

சும்மாவா சொன்னார் பெரியார். "மதாபிமானம்,குலாபிமானம், பாஷாபிமானம், தேசாபிமானம்" இவை நான்கிலிருந்தும் விடுபட்டால்தான் சாதி இழிவு நீங்கும் என. இந்த அபிமானங்களை முன்நிறுத்தி இயங்கும் கட்சிகள் இன்று ஒன்றாக இணைந்துள்ளது அதைத்தானே காட்டுகிறது. மோடி, வைகோ, இராமதாஸ் கூட்டணியை நாம் வேறெப்படிப் புரிந்துகொள்வது?

## அயோத்திதாசர், கர்னல் ஆல்காட், தர்மபாலா, லட்சுமி நரசு – ஒரு சிறு குறிப்பு

நேற்று (2014,மார்ச் 30) பெரம்பூரில் 'பாசறை முரசு' வாசகர் வட்டம் சார்பாக நடந்த கருத்தரங்கம் ஒன்றிற்குச் சென்றிருந்தேன். பெரம்பூர் பேருந்து நிலையத்தை ஒட்டிய நெல்வயல் சாலையில், நிலையத்திற்கு மிக அருகாமையில் அமைந்துள்ள அரங்கத்திற்குள் நுழைந்தவுடன் எனக்கு ஒரு இன்ப அதிர்ச்சி. அது ஒரு சிறிய பௌத்த ஆலயம்.

'தென்னிந்திய பவுத்த சங்கம்' எனவும் அது அழைக்கப்படுகிறது, 'தென்னிந்திய சாக்கிய பவுத்த சங்கம்' என்கிற பெயரில்தான் அயோத்தி தாசர் செயல்பட்டார் என்பது நினைவுக்கு வந்தது. சுமார் 30 பேர்கள் உட்காரக் கூடிய அறை. மிக அழகான இரு புத்தர் சிலைகள் என அந்தச் சிறு அரங்கு அமைந்துள்ளது. அந்த வெண்கலச் சிலை பர்மாவிலிருந்து கொண்டுவரப்பட்டதாம்.

ஆலயத்திற்கு நிறைய நிலமிருந்ததாம். பவுத்த நெறியை ஏற்றவர்களுக்கு அது பிரித்தளிக்கப்பட்டு, அவர்கள் அவற்றை நல்ல விலைக்கு விற்றுவிட இப்போது அந்த ஆலயத்திற்கு எஞ்சியது வெறும் சுமார் 400 சதுர அடிகள்தான் என்றார் என்னை அந்த உரை நிகழ்ச்சிக்கு அழைத்திருந்த நண்பர் பாலன். ஓய்வாக ஒரு முறை வந்து விரிவாக அதன் வரலாற்றைக் கேட்க வேண்டுமென நினைத்துக் கொண்டேன். பாலன் அவர்களின்

மாமாதான் இப்போது அதன் பராமரிப்புப் பொறுப்பை ஏற்றுள்ளார். அவருக்குப் பின் யார் இதைப் பராமரிக்கப் போகின்றனரோ எனக் கவலையோடு கூறினார் பாலன்.

பாலன் பர்மாவிலிருந்து வந்தவர்; 'ரெப்கோ' வங்கியில் அதிகாரியாக இருந்து ஓய்வு பெற்றவர். கலப்பு மணத் தம்பதியருக்குப் பிறந்தவர்களைச் சாதியற்றவர்களாக அறிவித்து, அவர்களுக்குத் தனி இட ஒதுக்கீடு அளித்தால் சாதி ஒழியும் எனக் கடந்த பல ஆண்டுகளாக இயக்கம் நடத்துபவர். நேற்று, அவர் வரும் நாடாளுமன்றத் தேர்தல் குறித்த ஒரு கருத்தரங்கை அங்கு ஏற்பாடு செய்திருந்தார். எனது நீண்ட நாள் நண்பர்கள் அரக்கோணம் தமிழேந்தி, பெரம்பூர் கந்தன் முதலான திராவிட இயக்கத்தவர்களும் வந்திருந்தனர்.

நான் உட்கார்ந்திருந்த இடத்திற்கு நேரெதிரே சுவற்றில் மாட்டியிருந்த பழைய படங்கள் சிலவற்றைப் பார்த்தபோது எனக்கு இன்னும் ஒரு இனிய அதிர்ச்சி. அங்கு பெரிதாய் மாட்டி வைக்கப்பட்டிருந்த இரு பெரிய படங்கள்தான் என் அதிர்ச்சிக்குக் காரணம். ஒன்று அயோத்திதாசரின் ஒரு நல்ல புகைப்படம். சென்னையில் உள்ள ஒரு பழம் புத்த சங்கத்தில் அயோத்திதாசரின் படம் இருந்தது வியப்பில்லை. மற்றொரு படம் அநகாரிக தர்மபாலாவின் வண்ண வரை படத்தின் அச்சிட்ட பிரதி. தமிழகத்தில் தர்மபாலாவின் படம் ஒன்றைக் கண்டது எனக்குச் சற்று வியப்பளித்தது.

தோன்றிய மண்ணிலிருந்து அகற்றப்பட்டுக் கிட்டத்தட்ட அழிந்த நிலையிலிருந்த பவுத்தத்தை மறு உயிர்ப்புச் செய்ததில் தர்மபாலாவிற்குப் பெரும் பங்குண்டு. குறிப்பாகப் பவுத்தர்களின் புனிதத் தலங்கள் பலவும், அவர்களின் ஆகப் புண்ணிய பூமியாகிய புத்த கயாவும் இந்து மகந்த்களின் பிடியிலிருந்த நிலையைப் பெரும் போராட்டங்களின் ஊடாக மீட்டு மீண்டும் அவற்றை பவுத்தப் புண்ணிய க்ஷேத்திரங்களாக ஆக்கியது தர்மபாலாதான். இதற்கெனவே 1891 மே மாதத்தில் கொழும்பில் 'மகா போதி கழகத்தை' நிறுவி, இந்து மகந்த்களுக்கு எதிராக வழக்குகள் தொடுத்து, லண்டன் வரை சென்று அன்றைய

பிரிட்டிஷ் அமைச்சரவையில் இருந்த இந்திய அமைச்சரிடம் பேசி, உரிய நிரூபணங்களைத் தந்து கயாவை மீட்டவர் அவர்.

புத்த கயாவை மீட்பதற்கான முதல் உந்தத்தை அளித்தவர் எட்வின் ஆர்னால்ட் (1832-1904) என்பதையும் இங்கு குறிப்பிட வேண்டும். ஆங்கிலக் கவிஞரும் இதழாளருமான ஆர்னால்ட்தான் புகழ் பெற்ற புத்த காவியமகிய *The Light of Asia* வை (ஆசியாவின் ஒளிவிளக்கு) எழுதியவர். தர்மபாலாவால் உருவாக்கப்பட்ட மகாபோதி கழகத்தின் முதல் தலைவர் மலிகா கந்த விகாரையின் தலைமைப் பிக்குவும், வித்யோதயா கல்லூரி முதல்வருமான சுமங்கல மகாதேரர். இந்தச் சுமங்கலர்தான் அயோத்திதாசருக்குப் பஞ்சசீல தீட்சை அளித்து (1890) அவரைப் பவுத்தர் ஆக்கியவர். மகாபோதி கழகத்தின் செயலராக தர்மபாலா பொறுப்பேற்றுச் செயல்பட்டார்.

இக்கழகத்தை உருவாக்கியதில் மிக முக்கிய பங்காற்றியவர் என அவர்களால் நன்றியோடு நினைவு கூறப்படுபவர் அடையாறு தியாசபிகல் சொசைடியை நிறுவிய கர்னல் ஆல்காட். ஆல்காட்டும் மேடம் ப்ளாவட்ஸ்கியும் பத்தொன்பதாம் நூற்றாண்டின் இறுதியில் தம்மைப் பவுத்தர்களாக அறிவித்துக் கொண்டனர். மகாபோதி கழகத்துக்கு முன்னதாக 'அக்யப் மகாபோதி கழகத்தை' நிறுவி 1896 வரை அதன் இயக்குனராகவும் இருந்தவர் ஆல்காட். 1880ல் கொழும்பில் தியாசபிகல் சொசைடியையும் அவர் நிறுவினார். கொழும்பு காலி வீதியில் ஆல்காட்டுக்கும் ப்ளாவட்ஸ்கி அம்மைக்கும் மிகப் பெரிய *Royal Welcome* அளிக்கப்பட்டதை நினைவு கூர்கிறார் தர்மபாலா (*Maha Bothi society Journal, Centenary Volume, 1991*). கொழும்பில் ஆல்காட்டிற்கு அமைக்கப்பட்ட சிலை இன்னும் உள்ளது.

அன்னிபெசன்ட் அம்மை ஜே.கிருஷ்ணமூர்த்தியைக் 'கண்டுபிடித்தது' போலவே கொழும்பில் ஒரு பாரம்பரியமிக்க குடும்பத்தில் பிறந்திருந்த ஹெவவிதர்னே தர்மபாலாவையும், 'இவன் இந்தப் பணிக்கு உகந்தவன்' எனக் கண்டுபிடித்து, பெற்றோரின் விருப்பத்தையும் மீறி, வற்புறுத்தி இந்தியாவுக்கு அழைத்து வந்து பவுத்த மீட்புப் பணியில் அவரை

ஆட்படுத்தினார் மேடம் ப்ளாவட்ஸ்கி. தர்மாபாலாவைப் போலவே அயோத்திதாசருக்கும் அவரது பூர்வ பவுத்த உருவாக்கப் பணியில் துணை நின்றவர் ஆல்காட்.

“டாக்டர் அயோத்திதாசர் மற்றும் சிலரின் உதவியோடு” சென்னை இராயப்பேட்டையில் ஆல்காட் அவர்களால் கூட்டப்பட்ட (1898, ஆகஸ்ட் 8) கூட்டம் ஒன்றில், ஆல்காட்டின் அழைப்பின் பேரில் சென்னைக்கு வந்த தர்மபாலாவும், தமிழறிந்த பிக்கு குணரத்னேவும் பங்கு பெற்றனர். அன்றுதான் 'சாக்கைய புத்தக் கழகம்' தோற்றுவிக்கப்பட்டது. தொடக்கத்தில் அதன்பெயர் 'திராவிட புத்தக் கழகம்' என்பது குறிப்பிடத்தக்கது. பேசும்போது தர்மபாலா அயோத்திதாசர் மற்றும் அவரது நண்பர்களை வெகுவாகப் பாராட்டினார். எனினும் 1911 வாக்கில் தர்மபாலாவிற்கும் அயோத்திதாசருக்கும் இடையிலான உறவு முற்றிலுமாய் முறிந்து போனது வேறு கதை (பார்க்க: எனது ‘பெரியாரும் அயோத்திதாசரும்’).

மீண்டும் தனது 35வது பிறந்த நாளில் (செப் 17, 1899) சென்னை வந்த தர்மபாலா ஏராளமான பொதுக்கூட்டங்களில் பேசினார். ‘மெட்ராஸ் ஸ்டான்டர்ட்’ இதழ் அவரது விரிவான பேட்டியை வெளியிட்டது. 1899 செப். 28 அன்று, தற்போது சென்னை எழும்பூர் கென்னத் லேனில் இயங்கும் மகாபோதிக் கழகத்தின் சென்னைக் கிளையைத் தொடங்கி வைத்தார். இதற்கான தீர்மானத்தை முன்மொழிந்தவர் எம். சிங்காரவேலுச் செட்டி, பி.ஏ. இவர் வேறு யாருமன்று. நம் மதிப்பிற்குரிய அறிஞர் மா.சிங்காரவேலனார் அவர்கள்தான். கூட்டத்தில் கலந்து கொண்ட இன்னொரு முக்கிய நபர் பவுத்த அறிஞர் பேராசிரியர் லட்சுமி நரசு.

இந்த இடத்தில் நான் தர்மபாலாவைக் குறித்து ஒன்றைச் சொல்லியாக வேண்டும். அவர் எந்த அளவிற்கு பவுத்த மீட்பிற்கு ஆதாரமாக இருந்தாரோ, அதே அளவில் சிங்கள பவுத்தப் பேரினவாத உறுதியாக்கத்திற்கும் அவரது செயற்பாடுகள் வழி வகுத்தன. இது குறித்து விரிவாக இன்னொரு சந்தர்ப்பத்தில் பார்ப்போம்.

என் மனதில் இந்த எண்ணங்கள் ஓடிக் கொண்டிருந்தபோது நான் பேச அழைக்கப்பட்டேன். பேச்சு முடிந்து புறப்படு முன் சுவரில் மாட்டப்பட்டிருந்த அந்தப் படங்களை நெருங்கி நின்று, அந்த மற்ற இருவரும் யார் எனப் பார்க்க முற்பட்டேன். எனக்கு இன்னொரு இன்ப அதிர்ச்சி காத்திருந்தது. அவற்றில் ஒன்று லட்சுமி நரசுவின் படம். அவரின் உருவப்படத்தை நான் இதுகாறும் கண்டேனில்லை. எனது 'புத்தம் சரணம்' நூலை நான் எழுதியபோது பவுத்தம் தொடர்பான ஏராளமான நூல்களைப் படிக்க வேண்டி இருந்தது. அவற்றுள் பவுத்தம் குறித்த அறிதலுக்கு ஒரு அற்புதமான தொடக்க நூலாக அமைந்தது பேராசிரியர் அறிஞர் லட்சுமி நரசு அவர்களின் *The Essence of Buddhism* தான்.

1907 மே மாதம் வெளி வந்த அந்த நூல் இன்று பல்வேறு பதிப்பகங்களால் வெளியிடப்படுள்ளன. என்னிடம் உள்ள பிரதி புது டெல்லி *Asian Educational Service (1993)* வெளியிட்டுள்ள ஃபேசிமிலி அச்சுப் பதிப்பு. இதற்கொரு சுருக்கமான செறிவான இரு பக்க முன்னுரை ஒன்றை எழுதியுள்ளவர் அநகாரிக தர்மபாலா. ஏப்ரல் 28, 1907 அன்று சாரநாத்திலுள்ள மகா போதி கழகத் தலைமையகத்திலிருந்து இம்முன்னுரையை அவர் எழுதியுள்ளார்.

வரலாற்று புத்தர், பவுத்தம் முன்வைக்கும் பகுத்தறிவு வாதம், பவுத்த அறம், பவுத்தமும் சாதியும், பவுத்தமும் பெண்களும், நான்கு பேருண்மைகள், பவுத்தமும் துறவு நிலையும், பவுத்தமும் சூனியவாதமும், எண்வழிப் பாதை, *The Riddle of the World, Personality*, மரணமும் அதற்குப் பின்னும், என்பதான தலைப்புகளில் அவர் அத்தியாயங்கள் பிரித்து எழுதியிருப்பதொன்றே அது எத்தகைய சிறந்த பவுத்த அறிமுக நூலென்பதற்கு ஒரு சான்று. அறிமுக நூலென்பதைச் சாதாரணமாக எடுத்துக் கொள்ள வேண்டியதில்லை. மேலதிக நுணுக்க நூல்களை எழுதுவதைக் காட்டிலும் காத்திரமான அறிமுக நூல்களை எழுதுவது கடினம். வேறு ஆழமான மேலதிக ஆய்வுச் செய்திகளை எல்லாம் படிக்கும்போதும் அந்த அறிமுக நூல் நம் நினைவுக்கு வர

வேண்டும். அப்படி ஒரு நூல்தான் அறிஞர் பொக்கல லட்சுமி நரசு அவர்களின் *The Essence of Buddhism.*

பௌத்தம் தோன்றிய இந்திய மண்ணில் பௌத்தம் அழிக்கப்பட்டதை அறிவோம். பண்டைத் தமிழிலக்கியங்களில் பௌத்தத்தின் தாக்கம் இருந்ததையும், தற்போது முழுமையாகக் கிடைக்கும் பழந்தமிழ்க் காவியங்களில் ஒன்றான மணிமேகலையும், இலக்கண நூலான வீர சோழியமும் வெளிப்படையாகத் தம் பௌத்தச் சார்பை வெளிக்காட்டிக் கொள்பவையாக இருப்பதையும் அறிவோம். 19, 20 ஆம் நூற்றாண்டுகளில் பௌத்தத்தைத் தமிழ் மண்ணில் உயிர்ப்பிக்க லட்சுமி நரசு, அயோத்திதாசர், சிங்காரவேலர் மற்றும் அநகாரிக தர்மபாலா, கர்னல் ஆல்காட், மேடம் ப்ளாவெட்ஸ்கி முதலானோரால் மேற்கொள்ளப்பட்ட முயற்சிகள் பெரிய அளவில் வெற்றி பெற இயலாவிட்டாலும் பௌத்தம் குறித்த ஒரு விழிப்புணர்வு இங்கு ஏற்படுவதற்குக் காரணமாயின. சற்றுப்பின்னர் சென்ற நூற்றாண்டின் பிற்பகுதியில் இந்திய அளவில் டாக்டர் அம்பேத்கர் அவர்கள் ஒடுக்கப்பட்ட மக்களின் விழிப்புணர்வின் அடையாளமாக பௌத்தத்தை முன்வைத்தது என்பது இங்கும் அதற்குரிய தாக்கத்தை ஏற்படுத்தியது.

அதற்குரிய எதிர்ப்புகளும் இருக்கவே செய்தன. இறுக்கமான சைவ மரபில் உதித்த தமிழறிஞரான திரு. வி. கலியாணசுந்தரனார் அவர்கள் தான் சிறுவனாக இருந்தபோது மேற்குறித்த அறிஞர்களின் பௌத்த விளக்கக் கூட்டங்களில் குழப்பம் விளைவித்த கதையைப் பின்னாளில் எவ்வாறு சுய விமர்சனமாகச் சொல்லியுள்ளார் என்பதை அவர் குறித்த வேறொரு கட்டுரையில் விளக்கமாகச் சொல்லியுள்ளேன். ‘சைவசமய சாரம்’, ‘நாயன்மார் திறம்’, ‘நாயன்மார் வரலாறு’ முதலான சைவ ஆய்வு நூல்களை எழுதியவர் அவர். இன்னொரு பக்கம் அவர் ஒரு தொழிற்சங்கத் தலைவராகவும் இருந்தவர். குறுகிய பார்வை இல்லாத விரிந்த மனத்தினராகப் பிற்காலத்தில் வெளிப்பட்ட அவரின் இத்தகைய விமர்சனப் பதிவு அன்றிருந்த சூழலை விளக்கும்.

தமது 'சிந்தனைச் சிற்பி சிங்காரவேலு வாழ்வும் சிந்தனையும்' நூலில் இம் மேற்கோளை எடுத்தாளும் பெரியவர்கள் கே.முருகேசன், சி.எஸ்.சுப்பிரமணியம் ஆகியோர், இந்தச் சம்பவம் நிகழ்ந்த கால கட்டத்தில் கலியாணசுந்தரனாரின் வயது 10 அல்லது 15 வயதுக்குள் இருக்கலாம் எனக் கணக்கிடுகின்றனர். அந்த வயதிலேயே, சென்னை மெரினாவில் மீனவ மக்கள் வசிக்கும் பகுதியில் செல்வாக்கு மிக்க வழக்குரைஞரான சிங்காரவேலர் மற்றும் அப்போது பச்சையப்பன் கல்லூரியில் பேராசிரியராக இருந்த அறிஞர் லட்சுமி நரசு, பண்டிதர் அயோத்திதாசர் ஆகியோர் நடத்திய கூட்டங்களில், இந்தச் சிறுவர்கள் புகுந்து குழப்பம் விளைவிக்கும் அளவிற்கு அன்று சைவம் தீவிரமாக இருந்துள்ளதை அறிகிறோம். திரு.வி.க அவர்கள் அயோத்திதாசரின் பெயரைக் குறிப்பிடாவிட்டாலும் 'மகாபோதி சங்கம்' எனக் குறிப்பிடுவதிலிருந்து அது பண்டிதரின் ஏற்பாடுதான் என்பதை நம்மால் ஊகிக்க முடிகிறது.

தனது வாழ்க்கைக் குறிப்புகளில் தொடர்ந்து திரு.வி.க சொல்வது:

"கோமளீசுவரன் பேட்டை புதுப்பேட்டையிலே ஒரு பௌத்த சங்கம் கூடிற்று. அதிலே இலட்சுமி நரசு நாயுடு, சிங்காரவேல் செட்டியார் முதலியோர் பேசுகின்றனர் என்று கேள்வியுற்றேன். யான் கூட்டத்துடன் அங்கு சென்றேன். அங்கு குழுமியிருந்த சிலர் என்னை உறுத்து உறுத்து நோக்கினர். எனக்கு அச்சமுண்டாயிற்ரு. யான் பேசாமலமர்ந்தேன். சிங்காரவேல் செட்டியார் டார்வின் கொள்கையைத் தமிழில் விளக்கினார். என் உள்ளம் அதில் ஈடுபட்டது."

திரு.வி.க அவர்கள் தீவிரமாகச் சைவ நெறியைப் பின்பற்றியவர் ஆயினும் பின்னாளில் அவர் ஒரு தோழிற்சங்கச் செயல் பாட்டாளராகவும், சமயப் பொறை உள்ள தமிழறிஞராகவும் விளங்கியவர். எனவே அவர் மன மாற்றம் கொண்டதை நம்மால் புரிந்து கொள்ள முடிகிறது..

பின்னாளில் அவர் பௌத்தம் பற்றி ஆற்றிய உரை 'தமிழ்நூல்களில் பவுத்தம்' எனும் குறுநூலாக வெளிவந்துள்ளது. எந்த லட்சுமி நரசு முதலானோர் கூட்டத்தில் அவர் குழப்பம்

விளைவித்தாரோ அதே அறிஞர் லட்சுமி நரசு அவர்கள் தலைமையில் நடந்த பௌத்த மாநாட்டில் அவர் ஆற்றிய உரை அது. அது குறித்து அந்நூலின் முன்னுரையில் திரு. வி.க சொல்வது:

*"சன்மார்க்கக் கொள்கையுடைய அடியேனை தென்னிந்திய பௌத்த சங்கச் சார்பாகச் சென்னை சிந்தாதிரிப்பேட்டை 'ஹைஸ்கூல் நிலையத்தில்' 1928ம் ஆண்டு ஏப்ரல் மாதம் 6ம்தேதி அறிஞர் இலட்சுமிநரசு நாயுடு அவர்கள் தலைமையின் கீழ்க் கூடிய தென்னிந்திய பௌத்த மாநாட்டில, 'தமிழ்நூல்களில் பௌத்தம்' எனும் பொருள்பற்றிப் பேசுமாறு அச்சங்கத்தார் பணித்தனர். அப்பணி மேற்கொண்டு, ஆண்டுப் போந்து அடியேன் நிகழ்த்திய விரிவுரையே இந்நூலின் உள்ளுறை" (தமிழ் நூல்களில் பௌத்தம், இரண்டாம் பதிப்பு, சாது அச்சுக்கூடம், இராயப்பேட்டை, சென்னை-14, 1952).*

மகாகவி பாரதியும் அறிஞர் லட்சுமி நரசு அவர்களின் தலைமையில் நடந்த கூட்டமொன்றில் பங்கு பெற்று உரையாற்றியுள்ளார். 25-02-1905 தேதிய சுதேசமித்திரன் இதழில், "ஒரு பிரசங்கம்: நாளை திங்கட்கிழமை மாலை 6.15 மணிக்கு பிராட்வேயிலுள்ள ஸெண்டினரி ஹாலில் மிஸ்டர் றி. லட்சுமீ நரசுவின் அக்கிராசனத்தின் கீழ் மிஸ்டர் சி. சுப்பிரமணிய பாரதி 'பிரமஞானமும், ஆசாரத் திருத்தமும்' என்ற விஷயத்தைக் குறித்து ஆங்கிலத்தில் ஒரு பிரசங்கம் செய்வார்" என வந்துள்ள செய்தி இதற்கொரு சான்று.

பௌத்தத்தில் பெண்களின் நிலை குறித்து பாரதி எழுதியுள்ள கட்டுரை ஒன்றும் இங்கே குறிப்பிடத் தக்கது. "பவுத்த மார்க்கத்திலே மாதர்களின் நிலை" எனும் கட்டுரையில் பாரதி குறிப்பிடுவன:

*"கவுதம சாக்கிய முனி என்ற ஸ்ரீ புத்தரை ஆரியா வர்த்தத்திலே அவதரித்த மஹான்களுக்குள்ளே தலைமை வகுப்பைச் சேர்ந்தவரென்பதாக இவ்வுலகத்துப் பண்டிதர்களெல்லாம் ஒரே மனதுடன் ஒப்புக்கொள்கிறார்கள். இத்தகைய மஹாத்மாவால் ஸ்தாபனம் செய்யப்பெற்ற பவுத்த மார்க்கமானது நமது பாரத*

பூமியை விட்டு நீங்கி விட்டதென்றபோதிலும், வெளித் தேசங்கள் பலவற்றிலே பரவி அங்கங்கிருந்த பழைய மதங்களை வென்று பெருமை பெற்றுத் திகழ்கின்றது.

“ஜப்பான், சீனா, டிபெட், பர்மா, ஸயாம், இலங்கைத் தீவு என்பன பவுத்த தேசங்களே யாகும். இது மாத்திரமா? நவீன சாஸ்திர ஆராய்ச்சியின் பிரதம ஸ்தலமாகிய ஜெர்மனி தேசத்திலே பவுத்த மார்க்கம் பரவத் தொடங்கிவிட்டது. அனேக ஐரோப்பிய கிறிஸ்தவ மஹாஞானிகள் தமது மதத்தை விட்டுவிட்டு, பவுத்த தர்மத்தை அனுசரிக்கத் தலைப்பட்டிருக்கிறார்கள். அமெரிக்காவிலேயும் பவுத்த மார்க்கம் தனது பெருமையைச் செலுத்தாதிருக்கவில்லை. இவ்வுலகத்திலுள்ள ஹிந்துக்கள், கிறிஸ்தவர், மகமதியர் முதலிய எல்லா மதஸ்தர்களைக் காட்டிலும் பவுத்தர்களே தொகையில் அதிகப்பட்டவர்கள்.

“இந்த சமயாசாரப்படி ஸ்திரீகளுக்கு எவ்விதமான ஸ்தானம் கொடுக்கப்பட்டிருக்கிறதென்பதை ஆராய்ச்சி புரிவது மிகவும் பயனுடைய தொழிலாகுமென்று நம்புகிறோம். இவ்விஷயத்தில் நமக்குச் சில முக்கியமான குறிப்புகள் ஸ்ரீ லக்ஷ்மீ நரஸு நாயிடவர்கள் *(Professor Lakshmi Narasu of the Madras Christian College)* சமீபத்தில் ஒரு வாராந்தப் பத்திரிகைக்கு எழுதியிருக்கும் உபந்நியாசத்தினின்றும் கிடைத்தன.

“நவீன தத்துவ சாஸ்திரக் கொள்கைகள் நிறைந்த மனமுடையவராகிய ஸ்ரீமான் நாயுடு தமது கோட்பாடுகளைப் பவுத்தக் கோட்பாடுகளுடன் பொருத்திவிட வேண்டுமென்று பெரு முயற்சி செய்வதில், பவுத்த மார்க்கத்தைப்பற்றி இவர் கூறும் அபிப்பிராயங்கள் முழுதும் அங்கீகாரம் செய்துகொள்வதற்கு உரியன அல்லவென்பது மெய்யே யென்றாலும், புராதன “பவுத்த சரித்திர விஷயங்களில் அவரது ஆராய்ச்சிகளைத் தழுவலாமென்பதில் திவலையேனும் சந்தேகமில்லை.” (மகாகவி பாரதி, ‘பௌத்த மார்கத்திலே மாதர்களின் நிலை’ *http://www.mahakavibharathiyar.info/b_katturaigal/bowtha_maarga.html).*

இது 1906இல் எழுதப்பட்டுள்ள கட்டுரை. நவீன சிந்தனைகளை

லட்சுமிநரசு அவர்கள் 2500ஆண்டுகளுக்கு முந்திய பௌத்த சிந்தனைகளில் திணிக்க முயல்கிறார் என்கிற கருத்தை பாரதி இங்கே முன்வைத்தபோதும் அறிஞர் லட்சுமிநரசுவின் மீதும், பௌத்தத்தின் மீதும், பெண் விடுதலை குறித்தும் அவர் கொண்டிருந்த ஆழமான பற்றும் நம்பிக்கையும் இதில் வெளிப்படுவதைக் காணலாம்.

19. 20 ஆம் நூற்றாண்டுகளில் தமிழகத்தில் மேற்கொள்ளப்பட்ட பௌத்தப் புத்துயிர்ப்பு முயற்சிகள் பெரிய அளவில் பௌத்த மதம் இங்கு பரவுவதற்கு வழியமைக்காத போதும் பௌத்தம் முன்வைத்த பல புரட்சிகரச் சிந்தனைகள் பெரிய அளவில் இங்கு நவீன சிந்தனைகள் மற்றும் கோட்பாடுகளின் உருவாக்கத்திற்கு அடிப்படையாக இருந்ததை உணர்ந்து கொள்கிறோம்.

# உடைபடும் மவுனங்கள்: ஒழுங்கமைத்தல் — மீறல் (கி.ரா. தொகுத்த) பாலியல் கதைகள்

### நுனிக்குறிப்புகள்

1) 'தினமணி'க்காக தலித் சிறுகதைகள் சிலவற்றைத் தொகுத்துத் தருவது தொடர்பாக அந்த நாளிதழின் (அப்போதைய) ஆசிரியர் மாலனைச் சந்தித்துப் பேசிக்கொண்டிருந்த போது அவர் ஒன்றைக் குறிப்பிட்டார் - 'எத்தகைய கதைகளை வேண்டுமானாலும் நீங்கள் தேர்வு செய்யலாம். ஒன்று மட்டும் முக்கியம். எங்கள் கிராமத்தில் "நரகல்" என்ற சொல்லைக்கூட வாயால் உச்சரிக்கமாட்டார்கள். நெருப்பாய்க் கிடக்கு அந்தப் பக்கம் போகாதீங்க என்று தான் சொல்லுவார்கள். சொற்கள் விசயத்தில் கொஞ்சம் எச்சரிக்கையாய் இருந்தால் நல்லது' - வெளிப்படையாகச் சொல்வதானால் 'அடித்தள மக்க்ள் இலக்கியம்' என்ற பெயரில் பீ, மூத்திரம், மசுறு... என எழுதத் தொடங்கி விடாதீர்கள் என்பது மாலனின் வேண்டுகோள்.

2) தொடர்ந்து பேசிக்கொண்டிருந்தபோது கி.ராவின் பாலியல் கதைகள் தொடர்பாகக் குடந்தையில் நடத்த இருந்த கருத்தரங்கைப் பற்றிச் சொன்னேன். மாலனால் இதனையும் ஏற்றுக்கொள்ள முடியவில்லை. தமிழ்ச் சமூகம், தமிழ்ப்பண்பாடு ஆகியவை குறித்து ஒரு தவறான பிம்பத்தை ஏற்படுத்தும் முயற்சிதான் கி.ராவின் தொகுப்பு என்கிற

கருத்துப்பட மொழிந்த மாலன் 'தமிழ்ச் சமூகம் ஒரு *Polyandrous Society* என்கிற எண்ணத்தை இத்தகைய தொகுப்பு ஏற்படுத்திவிடும்' என்றார். நன்கு கவனியுங்கள் *Polygamous Society* என அவர் சொல்லவில்லை. 'பல கணவர்களை மணந்து கொள்ளும் பெண்கள் உள்ள சமூகம்" என்கிற அவப்பெயர் வந்துவிடக்கூடாது என்கிறார். ஆண்கள் அப்படிப் பல மனைவியரை 'வைத்துக் கொண்டால்' பிரச்சினை இல்லையாம். சில நேரங்களில் அது ஒரு பெருமையும் கூட. ஒவ்வொரு சமூகத்தைப் பற்றிய வரையறையிலும் அச்சமூகத்தைச் சேர்ந்த பெண்களின் கற்பு ஒரு முக்கிய பங்கு வகிக்கிறது என்று சொல்வார்கள். தமிழின் முக்கியமான பத்திரிகையின் ஆசிரியரும், முக்கிய எழுத்தாளர்களில் ஒருவருமான மாலனின் தமிழ்ச் சமூகம் பற்றிய இந்தக் கருத்தாக்கம் கவனத்திற்குரியது.

3) எனது மூன்று அனுபவங்கள்: (அ) எனது தந்தையின் சோடா கம்பெனியில் வேலை செய்து வந்த திரு. சின்னராசு வேலைக்கு வராத தினங்களில் அவரை அழைத்து வரச்சொல்வார் அப்பா. சுப்பிரமணி டைலர் வீட்டில் இருப்பார் சின்னராசு. இருவருக்கும் ஒரே மனைவி. இது கள்ள உறவு அல்ல. ஊரறிந்த உறவு. பழகுதற்கினிய அந்த அம்மையார் வீட்டில் டீ குடித்து விட்டு சின்னராசுவை அழைத்து வருவேன். (ஆ) கீழ்த் தஞ்சை கிராமம் ஒன்றில் வசிக்கும் என் தங்கை வீட்டில் ஒரு பெண் வேலை செய்கிறார். அவர் கணவர் மரமேறுபவர். அவர்களுக்கு ஒரு மகள். மாதந்தோறும் அவர் ஊதியத்தை வாங்கிக் கொள்வதில்லை. ஆண்டுக்கு ஒரு முறை மொத்தமாக வாங்கிக்கொண்டு சுமார் 100 கி.மீ. தொலைவிலுள்ள தனது முதல் கணவர் வீட்டிற்குச் சென்று கொடுத்துவிட்டு, குழந்தைகளையும் பார்த்துவிட்டு வருவதை வழக்கமாகக் கொண்டுள்ளார் அந்த அம்மை. இதுவும் ரகசிய உறவல்ல. (இ) நண்பர் வேல்சாமி கடையில் அமர்ந்திருந்தேன் நண்பருக்குத் தெரிந்த சுமை தூக்கும் தொழிலாளி ஒருவர் அவசரமாக வந்து ஐந்நூறு ரூபாய் கடன் கேட்டார். நண்பர் காரணம் வினவினார். என் பொண்டாட்டியின் புருஷன் செத்துப் போயிட்டான்னு சேதி வந்திருக்கு. திருக்காட்டுப்பள்ளிக்குப் போயி அடக்கம்

பண்ணிட்டு வரணும் எனப் பதில் வந்தது.

4) திரைப் படங்களின் இரட்டை அர்த்த வசனங்களை நாம் அறிவோம். தெரு முனையில் நடைபெறும் அரசியல் கூட்டங்கள் பலவற்றில் எதிர்க்கட்சித் தலைவர்களைக் கேலி செய்யும் முறையில் வரையறுக்கப்பட்ட இலக்கணங்கள் மீறப்படுவதைக் கவனியுங்கள். கிராமப் புறங்களில் நடத்தப்படும் ஸ்பெஷல் நாடகங்களில் முதலில் தோன்றும் பபூன் சுமார் அரை மணி நேரம் ஒரு கதை சொல்வார். மிக வெளிப்படையான பாலியல் விசயங்கள் மற்றும் தொந்தி பெருத்த கந்துவட்டிக்கார முதலாளி ஒருவர் மலங்கழித்தல் போன்றவை அக்கதைகளில் தவறாமல் இடம் பெறுவதும் அதனை மக்கள் விழுந்து விழுந்து சிரித்து இரசிப்பதும் குறிப்பிடத்தக்கன.

5) வீடுகளில், அலுவலகங்களில், வேலைக்குப் போகும் பெண்கள் மத்தியில், மாணவரிடத்திலெல்லாம் பாலியல் கதைகள் பேசப்படுகின்றன. ஆனால் கி.ரா. இவற்றிற்கு எழுத்து வடிவம் கொடுக்கும்போது இத்தனை எதிர்ப்பு ஏன்?

## ஒழுங்கமைத்தல் — மீறல் — கி.ராவின் பாலியல் கதைகள்

### 1. ஒழுங்கமைத்தல்

குடும்பம், தனிச்சொத்து, அரசு ஆகிய நிறுவனங்களின் தோற்றத்தோடு, அதிகாரம் சில மையங்களில் குவிக்கப்பட்ட, ஏற்றத் தாழ்வான தந்தை வழிச் சமூக அமைப்பு இறுக்கமடைகின்றது. சகல மட்டங்களிலும் ஒழுங்குகள் கற்பிக்கப்பட்டு இறுக்கமாய்க் கடைப்பிடிக்கப் படுகின்றன. சமூகத்தில் தனது ஆதிக்கத்தை நிறுவ விழையும் - பொருளாயத உற்பத்தியிலும் அரசதிகாரத்திலும் முன்னணியில் நிற்கக்கூடிய - ஆதிக்கக் குழுவானது ஏதோ ஒரு வகையில் நிலவும் சமூகம் ஒழுங்கற்று இருக்கிறது என்கிற கருத்தை முன் வைக்கிறது. அத்தகைய ஒழுங்கற்ற நிலைமையை உடனடியாகக் கட்டுக்குக் கொண்டு வருவதன் மூலமே நிலவும் சமூக அமைப்பின்

இருப்பை உறுதி செய்ய முடியும் என்கிற கருத்தை அது சமூக உறுப்பினர்கள் மத்தியில் பதிய வைக்க முயல்கிறது. இந்த முயற்சியில் அது பெறுகிற வெற்றி என்பது சமூகத்தில் தனது ஆதிக்கத்தை நிறுவிக் கொள்வதன் நியாயப்பாட்டிற்கு வழிவகுக்கிறது. இந்த நியாயப்பாடு என்பது சமூகத்தை ஒழுங்கமைப்பு செய்வதற்கான அதிகாரத்தை அக்குழுவிற்கு வழங்கிவிடுகிறது. இத்தகைய ஒழுங்கமைப்பு நடவடிக்கைகள் என்பன ஒரு சேர பொருளாயத உற்பத்தியிலும் (எ-டு: பாசன அடிப்படையிலான விவசாயமயமாக்கல்), அரசு அதிகாரச் செயற்பாடுகளிலும் (எ.டு: சீறூர் மன்னர்களை வெல்லுதல், வரி செலுத்துதல் உட்பட்ட குடிமைக் கடமைகளை மீறாதவர்களாக மக்களை ஆக்குதல்), பண்பாட்டுத் தளத்திலும் (எ.டு: சாதி, சடங்கு, மத ரீதியான கட்டுப்பாடுகளை உருவாக்குதல்) மேற்கொள்ளப் படுகின்றன. இவை அனைத்தும் ஒன்றையொன்று சார்ந்தும் ஒன்றையொன்று வற்புறுத்துவதாகவும் அமைந்துவிடுகின்றன.

புதிய பொருளாயத ஒழுங்கமைவுக்குரிய தன்னிலைகளாக மொத்தச் சமூக உறுப்பினர்களையும் ஆக்குகிற பண்பாட்டு அரசியல் நடவடிக்கைகளில், மத நடவடிக்கைகள் மொழிச் செயற்பாடுகள், தத்துவ/சட்ட உருவாக்கங்கள், இலக்கிய உற்பத்தி போன்றவை அடங்கும். இதற்குரிய வகையில் ஒழுக்க மதிப்பீடுகள் உருவாக்கப்படும். ஒழுங்கமைக்கப்பட வேண்டிய சாதாரண மக்களின் அன்றாடப் பழக்க வழக்கங்கள், உணவு, மொழி, வழிபாட்டு முறைகள், பாலியல் வழமைகள் முதலியன குற்றம் சார்ந்தவையாய் (எ.டு: கள் அருந்துதல், புலால் உண்ணல், கொடுந்தமிழ் பேசுதல், அறுத்துக் கட்டுதல், நடுகல் வணங்குதல்) அசுத்தமானவையாய், அருவருக்கத்தக்கதாய் வரையறுக்கப்படும். இத்தகைய குற்ற உணர்ச்சியினடிப்படையில் சமூகத்தின் சகல பிரிவினருக்கும் சகல மட்டங்களிலும் ஒதுக்கல்களை வரையறுத்து அவற்றை மீறுதல் தண்டனைக்குரிய குற்றமாக்கப்படும். உடல், மொழி, அரசியல் என்கிற தளங்களில் இந்த ஒடுக்குமுறைகள் வெளிப்படும்.

இவ்வாறு அரசியல் நடவடிக்கைகள் மட்டுமின்றி கலாச்சார நடவடிக்கைகளும் அதிகாரபூர்வமாக்கப்படுகின்றன.

இன்னின்னவற்றை, இந்த மொழியில், இப்பபடித்தான் பேசவேண்டும்; இன்னின்ன கடவுள்களை இன்னின்ன முறைகளில்தான் வணங்க வேண்டும்; இன்னின்ன திருவிழாக்களை, இன்னின்ன நாட்களில், இன்னின்ன முறைப்படிதான் கொண்டாட வேண்டும்; இன்னின்ன மாதிரியே உடுக்க வேண்டும்; உண்ண வேண்டும்... என்பதெல்லாம் அதிகாரபூர்வமாக்கப் *(Official Culture)* படுகின்றன. இந்த அடிப்படையில் இறுக்கமான இலக்கண வரையறைகள் உருவாக்கப் படுகின்றன. சங்கமருவிய கால நூற்களான தொல்காப்பியமும் அறநூற்களும் இதற்குச் சிறந்த எடுத்துக்காட்டுகள். செந்தமிழ், கொடுந்தமிழ் என மக்கள் பேசும் மொழியை அதிகாரப்பூர்வமானது *X* அதிகார பூர்வமற்றது எனப் பிரித்ததோடன்றி யாரைப் பாட வேண்டும், எதைப் பாட வேண்டும், எப்படிப்பாடவேண்டும், திருமண ஒழுங்குகள், விலக்குகள் (கைக்கிளை | பெருந்திணை), அவையில் சொல்லக் கூடியவை, சொல்லக் கூடாதவை என்பதெல்லாம் வரையறுக்கப் படுவதைக் காணலாம்.

அவையில் சொல்லக் கூடாதவை பற்றி தொல்காப்பியத்தின் கிளவியாக்கம் மற்றும் எச்சவியல் சூத்திரங்களும் அவற்றிற்கான உரையாசிரியர்களின் உரைகளும் இங்கே குறிப்பிடத் தக்கன. அவையில் கிளவி, மறைத்தனர் கிளத்தல், மங்கல மரபு, இடக்கரடக்கல் போன்ற கருத்தாக்கங்கள் மூலம் அவையில் எவ்வெவற்றைச் சொல்லலாம், எவ்வெவற்றைச் சொல்லக்கூடாது, தவிர்க்கப் பட்டவற்றைச் சொல்ல வேண்டுமாயின் எப்படிச் சொல்ல வேண்டும் என்பவை வரையறுக்கப்படுகின்றன. “நன் மக்களால் கூறப்படாத சொல்லை கிடந்தவாறே சொல்லற்க. பிறிது வாய்ப்பாட்டால் மறைத்துச் சொல்க” என்பார் இளம்பூரணர். ‘செத்தார்’ என்று சொல்லாதே, ‘துஞ்சினார்’ என்று சொல். ‘சுடுகாடு’ என்னாதே, ‘நன்காடு’ எனச் சொல். “சூத்து கழுவி வந்தேன், எனச் சொல்லாதே. ‘கால் மேல் நீர் பெய்தூம்’, ‘கண் கழீ வருவதூம்’ என்று சொல். சிவந்த சூத்துள்ள மாடு என்னாதே. செம்பின் ஏற்றை எனச் சொல், பெண்ணுருப்பைக் ’கருமுகம்’ என்று சொல், எச்சிலை “வால்

எயிறு ஊறிய நீர்” என்று சொல். யாட்டுப் புழுக்கையை ‘ஆப்பீ’ எனச் சொல்லலாம் ஆனால் மனிதப் பீயைச் சொல்லாதே. இவை அவைக்களத்துப் பட்டாங்கு கூறின் குற்றம் பயக்கும்.” என்பார் தெய்வச்சிலையார்.

‘பண்ணத்தி’ எனத் தொல்காப்பியரால் வகைப்படுத்தப்படும் வஞ்சிப்பாட்டு, மோதிரப்பாட்டு, கடகண்டு முதலிய நாட்டுப்புற வழக்குகளை மெய்வழக்கல்லாதவை, எழுதும் பயிற்சியல்லாத புற உறுப்புப் பொருட்கள் என உரையாசிரியர் ஒதுக்குவர். அவற்றை மேலதேபோல் பாட்டென்னாராயினர் நோக்கு முதலாயின உறுப்பின்மையினென்பது எனக் கண்டிக்கும் பேராசிரியர், இவற்றைத் தெரிந்து கொள்ள வேண்டுமானால் எழுத்தில் தேடாதே, அவை வல்லார்வாய் கேட்டுணர்க என்கிறார். எடுத்துக் காட்டாகக்கூட இவற்றை எழுத்தில் வடிப்பதை அதிகாரப் பூர்வ நிறுவனம் விரும்பவில்லை என்பதையே இது காட்டுகிறது .

“வினையுனீங்கி விளங்கியலறிவின் முனைவன் கண்டது முதனூலாகும்” (தொல்-649) என்கிற சூத்திரத்திற்கு உரை எழுத வந்த பேராசிரியர், பாட்டு தொகை என அதிகார பூர்வமாகத் தொகுக்கப்பட்ட இலக்கியப் பாரம்பரியத்தில் அடங்காத ஒரு சில பாடல்களை எடுத்துக்கொண்டு அவையும் சங்கப் பாடல்களே எனச் சொல்கிற சிலர் இக்காலத்திலும் இருக்கத்தான் செய்கிறார்கள். இத்தகைய அழி வகுக்குகள் மற்றும் அடித்தளச் சாதியினர் வழக்குகள் (இழிசனர் வழக்குகள்) ஆகியவற்றுக்கெல்லாம் நூல் செய்யின் இலக்கணமெல்லாம் எல்லைப்படாது இறந்தொழியும் என முற்றுப்புள்ளி வைப்பது குறிப்பிடத்தக்கது.

எழுத்து என்பது அதிகாரபூர்வமயமாக்கலுடன் தொடர்புடைய ஒரு செயற்பாடு. அரசு, அதிகார மையங்கள், தனிச் சொத்து, வணிகம் முதலியவை நிலைப்படும் போதுதான் ஒவ்வொரு சமூகத்திலும் எழுத்துக்கள் உருவாகின்றன. அவற்றோடு எவ்வெவற்றை எழுத்தில் பயிலலாம் என்கிற கட்டுப்பாடுகளும் உருவாகின்றன. இதுதவிர சங்கப்பாடல்களில் வெளிப்படும்

தூலமான அறவியல் மதிப்பீடுகளும் ஒழுங்கமைவுகள் இறுகிப்போன காலகட்டத்தின் இலக்கிய வெளிப்பாடான பதினெண்கீழ்க்கணக்கு அறவியல் நூற்களில் ஒழுக்க வாதமாய் இறுகி வெளிப்படும் எதிர் மறை மதிப்பீடுகளும் ஒப்பிட்டு நோக்கத் தக்கன. செல்வம், இளமை, யாக்கை முதலிய உடல் சார்ந்த வாழ்வியலம்சங்களின் நிலையாமையை வலியுறுத்தல், அவற்றிற்குப் பதிலாக அறன், தூய்மை, துறவு, பொறை, சினமின்மை, கள்ளுண்ணாமை, புலால் உண்ணாமை, திருடாமை, வசவுச்சொற்களைப் பயன்படுத்தாமை, இகழ்ந்து உரையாமை, பெரியாரைப் பிழையாமை, நல் இனம் சேர்தல், வேசையர் நட்பு மட்டுமல்ல பூங்குழையார் நட்பையே விலக்குதல், காமத்தைப் பெருங்குற்றமாக உணர்த்துதல்- மொத்தத்தில் மண் சார்ந்த, உடல் சார்ந்த மனித விருப்பு வெறுப்புகள் அனைத்தையும் குற்றமாக்கி, சிற்றின்பமாக்கி விண் சார்ந்த, ஆன்மீகம் சார்ந்தவற்றைப் பேரின்பமாக்கி வரையறுப்புகள் உருவாக்கப்படுகின்றன. உடலை வருணிக்கும் அவசியம் நேரும்போது கூட இடுப்புக்குக் கீழ் உள்ள உறுப்புகள், அவற்றின் செயற்பாடுகள் ஆகியவை பொதுவாக அனுமதிக்கப்படவில்லை. நாடக அரங்கில் நடிகர்கள் அவையோருக்குப் பின்புறத்தைக் காட்டக் கூடாது என்கிற மரபு கவனிக்கதக்கது.

## *II மீறல்*

மக்கள் இந்த ஒடுக்குமுறைகளைக் கேள்வி முறையின்றி அப்படியே ஏற்றுக் கொண்டார்கள் என்பதில்லை. தம் மீது விதிக்கப்பட்ட அத்துக்களை மீறுதல் என்பதை அரசியல், சமூகம், கலாச்சாரம், மொழி, என்கிற எல்லாத் தளங்களிலும் மக்கள் மேற்கொண்டனர். ஆனால் இந்த மீறல்கள் எதுவும் அதிகாரபூர்வ ஆவணங்களாகப் பதிவு செய்யப்பட்டதில்லை. மேலைச் சூழலில் கலாச்சார பூர்வமற்ற (*Un-official*) எதிர் கலாச்சார மொழிச் செயற்பாடுகளை மிக விரிவாக மிஷேல் பக்தின் ஆராய்கிறார். நாட்டார் (மக்கள்) என்போரை மேல் தட்டினரையும் அதிகார பூர்வமாக்கப்பட்டவற்றையும்

அப்படியே வியந்து பணிந்து ஏற்றுக்கொள்ளும் ஏமாளிகளாக நினைத்துக் கொள்ளாதீர்கள் என்கிறார் பக்தின். அவர்கள் பெரிய புத்திசாலிகள் இல்லாதபோதும் மேல் தட்டினருக்குத் தண்ணி காட்டும் அளவிற்குத் தந்திரசாலிகள். அவர்கள் நளினமும் நாகரிகமுமற்றவர்கள் மட்டுமல்ல, கச்சாவானவர்கள்; அழுக்கானவர்கள், உடல் சார்ந்த வாழ்க்கையை நேசிப்பவர்கள், மொண்டாக் குடியர்கள்; உணவு வேட்கை, புணர்ச்சி ஆர்வம் நிறைந்தவர்கள். மூக்கை நோண்டுவதையும், எல்லோர் மத்தியிலும் இடுப்பை உயர்த்திக் குசு விடுவதையும் பழக்கமாகக் கொள்பவர்கள் மட்டுமல்ல; அவற்றை மகிழ்ச்சியாக அனுபவித்து அதன் மூலம் புத்துணர்ச்சியும் பெறுபவர்கள். இவற்றின் மூலம் நீங்கள் முன்வைக்கும் உயர்குடி நாகரீகம், புலனடக்கம், கள்ளுண்ணாமை, புலால் மறுப்பு முதலிய உன்னத ஒழுகலாறுகளை எள்ளி நகையாடுபவர்கள். வாய்ப்புக் கிடைத்தால் நெல் உகுத்துப் பரவும் கடவுளும் இலவே எனப் புறந் தள்ளி காடனையும் மாடனையும் கள்ளையும் புலாலையும் வைத்து வணங்கி மகிழ்பவர்கள்.

கிளைக் கலாச்சாரங்களில் வெளிப்படும் கேளிக்கை மற்றும் நகைக்கூறுகளை கவனிக்கச் சொல்கிறார் பக்தின். மேலை நாகரிகத்தில் இதற்கொரு நீண்ட பாரம்பரிய முண்டு. ரோமானியக் களி விழாக்களிலிருந்து *(Saturnalion Functions)* தொடங்கி இதனைப் பார்க்கலாம். இந்த விழாக்களில் சனியின் பொற்காலத்தை நோக்கிய ஒரு தற்காலிகத் திரும்புதல் என்கிற வகையில் அரசன், மதகுரு, அதிகாரி என்கிற படிநிலை வேறுபாடுகள் தற்காலிகமாகவேனும் ஒழிக்கப்படுகின்றன. ஒரே மேசையில் அமர்ந்து எல்லோரும் விருந்துண்கின்றனர். மதகுருவும் அரசனும் மட்டுமல்ல கடவுளும் கூட அன்று நகையாடப் படுகின்றனர்; கேலியில் மூழ்கடிக்கப் படுகின்றனர். இதன் மூலம் மக்களுக்கிடையேயான செயற்கையான இடைவெளிகளெல்லாம் மறைந்து உண்மையான தொடர்பு *(Communication)* நிலை நாட்டப்படுகிறது.

மத்திய கால அய்ரோப்பாவில் கிட்டத்தட்ட மூன்று மாத காலம் இத்தகைய கேளிக்கைகளில் *(Carnivals)* கழிந்தன.

முட்டாள்களின் விருந்து, கழுதை விருந்து. அறுவடை விருந்து எனப் பல விருந்துக்கள் கொண்டாடப்பட்டன. இதில் “பரமண்டலத்திலிருக்கிற எங்கள் பிதாவே, அருள் நிறைந்த மரியாயியே” என்பன போன்ற மிகப் புனிதமான இறைத் துதிகளெல்லாம் கேலி செய்யப்பட்டன. *Paschal Laughter, Christian Laughter. Easter Laughter, Monkish Prank* என்கிற வடிவங்களில் எல்லா மத நிறுவனங்களும், புனிதங்களும், போப்பாண்டவரும் கேலி செய்யப்பட்டார்கள். புனிதத் திருப்பலியைக் கேலி செய்து ‘குடிகாரனின் திருப்பலி’, ‘சூதாடியின் திருப்பலி’ யெல்லாம் அரங்கேற்றப்பட்டன. மரபு வழிப்பட்ட புனிதங்கள் இவ்வாறு அவற்றிற்குரிய இடங்களிலிருந்து கவிழ்க்கப்படுவதன் மூலம் ‘புனிதங்கள்’ அவற்றிற்குரிய - உண்மையான இடங்களில் சேர்க்கப்படுகின்றன. இத்தகைய சடங்கு ரீதியான மீறல்கள் மூலம் மக்களின் தினசரி வாழ்க்கை குற்ற நீக்கம் பெற்று புனிதமாக்கப்படுகின்றது. ஆட்சியாளனுக்கும் கடவுளுக்கும் பதிலாக கோமாளியும் சாமியாடியும் வைக்கப்படுவதன் மூலமாக மக்களின் அன்றாட வாழ்க்கை நியாயப்படுத்தப்படுகிறது. புனிதமான அங்கீகரிக்கப்பட்ட மொழிகளுக்குப் பதிலாக புனிதமற்ற வசைமொழிகளைக் கலக்கும் நடைமுறைகளையும் பக்தின் ஆய்வு செய்கிறார். மொத்தத்தில் நாட்டார் கேளிக்கைகளை, அதாவது அதிகாரபூர்வமற்ற கலாச்சார வடிவங்களை மூன்று வகைகளாகப் பிரிப்பார் பக்தின். அவை

***(1) சடங்கு. நகைச்சுவைகள் (Ritual Spectacles):*** மேற் குறிப்பிட்ட முட்டாள் விருந்துகள் சந்தைக் கடைகளின் நகைச்சுவை விளையாட்டுகள். அடிமைகளும் தலைவர்களும் ஒன்றாய் விருந்துண்டு, குடித்து, பரிசுகள் வழங்கும் சகஜநிலை.

***(2) நகைச்சுவைச் சொல் விளையாட்டு (Comic Verbal compositions):*** மேற்குறிப்பிட்ட சிறு கிண்டல் நாடகங்கள், இலக்கிய வடிவங்கள் முதலியன.

***3. மீன் சந்தை அரட்டைகள் (Various genres of Billingstate):*** வசவுகள், விடுகதைகள், கேலிகள், பாலியல் - கதைகள் முதலியன.

இவை எல்லாவற்றிலும் எல்லா இலக்கணப் புனிதங்களும் கேவலப்படுத்தப்பட்டு அத்துமீறப்படுகின்றன. இலக்கிய மொழியோடு, அதிலிருந்து விலக்கப்பட்ட நாட்டார் மொழியும் கலக்கப்பட்டு இவ்விரண்டிற்கு மிடையேயான புதிய உரையாடலினடியாய் அதிகார பூர்வமாக்கப்பட்ட இலக்கிய, கலாச்சார வடிவங்கள் கேலிக்குரிய தாக்கப் படுகின்றன, சந்தைக்கடை என்பதை ஒழுங்கின்மைக்குக் குறியீடாய் அதிகாரபூர்வக் கருத்தியல் முன் வைக்கும். ஆனால் சந்தைக்கடைக் கலாச்சாரத்தில்தான் உறுப்பினர்களுக்கிடையேயான பாஸ்பர உரையாடல், சனநாயகம், சமத்துவம் ஆகியவை நிலவுவதை யோசித்தால் விளங்கிக் கொள்ளலாம். மரியாதையற்ற விளிப்புகள் (என்னடா மச்சான்), நட்புடன் பயன்படுத்தப்படும் வசைச் சொற்கள் (ஒக்காள ஓழி), பரஸ்பர கிண்டல், அசிங்கமான உடலசைவுகள் இவை அனைத்தும், நெருக்கத்தின் அடையாளங்கள், சந்தைக்கடை அரட்டையில் மொழியின் ஒழுங்குகள், ஆசாரங்கள் எல்லாம் மீறப்பட்டு சபை ஒழுங்குக்கு ஒத்து வராத சொற்கள் முழுமையும் பேசப்படும். இவை மூலம் அதிகாரபூர்வ ஒதுக்கங்கள் கலாச்சார, மொழி தளங்களில் மீறப்படும்.

அதிகாரபூர்வம் தனது மொழிச் செயற்பாடுகளின் மூலம் மக்களுக்குத் தேவையான 'உண்மைகளை' எதார்த்தம் பற்றிய 'சரியான' படப்பிடிப்பை முன் வைப்பதாகச் சொல்கிறது. எனவே இதில் நகைச்சுவைக்கு இடமில்லை. நமது தொடர்புச் சாதனங்களில் பயன்படுத்தும் மொழி இதற்கொரு எடுத்துக்காட்டு. ஆனால் இப்படி முன் வைக்கப்படும் 'உண்மைகள்' எந்த அளவிற்கு உண்மைகள் என்பது மக்களுக்குத் தெரியுந்தானே! எனவே இந்த கேளிக்கைகள் அரட்டைகள் ('பஜனை பண்றது' என்பது போன்ற புனிதச் சொற்களைக் கேலியாகப் பயன்படுத்துவது, பாலியல் சார்ந்த கேலிக் கதைகள் முதலியன) மூலம் மேற்படி உண்மைகள் தோலுரிக்கப்படுகின்றன.

இவை வெறும் பொழுது போக்காகவன்றி, இவற்றின் மூலம் சாதாரண மனிதனுக்கும் எதார்த்தத்திற்குமிடையேயான காவிய இடைவெளி (*Epic distance*) தகர்க்கப்பட்டு

சாதாரண மனிதனுக்கு ஒரு செயலூக்கமான நியாயப்பாடு வழங்கப்படுகிறது. (டானியலின் 'பஞ்சமர்' நாவலில் அய்யாண்ணர் பாத்திரப்படைப்பு ஓரளவிற்கு இத்தகைய கேளிக்கைத்தன்மை உடையதாய் ஆக்கப்பட்டுள்ளது குறிப்பிடத்தக்கது). இவ்வாறு ஒரு புதிய இரண்டாவது உலகம் அவனுக்காகவும் அவளுக்காகவும் உருவாக்கி அளிக்கப்படுகிறது. தற்காலிகமாகவேனும் வாழ்வதன் மூலம் தனது சாத்தியங்களுக்கும், எதார்த்தத்திற்கும் இடையேயான இடைவெளிகளை அவன் உணர்கிறான். உண்மையான தூலமான எதார்த்தத்துடனான தொடர்புகளைக் கண்டு பிடித்த மகிழ்ச்சி பங்கேற்பாளனுக்குக் கிடைக்கிறது. அதிகாரபூர்வக் கலையில் வெளிப்படும் எல்லாப் பதிலியாக்கங்களும் அவற்றின் வேர்களுக்குத் திருப்பி அனுப்பப்பட்டு புனித நீக்கம் செய்யப்படுகின்றன. எல்லாப் புனிதங்களும் கோமாளியின் அத்துமீறல்கள், சேட்டைகள், அரட்டைகளைக் காட்டிலும் உயர்ந்தவையல்ல என்கிற உண்மை உணர்த்தப்படுகிறது. ஷேக்ஸ்பியர், டிடெராட், செர்வான்டிஸ், ரெபலாய் ஆகியோரிடம் இத்தகைய நாட்டார் கேளிக்கைக் கூறுகள் படிந்து கிடப்பதைப் பக்தின் சுட்டிக் காட்டுகிறார்.

நாட்டாரின் அதிகாரபூர்வமற்ற கலாச்சாரச் செயற்பாடுகளினடியாக முதலாளிய எதார்த்தவாதம், சோசலிச எதார்த்தவாதம் ஆகியவற்றினிடத்தில் 'கோமாளி எதார்த்தம்' அல்லது 'மிகை எதார்த்தம்' (*grotesque Realism*) என்கிற கருத்தாக்கத்தையும் பக்தின் முன் வைக்கிறார். பௌதிக உடற் தத்துவத்திற்கு இங்கே முக்கியத்துவம் அளிக்கப்படுகிறது. உணவு, குடி, கழிவு, பாலியல் செயல் பாடுகளுடன் கூடிய உடலின் பிம்பங்கள் இங்கே கூடுதல் முக்கியத்துவம் பெறுகின்றன. சதை, அடிவயிறு, இடுப் புக்குக் கீழேயுள்ள உறுப்புகளின் கவிதையாக இவை வெளிப்படுகின்றன. அதிகாரபூர்வக் கலாச்சாரம் முன்னிலைப்படுத்தும் தவ வாழ்வு, புனித வாழ்வு, ஆன்மீக மேன்மை ஆகியவற்றிற்கெதிராக "சதையின் மறு வாழ்வு" அரங்கேற்றப்படுகிறது. நாட்டார் கேளிக்கைகளிலிருந்து உருப்பெறும் இம் மிகைநகை எதார்த்தம் நிலப் பிரபுத்துவ அழகியல் கோட்பாடுகளுக்கு எதிராக அமைகிறது.

இவ்வாறு முன்னிலைப்படுத்தப்படும் உடலியல் அம்சங்களென்பன வாழ்வின் இதர புலன்களிலிருந்து துண்டிக்கப்பட்டு, தனிநபர் சார்ந்த வெளிப்பாடாக அமையாமல் எல்லா மக்களையும் பிரதிநிதித்துவப் படுத்தும் பிரபஞ்ச விகாசமாய் முன் வைக்கப்படுகின்றன. தனி நபர் என்பவன் அழிந்து போகக் கூடியவன். மக்கள் அழிந்து போகிறவர்களல்ல. மக்கள் என்கிற பிரபஞ்ச நிலையில் மரணம் என்பது அழிவல்ல; அது புதுப்பித்தல். தொடர்ந்து வளர்ந்து கொண்டும், புதுப்பித்துக் கொண்டும் இருக்கிற மக்களைப் பிரதிநிதித்துவப் படுத்துவதாலேயே மிகை நகை எதார்த்தம் எல்லாவற்றையும் மிகைப் படுத்திப் பார்க்கிறது; அளவிடற்கரிய தாக்குகிறது. இத்தகைய மிகைப் படுத்தல் என்பது நேர்மறையான, தன்னை நிலை நிறுத்திக் கொள்ளக் கூடிய தன்மை வாய்ந்தது; கரு உயிர்ப்பு, வளர்ச்சி ஆகியவற்றோடு இவை தொடர்புடையதாய் உள்ளன. 'எல்லா உலகங்களுக்குமான விருந்தாக' அது அமைகிறது. கெர்ச் சுடுமண் சிற்பங்கள், தொந்தி பெருத்த உருவத்துடன் அமைந்த பூவாளிகள், கர்ப்பம் தரித்த சூனியக்காரக் கிழவிகள் சிரிப்பது போன்ற சிற்பங்கள் முதலியன உயிர்ப்புடன் கூடிய மரணத்தைக் குறியீடு செய்கின்றன.

மிகை நகை எதார்த்தத்தின் அடிப்படைத் தத்துவம் கீழ்நிலைப்படுத்துதல் *(degradation)*தான் ஆன்மீகமான, கருத்துருவான, உயர்ந்த அனைத்தையும் கீழே பொருண்மை மட்டத்திற்கு, மண்ணின் மட்டத்திற்கு இறக்குவது. பைபிளிலிருந்து எடுக்கப்பட்ட கதையினடியாக உருவாக்கப்பட்ட மிகை நகை எதார்த்தப் படைப்பாகிய 'சைப்ரியன்களின் இரவுணவு' நாடகத்தில் சாலமனின் நீதிகள், கோமாளி மொரால்ஃப்பின் உளறல்களோடு இணைப் பொருத்தம் செய்யப்பட்டு கேலி செய்யப்படுகின்றன. சாலமனுடனான உரையாடலை உணவு, குடி, கழிவு என உடலியல் மட்டத்திற்கு கொண்டு வருகிறான் மொரால்ஃப். மத்திய கால அய்ரோப்பாவில் இவ்வுரையாடல் மிகவும் புகழ்பெற்றதாய் இருந்தது. நம்முடைய தெருக் கூத்துகள் முதலியவற்றிலும் இவற்றைக் காணலாம்.

மேலுலகு, கீழுலகு என்கிற கருத்தாக்கங்கள் என்பவையெல்லாம்

நேரடியாக அச்சொற்கள் சுட்டும் பொருள் சார்ந்தவையாக முன் வைக்கப்படுகின்றன. கீழுலகு அல்லது கீழ்நோக்குதல் என்பதன் மூலம் விண் சார்ந்த விடயங்கள் மட்டுமல்ல முகம், தலை, நெற்றி போன்ற மேலுறுப்புகளிலிருந்து விலகி புணர் உறுப்புகள், வயிறு – பின்புறம் ஆகிய உறுப்புகளைக் குறிப்பிடுகின்றன. எனவே கீழ்நிலைப் படுத்துதல் என்பது விண்ணிலிருந்து மண்ணிற்குத் திரும்புதல், உடலின் கீழ்ப்பகுதிகளை நோக்கி கவனத்தை ஈர்த்தல், மலம் கழித்தல், புணர்தல், கருவுறுதல், பிறத்தல், இறத்தல் என வயிறு மற்றும் புணர் உறுப்புகள் ஆகியவற்றின் செயற்பாடுகளை நோக்கிச் செல்லுதல். மிகை நகை எதார்த்தம் முன் வைக்கும் உடல் என்பதில் புற உலகை நோக்கித் திறந்துள்ள உறுப்புகளுக்கு அழுத்தம் கொடுக்கப்படுகின்றன. அதாவது புற உலகு அந்த உடல் வாய்களின் வழியே உடலுக்குள் புகுகிறது வெளியேறுகிறது. எனவே வாய். பிறப்புறுப்புகள், முலைகள், லிங்கம், ஆசனவாய் என்கிற துளைகள் முக்கியம் பெறுகின்றன. வளர்ச்சியே உடலின் அடிப்படையான பண்பு. எனவே அது புணர்ச்சி, கருத்தரிப்பு: குழந்தை பிறப்பு, சாவு, சாப்பாடு, குடி, மலங்கழித்தல் ஆகிய செயல்களின் மூலமாகத் தனது எல்லைகளைத் தாண்டிக் கொண்டே செல்கிறது. உடல் பற்றிய மிகை நகை எதார்த்தக் கோட்பாடுதான் நாட்டார் வசவுகள், சாபங்கள் ஆகியவற்றிற்கும் அடிப்படையாய் அமைகின்றன. மண்ணை நோக்கிக் கீழிறக்கும் செயல்பாடுகளின் ஓரங்கமாய் வசவுகள் அமைகின்றன.

அதிகாரபூர்வ கலாச்சாரத்திலும் அங்கதங்கள், நகைச்சுவைகள் உண்டு. ஆனால் அதில் கேலி செய்பவன், தன்னைக் கேலி செய்யும் பொருளிலிருந்து விலக்கிக் கொண்டு ஒதுங்கி நின்று உயர்த்திக் கொண்டு சேலி செய்கிறான். எனவே அக் கேலி என்பது உயிர்ப்புத்தன்மை நீக்கப்பட்டது; தனி நபர் சார்ந்தது; அழிவை நோக்கியது. அருவருப்பானது. நாட்டார் கேளிக்கைகளில் எல்லோரும் ஒன்றாய் நின்று தங்களைத் தாங்களே முட்டாளடித்துக் கொள்வதன் மூலம் நிறுவப்பட்ட உண்மைகளைத் தோலுரிக்கின்றனர். நடைமுறையிலுள்ள உலகப் பார்வைகளிலிருந்து விடுதலை பெறுகின்றனர். இருக்கும்

எல்லாவற்றின் சார்பியல் தன்மைகளை, பன்முகப் பார்வைகளை அங்கீகரிக்கும் உளப்பாங்கு பெறுகின்றனர். நிறுவப்பட்ட உண்மைகள், மரபுகள், அச்சு வார்ப்புகள் ஆகியவற்றிலிருந்து தப்பிக்கும் திராணி பெறுகின்றனர்.

**இறுதியாய்:** அய்ரோப்பியச் சூழலை மையமாக வைத்துச் சொல்லப்பட்ட மேற்கண்ட முடிவுகளை அப்படியே இந்திய தமிழ்ச் சூழலுக்குப் பொருத்திப் பார்க்க இயலாது. மேலை நாடுகள் போலன்றி இங்கே பார்ப்பனியம் வரையறுத்த ஒதுக்கல்கள் கோட்பாட்டு ரீதியாகவும் நியாயப்படுத்தப் பட்டவையாக உள்ளன. சமபந்தி போஜனம் மறுக்கப்பட்ட இந்தியச் சூழலில் முட்டாள் விருந்தைக் கற்பனை பண்ண முடியாது. சாதிக்கொரு நீதி விதித்த மனு நீதி கோலோச்சிய மண்ணில் பார்ப்பனியத்தைக் கேலி செய்யும் கேளிக்கைத் திருவிழாக்களை நிலப்பிரபுத்துவ இந்தியா அனுமதித்திருக்காது. இங்கே நகைச்சுவை இலக்கியம் என்கிற இலக்கிய வெளிப்பாடு வளராமற் போனதற்கான காரணங்கள் வெளிப்படை. எனினும் நாட்டார் கதைகள், கிராமியத் திருவிழா நாடகங்கள், நாட்டார் மத்தியில் பயிலப்படும் பாலியல் கதைகள் போன்றவற்றில் பக்தின் குறிப்பிடும் அதிகாரபூர்வமற்ற கலாச்சாரக் கூறுகளைத் தேட முடியும் என்பதே இங்கு நான் சொல்ல வருவது.

### III. கி. ரா. தொகுத்த பாலியல் கதைகள்

தமிழின் அதிகாரபூர்வ நிறுவனங்களால் அங்கீகரிக்கப்பட்ட எழுத்தாளர் கி.ராஜநாராயணன். பல பரிசுகள் விருதுகள் அவருக்கு வழங்கப்பட்டுள்ளன. எனினும் அவரது நாட்டுப்புறப் பாலியல் கதைத் தொகுப்பிற்கு இந்த அங்கீகரிக்கப்பட்ட நிறுவனங்களிடமிருந்து உரிய ஏற்பு இல்லை. பாலியல் கதைகள் பல வட்டங்களில் சமூகத்தில் நிலவியபோதும் பத்திரிகைகளிலும், புத்தகமாகவும் அச்சு வடிவம் எடுக்கும் போது ஏற்படும் அதிகாரபூர்வமயமாக்கலுக்கு ஏற்படும் எதிர்ப்பாகவே இதனைக் கருதமுடியும். தமிழ்ச் சமூகம் பற்றிய அதிகாரபூர்வ உண்மைக்கு மாறான ஒரு உலகத்தை ராஜநாராயணின் இத் தொகுப்பு

முன்வைப்பதென்பதை நிறுவனங்களால் செரித்துக் கொள்ள இயலாமையை இது காட்டுகிறது. அங்கீகரிக்கப்பட்ட இலக்கிய மொழிக்கும் மக்களின் பாலியல் அரட்டை மொழிக்கும் இடையேயான உரையாடலின் விளைவாக 'கண்டார ஒளி', 'ஒப்பன ஒளி' , 'வல்லார ஒளி', 'பேசிப்பளகுதல்', 'பேண்டுகிட்டு' இருத்தல் போன்ற சொற்கள் கி.ராவின் இத் தொகுப்பில் பதிவு செய்யப்படுதலும், இடுப்புக்குக் கீழ்ப்பட்ட உறுப்புகள் மற்றும் அவற்றின் செயற்பாடுகளைச் சொல்வதுமான பிரதியின் கலகச் செயற்பாடுகளும் நிறுவனங்களுக்கு உவப்பானதாக இல்லை. சர்க்கரையால் பாலம் போடுகிறவன், ஆட்டுமந்தையை இடுப்புக்குள் மறைத்துக் கொள்ளும் பெண் முதலான கி.ரா படைக்கும் சித்திரங்கள் மிகைநகை எதார்த்த வகைப்பட்டவை எனலாம். நூல் முழுமையும் இப்படிப் பாலியல் ஒடுக்குமுறைக்கு எதிரான மீறல்கள் அங்கீகரிக்கப்படுகின்றன. ஒடுக்கப்பட்ட உடல் எப்படியும் 'தண்ணி காட்டிவிடும்' என்கிறார் கி.ரா. அப்படிச் செய்தால் அதில் தவறென்ன? பாலியல் மீறல்களில் 'வலுவந்தந்தான்' கூடாது என வெளிப்படையாகச் சொல்கிறது கி.ராவின் பிரதி. மேல் வயிற்றுப்பசி X கீழ் வயிற்றுப்பசி; சாப்பாடு X கீப்பாடு: பசி X பாலியல் தேவை என்கிற எதிர்வுகளை உருவாக்கி நூல் முழுவதும் மீறல்கள் நியாயப் படுத்தப் படுகின்றன. குடும்பம், உறவு முறைகள், நீதித்துறை போன்ற அரசு நிறுவனங்கள் எல்லாம் கேலி செய்து புனித நீக்கம் செய்யப்படுகின்றன.

இந்த வகையில் கி.ரா.வின் பதிவுகள் என்பன அதிகார எதிர்ப்புச் செயற்பாடுகள்தான், மொழியில் கலகந்தான் எனினும் இவை அனைத்து மக்களும் பங்கேற்கும் நடை முறை சார்ந்த கேளிக்கை வடிவமல்ல. தாத்தா-பேரன்கள் என்கிற ஒரு சில ஆண்களுக்கிடையேயான பரிமாற்றங்களாகவே கதைகள் அமைகின்றன. எனவே பல சந்தர்ப்பங்களில் இவை ஆணாதிக்கக் கருத்தியல் நிறைந்தவையாகவும், மிகை நகை எதார்த்தத்தின் புத்துயிர்ப்புப் பண்பு குறைந்தவையாகவும் வெளிப்படுவதையும் குறிப்பிட்டாக வேண்டும். பொது வெளிப்பாடாக இல்லாததால் தனி நபர் வக்கிரங்களாகவும்,

பாலியல் விருப்பு நிறைவேற்றப் பதிலியாகவும், பத்திரிகைகளின் விற்பனையை அதிகரிக்கும் நுகர்பொருளாகவும் வீழ்ச்சி அடைவதையும் காணமுடிகின்றது. பொதுவாகவே நாட்டார் கேளிக்கைகளின் அரசியல் செயற்பாடென்பதே வரையறைக்குட்பட்டது தான் என்பார் டெர்ரி ஈகிள்டன். நாட்டார் கேளிக்கைகளின் மூலமான கலகம் என்பது ஒரு வகையில் அதிகார பூர்வத்தால் அனுமதிக்கப்பட்ட கலகந்தானே, அடுத்த நாள் காலை மீண்டும் பழைய உறவுகள் நிலைநாட்டப் பட்டு விடுகின்றனவல்லவா என்பது அவர் கேள்வி. இதர எதிர் அரசியல் செயல்பாடுகளுடன் இணையும்போதே இவற்றால் நாம் விரும்பிய பலன் விளையும்.

இடையில் ஆசிரியரின் குறுக்கீடு இல்லாமல், பத்திரிக்கைக்கான சமரசங்கள் இல்லாமல் கச்சாவாகப் புழங்கும் நாட்டார் மத்தியில் இவை வழங்கப்படும் வடிவிலேயே இக்கதைகளைப் பதிவு செய்வது அவசியம்.

பாலியல் தவிர உடல் சார்ந்த இதர கீழ்நிலையாக்கச் செயற்பாடுகளுடன் கூடிய கதைகளும் தொகுக்கப்படல் வேண்டும். பெண்கள் மத்தியில் புழங்கும் பாலியல் கதைகள் பதிவு செய்யப்படுதல் அவசியம். அவற்றில் பாலாதிக்க எதிர்ப்புக் கூறுகள் கூடுதலாக இருக்கும் என நம்பலாம். நமது எதிர்ச் கலாச்சார வடிவங்களில் கேளிக்கைக் கூறுகளுக்கான முக்கியத்துவம் பற்றிச் சிந்தித்தல் அவசியம்.

## குறிப்புகள்

1. பொ. வேல்சாமி, அ. மார்க்ஸ், "தொல்காப்பிய உருவாக்கத்தின் பண்பாட்டு அரசியல்", மேலும் மாத இதழ் (பிப், மே-1992)
2. "வழக்கெனப் படுவது உயர்ந்தோர் மேற்றே நிகழ்ச்சியவர்கட்டாகலான்" தொல் - பொருள் 647. "மரபு நிலை திரிதல் செய்யுட் கில்லை மரபு வழிப்பட்ட சொல்லினான" - தொல் - பொருள் 145.

3. ‘தகுதியும் வழக்கும் தழீ இயன ஒழுகும் பகுதிக்கிளவி வரைநிலை இலவே’ - தொல் சொல்.

4. அதிகாரபூர்வ தமிழிலக்கியப் பாரம்பரியத்தில் நானறிந்தவரை மலம் பெய்தல் பற்றிய குறிப்பு நீலகேசியில் மட்டுமே வருகிறது. பூதிகன் என்னும் பார்ப்பனனுடன் வேதத்தை எதிர்த்து நீலகேசி வாதிடுகிறார். வேதம் தான்தோன்றி என்கிற கருத்தை மறுத்து, “யாரது செய்தவர் அறியிலிங்குரை எனிலங்கொருவன் ஊரது நடுவனோர் உறையுனில் மலம்பெய்திட்டு ஒளித்தொழியிற் பேரினும் உருவினும் பெறவிலன் ஆதலின்றாக் குறித்துத் தேரினு மினியது செய்தவரில்லெனச் செப்புவவே’ *(நீலகேசி-829)* என்கிறார். ஊர் நடுவே இரவில் பெய்து கிடக்கும் மலம் யாருடையது எனத் தெரியாதலால் அதனைத் ‘தான்தோன்றி’ எனச் சொல்ல முடியுமா என்பது நீலகேசியின் கேள்வி. மேலும்,

“தோற்றமு நாற்றமுஞ் சுவையுட னூரிவற்றாற் தொடங்கி யாற்றவு மாயிரு வேதம் வல்லார்கள். அறிந்துரைப்ப மேற்குலத் தாரோ டிழிந்தவரென்பது மெய்ம்மை பெறா நூற்றிறஞ் செய்தவர் அறிகுவர் நுழைந்தறிவுடையவரே” *(நீலகேசி 830)* என்கிறார். மலத்தின் தோற்றம், நாற்றம் ஆகியவற்றின் அடிப்படையில் பெய்தவன் நோயாளி அல்லது ஆரோக்கியமானவன் எனச் சொல்ல முடியும். ஆனால் உயர் குலத்தான் அல்லது கீழ்க்குலத்தான் எனக் கண்டுபிடிக்க முடியுமா என்பது நீலகேசியின் கேள்வி. சமண பௌத்த மதங்கள் தமிழகத்திற்கு வரும்போது வருணாசிரமத்தை ஏற்றுக்கொண்டுதான் வருகின்றன. எனினும் பின்னாளில் இங்கே அரசமதமாக இருந்த சைவத்திற்கு எதிர் நிலையில் இருந்ததன் விளைவாக இதுபோன்ற அதிகாரபூர்வமற்ற கூற்றுகளை இந்த இலக்கியங்களில் தேட முடியும். பெண்களை- அதுவும் கணவனைத் தந்திரமாகக் கொன்ற பெண்களைக்கூட மையமாக வைத்துக் காவியம் படைத்தல் (குண்டலகேசி, நீலகேசி, வளையாபதி முதலியன) இவற்றில் கவனிக்கத்தக்கன.

5. *பாட்டிடைக் கலந்த பொருளவாகில் பாட்டினியல பண்ணத்திய்யே- தொல் பொருள் 492.*

6. *இப்பகுதியில் தொகுக்கப்பட்டுள்ள பக்தின் கருத்துக்கள் அனைத்தும் அவரது Rebelars and His wor என்கிற நூலிலிருந்து எடுக்கப்பட்டவை.*

7. *பாட்டிடை வைத்த குறிப்பினானும் பாவின்றெழுந்த கிளவியானும் பொருளொடு புணராப் பொய்மொழியானும் பொருளோடு புணர்ந்த நகை மொழியாயினும் என்று உரைவகை நடையே நான்கென மொழிப - தொல் பொருள் 485. என்கிற தொல்காப்பியச் சூத்திரத்திலிருந்து நான்கு வகை உரை நடை வடிவங்களில் நகைமொழி என்றொரு உரைவகை இருந்தது தெரிகிறது. ”நகை மொழியாவது மேற்சொல்லப்பட்ட உரை பொருந்தாதென இகழ்ந்து கூறுதல். அவ்விகழ்ச்சியின் பின்னர்ப் பொருளுணர்த்துமுறை பிறக்குமாதலின் பொருளோடு புணர்ந்த நகைமொழியானும் உரைவரும் என்றார். மேற்சொல்லப்பட்ட உரை இரண்டு வகைப்படும் என்றவாறு அது மைந்தர்க்கு உரைப்பனவும் மகளிர்க்கு உரைப்பனவும் ஆகும். மகளிர்க்குரைக்குமுறை செவிலிக்குரித்து. மைந்தர்க்குரைக்கும் உரை எல்லார்க்குமுரித்து என்றவாறு.” - (இளம் பூரணர்). நகை மொழி உரை நூற்களுக்கு எடுத்துக்காட்டாய் ‘சிறுகுறீஇ உரை’, ‘தந்திர வாக்கியம்’ என்கிற இரு நூற்களைப் பேராசிரியர் சுட்டிக் காட்டுகிறார். இருந்த சில நகைமொழி நூற்களும் கூட அதிகாரபூர்வப் பாரம்பரியத்தால் பேணிக் கையளிக்கப் படவில்லை என்பதையே இன்று அந்நூற்கள் அழிந்து பட்டமை காட்டுகிறது.*

8. *கி. ராஜநாராயணன், ’வயது வந்தவர்களுக்கு மட்டும்’, நீலக்குயில், 1992.*

9. *சின்ன வயதில் பாலகிருஷ்ணன் என்கிற பார்ப்பன ஆசிரியர் ஒருவரிடம் கேட்ட கதை ஒன்று: ஒரு கிராமத்தானுக்குத் தன் குறியைத் தானே வாயால் சுவத்துச் இன்பம் கொள்ளலாமா என்ற அய்யம் வந்து விடுகிறது. ஒரு ஆசிரிரைக் கேட்கிறான்.*

தாசில்தார்தான் இதற்கு முடிவு சொல்ல வேண்டும் என்கிறார் அவர். தாசில்தார் அலுவலகத்தில் மனு எழுதித் தரச் சொல்கிறார்கள். மனுவில் ஸ்டாம்ப் ஒட்டவில்லை என்று திருப்பப்படுகிறது. இப்படிப் போய்க்கொண்டே இருக்கிறது கதை. கடைசியாக 'எட்டினால் செய்து கொள்ளலாம்' என தாசில்தார் குறிப்பு எழுத 'ஃபைல்' முடிக்கப்படுகிறது. அரசு நடைமுறைகளைக் கேலி செய்யும் ஒரு நாட்டர் நகைச்சுவை இது.

10. சின்னவயதில் அத்தை என நான் அழைக்கும் மூத்த பெண்மணி ஒருவரிடம் கேட்ட ஒரு கதை: ஒரு அழகிய பெண் சுள்ளி பொறுக்கக் காட்டிற்குச் சென்ற போது புலி ஒன்று மையல் கொண்டு அவளைக் கட்டாயத் திருமணம் செய்து கொள்கிறது. ஒரு குகைக்குள் அவளை அடைத்து வைத்திருக்கிறது புலி வெளியே போகும் போது வேடன் ஒருவன் குகைக்கு வந்து விடுவான். புலி வரும் சமயம் அவன் வெளியே போய்விடுவான். ஒரு நாள் வேடன் இருக்கும் போது புலி வந்து விடுகிறது. வேடனைப் பரணியில் ஒளித்து வைக்கிறாள். புலிக்குச் சோறு போடுகிறாள். கொஞ்ச நேரத்தில் மேலே இருந்தவன் அடக்க முடியாமல் மூத்திரம் பெய்கிறான். புலி, 'என்ன' என்கிறது. 'ரசம், மறந்துவிட்டேன்' என்கிறாள். பிசைந்து குடித்து விட்டு 'ரசம் பிரமாதம்' என்கிறது. இன்னும் கொஞ்ச நேரத்தில் அடக்க முடியாமல் மேலிருந்தவன் மலம் பெய்து விடுகிறான். பருப்பு கடைந்து வைத்திருந்தேன். சாப்பிடுங்கள் என்கிறாள் பெண். புலி ரசித்துச் சாப்பிடுகிறது - நாங்கள் விழுந்து சிரித்தவாறே கதையைக் கேட்போம்.

(பாண்டிச்சேரி 'இன்ன பிற' அமைப்பு சார்பில் நடத்தப்பட்ட பாலியல் கதைகள் பற்றிய கருத்தரங்கில் வாசிக்கப்பட்டது. கும்பகோணத்திலும் ராஜநாராயணனின் இந்நூல் குறித்து ஒறு விவாத அரங்கு ஒரு நாள் முழுவதும் நடந்தது)

# பவுத்தம்: இரண்டு குறிப்புகள்

## 1. தமிழ் பவுத்தம்

ஷோபா சக்தியின் 'கச்சாமி' எனும் சிறுகதையைச் சில மாதங்களுக்கு முன் படித்தேன். அதில் ஒரு காட்சி. சிங்கள ஆக்ரமிப்பு ஒன்றை எதிர் கொள்வதற்காக "தமிழ்க் குடியேற்றப் பகுதி" - என ஒரு பகுதியில் பெயர்ப் பலகை ஒன்றை அமைக்க அவசர அவசரமாக ஒரு குழி தோண்டுவார்கள். குழிக்குள் ஒரு புத்தர் சிலை! அது ஆக்ரமிப்பாளர்களுக்குத் தெரிய வந்தால் அதுவே போதும், அது ஒரு 'புத்த மையம்' என நிறுவித் தமிழர்களை வெளியேற்றுவதற்கு. அப்போது அவர்களுக்குத் தோன்றிய ஒரே வழி அந்தப் புத்தர் சிலையை உடைத்துத் தூளாக்குவது. அதைச் செய்கிறார்கள். இதுதான் கதை. இதை வாசித்தபோது தமிழ்ப் பவுத்தம் குறித்த சில நினைவுகள் எழுந்தன.

தமிழகத்தில் பவுத்தத்திற்கு ஒரு நீண்ட பாரம்பரியம்உண்டு, காலத்தால் அழியாது நிற்கும் மணிமேகலை, வீர சோழியம் தவிர நமக்குக் கிடைக்கும் ஏராளமான பிற வரலாற்று ஆதாரங்கள், அவ்வப்போது தமிழகமெங்கும் கிடைக்கும் புத்தச் சின்னங்கள் இதற்குச் சான்று.

கி.பி 5, 6-ம் நூற்றாண்டுகளில் பாலி பவுத்தத்தின் மையமாக விளங்கியது காஞ்சிபுரம். இங்கு நடைபெற்ற விவாதங்கள், உருவான அற்புதமான அளவையியல் நூல்கள், கிளைத்த பவுத்த இயக்கங்கள் ஆகியன தமிழகத்தை உலகளாவிய பவுத்தத்திலிருந்து பிரிக்க இயலாததாக ஆக்குகின்றன.

தமிழகத்தில் 19,20-ம் நூற்றாண்டுகளில் நிகழ்ந்த பவுத்தப் புத்துருவாக்கத்தில் அயோத்திதாசர், அம்பேத்கர் அவர்களுக்கே பவுத்தத்தில் ஆர்வம் ஏற்படுத்திய அறிஞர் லட்சுமி நரசு, அநகாரிக தர்மபாலா, கர்னல் ஆல்காட், மேடம் ப்ளாவட்ஸ்கி, அறிஞர் சிங்காரவேலர், தந்தை பெரியார், ஜி.அப்பாதுரையார் ஆகியோர் ஆற்றிய பங்கு முக்கியமானது..

'தமிழ் நாட்டில் பவுத்தம்' என்கிற தலைப்பில் ஆய்வு செய்துள்ள ஷூ ஹிகோசாகா சிலப்பதிகாரம், மணிமேகலை ஆகிய இரு காப்பியங்களில் மட்டும் இவ்வாறு பாலி பவுத்தத்திலிருந்து பயிலப்பட்டுள்ள ஏராளமான சொற்களைச் சுட்டிக்காட்டுகிறார். அத்தம் (அத்த), அமைச்சர், அமுத(ம்), கன்மம், கிரியை, கோமுகி, சக்கரவாள (கோட்டம்), சேதியம், ஞான, திட்டி (தித்தி / த்ருஷ்டி), தூபம், தீபம், தீவு, தன்மம் (தம்மா), பாக்கம், பவழம், பாழி, இலக்கணம், பீடிகை, மண்டபம், விகாரம்(விஹார) என இப்படி நிறையச் சொல்லலாம்.

ஏராளமான தமிழ்ச் சொற்கள் பாலி பவுத்தத்திலிருந்து தமிழுக்குக் கொடையளிக்கப் பட்டுள்ளன. மணிமேகலை மற்றும் வீர சோழியத்தை அடிப்படையாகக் கொண்டு தமிழ்பவுத்தம் குறித்து ஆய்வு செய்யும் நவீன தமிழ் ஆய்வாளர் ஆனி. ஈ. மோனியஸ், மொழி, நாட்டெல்லை இவற்றை எல்லாம் தாண்டிய, தென் இந்தியாவிலிருந்து சாவகம் (ஜாவா) உள்ளிட்ட தென் கிழக்காசியா வரை பரவி இருந்த ஒருபவுத்த சமூகத்தை (*religious society*) மணிமேகலைக் காப்பியம் கற்பிதம் செய்வதை விரித்துரைக்கிறார்.அன்றைய பவுத்த மையமான காஞ்சீபுரத்திற்கும் சாவகத்திற்கும் உள்ள தொடர்பை ஜாவானியக் காவியமான 'நாகராத்கிருதாகமா' (14ம் நூ) குறிப்பிடுகிறது. ஸ்ரீ புத்தாதித்யா எனும் பவுத்தத் துறவி ஆறு

பவுத்தத் துறவி மடங்கள் உள்ள 'காஞ்சிபுரி'யிலிருந்து வந்ததாகக் குறிப்பிடுகிறது. கடற்கடவுளான மணிமேகலா தெய்வ வணக்கம் கன்னியாகுமரி முனையிலிருந்து எல்லோரோடா வரை பரவி இருந்ததாக சில்வியன் லெவி பல ஆண்டுகட்கு முன்னே சுட்டிக் காட்டியதையும் மோனியஸ் குறிப்பிடுகிறார். அகத்தியர் குறித்த நம்பிக்கைகளிலும் இரு நாடுகளுக்கிடையேயும் ஒரு பொதுமை உண்டு, 11-ம் நூ ஜாவானிய படைப்பொன்றின்பெயர் 'அகஸ்த்ய பர்வ'.

அகஸ்தியரின் உறைவிடமான பொதிகை மலைதான் மஹாயன நூற்களில் அவலோகிதீஸ்வர போதி சத்துவரின் உறைவிடமாகக் குறிப்பிடப்படும் 'பொடாலக்கா மலை' என்கிறார் ஷூ ஹிகோசாகா. 'பொதியில்' எனும் பொதிகையின் முந்தைய இலக்கிய விளிப்பு 'போதி இல்' என்பதிலிருந்து உருவாகி இருக்கலாம். கன்னியாகுமரி மாவட்டத்தில் தற்போது தேரூர் (தேரன் ஊர் என ஆவணங்களில் குறிப்பிடப்படுவது) எனும் ஊரில் சைவக் கடவுள் என வணங்கப்படும் இளைய நயினார் கோவிலில் உள்ள விக்ரஹம் அவலோகிதீஸ்வரர் தான் என்கிறார் ஹிகோசாகா. மறைந்த புத்தருக்கும் இனி எதிர்காலத்தில் தோன்றப் போகும் மைத்ரேய புத்தருக்கும் இடையில் உள்ள போதி சத்துவராக மஹாயனப் பவுத்தம் பின்பற்றப்படும் நாடுகளில் பெரிய அளவில் வணங்கப்படுபவர்தான் அவலோகிதீஸ்வரர்.

இவ்வாறு உலகளாவிய பவுத்தத்திலிருந்து தமிழ்ப் பவுத்தம் எவ்வகையிலும்பிரிக்க இயலாதவாறு பின்னிப் பிணைந்துள்ளது கண்கூடு. இன்று இங்கு பவுத்தம் நசிந்து போனாலும்அது செழித்திருந்த மையங்களில் ஒன்றாகத் தமிழகம் இருந்துள்ளது.

இப்படி உலக அளவிலான பவுத்தத்துடன் ஊடு பாவாய்ப் பிணைந்திருந்தபோதும் தமிழ்ப் பவுத்தத்திற்கு அதற்குரிய தனித்துவமான அடையாளங்களும் உண்டு. இஸ்லாம், கிறிஸ்தவம், பவுத்தம் முதலான பரவுதற்குரிய, பரப்பப்படக்கூடிய *(proselytizing)* மதங்கள் எதுவும் அவ்வப்பகுதிகளின் தனித்துவமான காலாச்சாரங்களுக்குத் தம்மைத் தகவமைத்துக்

கொண்டதாகத்தான் *(nativization)* இருக்க இயலும். இவ்வகையில் பீட்டர் ஷால்க் முதலானோர் சமீபமாகச் சுட்டிக்காட்டியுள்ள ஒன்று இங்கே கருதத்தக்கது.

தற்போது பாங்காக் (தாய்லாந்து) நகரில் வாட் பெஞ்சோ என்னுமிடத்திலுள்ள விகாரையில் அமைந்துள்ள அழகிய புத்தர் சிலை யாழ்ப்பாணம் வடமராட்சி பகுதியிலுள்ள வல்லிபுரத்திலிருந்து கொண்டு செல்லப்பட்டதுதான் என்பது சுமார் 20 ஆண்டுகளுக்கு முன் கண்டு பிடிக்கப்பட்டது.1906ம் ஆண்டில் வல்லிபுரம் விஷ்ணு கோவிலுக்கருகில் இருந்த இந்தப் புத்தத் திரு உருவை, அன்றைய யாழ் ஆளுனராக இருந்த சர் வில்லியம் பிளேக் சயாம் மன்னருக்கு அன்பளிப்பாகக் கொடுத்துள்ளார். அத் திரு உருவை மீண்டும் கொண்டு வருவதற்கான முயற்சிகள் ஒரு பக்கம் நடைபெற்றுக் கொண்டிருக்கையில் இன்னொரு பக்கம் பவுத்தவியல் மற்றும் சிற்பவியல் வல்லுனர்கள் அந்தச் சிற்பத்தின் தனித்துவத்தை ச்சுட்டிக்காட்டியுள்ளனர். அது இலங்கை பவுத்த மையமான அநுராதபுரச் சிற்ப அமைவில் *(style)* இல்லை என்பதுதான் அது. மாறாக அது தென்னிந்திய திராவிடப் புத்த மரபில் *(Amaravathy style)* உள்ளது. ஆக இலங்கைக்குள்ளேயே பவுத்தத்தில் இரு போக்குகள் இருந்துள்ளன எனலாம். தமிழ்ப் பகுதிகளில் தனித்துவமான பவுத்தம் ஒன்று இருந்துள்ளது. அது சிங்கள பவுத்த மரபிலிருந்து வேறுபட்டதாகவும் திராவிட மரபுடன் இணைந்ததாகவும் இருந்துள்ளது.

காஞ்சியை மையமாக வைத்து நடைபெற்ற பவுத்த அளவையியல் உசாவல்கள் (5, 6ம் நூ) சமஸ்கிருதத்தில் இருந்த நிலை மாறி, தமிழிலும் அது பேசப்பட வேண்டிய நிலை பின்னாளில் உருவானது. பல மொழிகளைப் பேசும் ஒரு விரிந்த பரப்பில் பவுத்தம் குறித்துப் பேச வேண்டிய நிலையும் இருந்தது. இந்தப் பின்னணியில், மணிமேகலைக்குச் சில நூற்றாண்டுகளுக்குப் பின் உருவான வீரசோழியம் தமிழை அதன் உள்ளூர்த் *(local)* தன்மையிலிருந்து விரித்து சமஸ்கிருதம் போல ஒரு பன்னாட்டுத் *(trans local)* தன்மையுடையதாக்கும் முயற்சியை மேற்கொண்டது. மணிப் பிரவாளம் குறித்து முதன் முதலாக ஒரு தமிழ் இலக்கண

நூல் பேச நேர்ந்தது இப்படித்தான். சாதாரண மக்களின் பேச்சு வழக்குச் சொற்களையும் அது ஏற்றுக் கொள்கிறது. சமஸ்கிருதம், சிங்களம் முதலான மொழிகளுடன் மொழிக் கலப்பு குறித்து அது கவனம் கொள்கிறது. இவற்றை எல்லாம் கணக்கில் கொண்டு பார்க்கும்போது, குறிப்பாக அது சிங்கள மொழியையும் ஒரு பொருட்டாகக் கொள்வதைக் காணும்போது, அநுராதபுரத்தை ஒட்டி சோழிய பவுத்தம் ஒன்று திராவிட பாணியில் இருந்திருக்க வேண்டும் என்பது தெரிகிறது.

தமிழகத்தில் பவுத்தம் துடைத்தெறியப்பட்டது ஒரு புறம் இருக்க, இலங்கையில் சிங்கள பவுத்தத்திலிருந்து வேறுபட்டு வளர்ந்திருந்த தமிழ்ப் பவுத்தம் அழிந்ததில் ஒரு பக்கம் சிங்கள பவுத்தம் காரணமாக இருந்தது எனில் இன்னொரு பக்கம் தமிழ்ச் சைவமும் அதில் ஒரு முக்கிய பங்கு வகித்துள்ளது எனலாம்.

## 2. பவுத்தம் மேற்கொண்ட அறவியல் 'பேரம்'

என்றும் தம்மப்பணியில் தன்னை அர்ப்பணித்துக் கொண்டுள்ள பெரியவர் ஓ.ர.ந.கிருஷ்ணன் அவர்கள், எனது முக்கிய நூல்களில் ஒன்றான 'புத்தம் சரணம்' நூலை 'தமிழ்நாடு பவுத்த சங்கம்' சார்பாக வெளியிட வேண்டி. சில மாதங்களுக்கு முன் என்னை அணுகியபோது மிக்க தயக்கத்துடன், "பவுத்தம் புலாலை ஒறுத்த மதம். மயக்கும் கள்ளையும் மன்னுயிர்க் கோரலையும் மணிமேகலை காப்பியம் எந்த அளவிற்குக் கண்டித்துள்ளது என்பதை நீங்கள் அறிவீர்கள். மூத்து விளி மாவொழித்து எவ்வுயிர் மாட்டும் தீத்திறம் ஒழிகென சாதுவன் கூறிய அறிவுரை உங்களுக்குத் தெரியாததல்ல. அப்படி இருக்கையில் பவுத்தம் புலால் உணவை ஒதுக்கவில்லை என நீங்கள் கூறியுள்ளதில் மட்டும் எனக்கு மாற்றுக் கருத்து உண்டு" என்றார்.

'புத்தம் சரணம்' நூலின் இரண்டாவது அத்தியாயத்தில் உள்ள புலால் குறித்த பவுத்த அணுகல்முறை பற்றிய என் குறிப்பு பற்றித்துத்தான் அவர் இவ்வாறு கூறினார். நான் அப்பகுதியை

மீண்டும் வாசித்தபோது அதில் பெரிய மாற்றங்கள் ஏதும் தேவை இல்லை என்று உணர்ந்தேன். மீண்டும் அவருடன் விவாதித்தபோது,

“பவுத்த தம்மம் எல்லாத் தரப்பு மக்களிடையேயும் சென்றடைந்து அனைவரும் வாழ வழி காட்ட வேண்டும் என்பதே புத்தரின் குறிக்கோளாக இருந்தது. எனவே, புத்தர் மக்களுடைய உயிர் வாழ்க்கையோடு இணைந்துள்ள உணவுப் பழக்கத்தில் தலையிட விரும்பவில்லையென்றே தெரிகிறது. உணவுப் பழக்கத்தைப் பொருத்த வரை எல்லோருக்கும் எல்லாச் சமயத்துக்கும் எல்லாக் காலத்துக்கும் பொருந்துவதாக ஒரு திட்டவட்டமான விதியைக் கூற முடியாது. அதற்காகப் பவுத்தம் புலால் உணவை ஏற்பதாகக் கருத்தல்ல” என்றார்.

எனது கருத்தும் அதுதான் என்றேன். புத்தம் உயிர்க் கொலையை ஏற்கும் மதமல்ல. அது போரை வெறுக்கும், அஹிம்சையைப் போதிக்கும் மதம். உயிர்ப் பலியை மட்டுமல்ல, அது உணவுக்காக உயிர்க் கொலை செய்வதையும் ஏற்பதில்லை. அதே நேரம் புத்தரின் பாதை ‘மஜ்ஜிம பதிபாதம்’. நடு நிலைப்பாதை. அது மக்கள் மதம். மக்களை வேறுபாடுகளற்று உற்று நோக்கிய மதம். அதனால்தான் இதேபோல அஹிம்சையையும் அமைதியையும் வலியுறுத்திய சமணம் முற்றாக அழிய நேர்ந்தபோதும், பவுத்தம் இன்று உலகளவில் மூன்றாவது பெரு மதமாக வாழ்கிறது. இந்த நூலின் நோக்கங்களில் ஒன்று எப்படி பவுத்தம் ஒவ்வொரு அம்சத்திலும் நடு நிலைப் பாதையை மேற்கொள்வது எனச் சொல்வது. நூல் முழுக்க இது விரவிக் கிடப்பதை நீங்கள் காணலாம்.

அடுத்த நோக்கம், இந்துத்துவத்திற்கும் போதி சத்துவத்திற்கும் இடையிலான நுண்மையான வேறுபாடுகளையும், புத்த நெறி, பக்தி நெறியிலிருந்து வேறுபடும் புள்ளிகளையும் சுட்டிக் காட்டுவது. இந்த முயற்சியும் நூல் முழுக்க விரவிக் கிடப்பதை நீங்கள் பார்க்கலாம்.

அந்த வகையில்தான் ஒரு மக்கள் மதமாகத் தன்னைத் தகவமைத்துக் கொள்ளும் முயற்சியில் ஏற்பட்ட விட்டுக்

கொடுத்தல்களில் ஒன்றுதான், 'மாமிசத்திற்காகக் கொல்லக்கூடாது. ஆனால் கொல்லப்பட்ட மாமிசத்தை உண்ணலாம்' என்பது. இன்று உலகெங்கிலும் பெரும்பாலான பவுத்தர்கள் மாமிசம் உண்பவர்களாகவே உள்ளனர்.

மணிமேகலையில் சாதுவனுக்கும் நாகர் தலைவனுக்கும் இடையில் நடக்கும் உரையாடல் குறித்து பவ்லா ரிச்மான் எழுதியுள்ள கட்டுரை *(Framed Narratives the Dramatised Audience in a Tamil Epic)* மிக முக்கியமான ஒன்று. அற வழியை முன்னிறுத்தும் பவுத்தத்தைப் பரப்புவது என்பது கிட்டத் தட்ட ஒரு புரட்சிகர அரசியலை மக்களிடம் கொண்டு சேர்ப்பதற்கு ஒப்பான பணி. அது பல பேச்சு வார்த்தைகளுக்கும் விட்டுக் கொடுத்தல்களுக்கும் *(negotiations)* உட்பட்ட ஒன்று. இருவரும் பிடிவாதமாக ஒரே நிலையில் நின்றிருந்தால் காரியம்ஆகாது. ஒருவருக்கொருவர் விட்டுக் கொடுத்துத்தான் சேர்ந்து செயல்படும் நிலையை எட்ட வேண்டும். ஆக ஒரு அறவியல் 'பேரம்' *(bargain)* இங்கு தவிர்க்க இயலாதாகிறது.

கப்பல் கவிழ்ந்து கரையில் ஒதுங்கிய சாதுவனுக்கு நாகர் தலைவன், மாது, மது, மாமிசம் மூன்றையும் அளித்துக் கவுரவிப்பான். நர மாமிசம் உண்ணும் வழக்கமுடைய நாகர்களின் வாழ்விலிருந்து இம் மூன்று நுகர்வுகளும் பிரிக்க இயலாதவை. புத்த நெறியை ஏற்றிருந்த சாதுவன் இது கண்டு அதிர்ச்சி அடைவான். மிகக் கடுமையாக எதிர்த்துரைப்பான். தலைவனைப் பொருத்த மட்டில் இவை மூன்றும் அவனால் விட்டுக் கொடுக்க இயலாதவை. இவற்றைத் துறந்த பின் என்ன வாழ்வு வேண்டியுள்ளது? விவாதப் போக்கில் சாதுவன் சற்றே கீழிறங்கி வருவான். காமத்தைத் துறத்தல் என்பதை வற்புறுத்தாது கள்ளும் உயிர்க் கொலையும் எவ்வாறு நல்லறம் அன்று என அறிவுரைப்பான். கள்ளும் புலாலும் இல்லாது எப்படி வாழ இயலும்? கடலோரத்தில் வசிப்பவர்களுக்கு விவசாயம் பெரிய அளவில் சாத்தியமில்லை. எங்கள் வாழ்முறைக்கேற்ற ஒரு அறத்தை எங்களுக்கு நீ உரை என நாகர் தலைவன் கேட்பான். சரி, உங்களுக்கேற்ற அறமுரைப்பேன். மனிதர்களாயினும் பிற

உயிர்களாயினும் எந்த உயிர்களையும் கொல்லக் கூடாது. உணவுக்காகக் கொல்லப்படும் மாமிசத்தை உண்ணக்கூடாது. வயது முதிர்ந்து இறக்கும் பிராணிகளின் மாமிசத்தை மட்டுமே உண்ணலாம் எனக் கூற அவ்வாறே இருதரப்பிலும் ஒப்புதல் ஏற்படுகிறது. ஆக பல்வேறுபட்ட மக்கள் குழுவினருக்கும் அவரவர்களுக் ஏற்ற அற நடைமுறைகள் *(codes)* சாத்தியம் என்பதை பவுத்தம் ஏற்கிறது.

*- ஜூன் 23, 2014*

# மதத்திற்கு அப்பாலான ஆன்மீகம்
# Spiritual But Not Religious

*(ஒரு முன்குறிப்பு: ஒன்றை கவனத்தில் கொள்ள வேண்டும்.'ஆன்மா' (ஆத்மன்) என்பது இந்திய மதங்கள் ஏற்றுக் கொண்ட ஒரு கருத்தாக்கம். மேலைக் கருத்தாக்கத்தில் உள்ளதுபோல spirit (ஆன்மா) / spiritual (ஆன்மீகம்) என்பன religion லிருந்து விலகியன அல்ல. வைதீக இந்து மதத்தில் ஆன்மா என்பது ஏற்றுக் கொள்ளப்பட்ட கருத்தாக்கம். வைதீக வேத மதத்தை எதிர்த்து நின்ற புத்தர் 'ஆன்மா' எனும் கருத்தாக்கத்தை மறுத்து அந்த இடத்தில் அதற்கு மாற்றான 'அனாத்மா' (அனாத்மன்) எனும் கருத்தாக்கத்தை முன்வைத்தவர்.)*

**ஒன்று**

மதமும் ஆன்மீகமும் வேறு வேறு. இரண்டையும் ஒரே மாதிரிப் புரிந்துகொள்வது தவறு. ஆனால் இரண்டையும் ஒன்றாகப் புரிந்துகொள்ளும் நிலையே இன்று உள்ளது. ஆனால் ஆன்மீகச் சிந்தனையாளர்கள் அதைத் தம் உரைகளின் வாயிலாகவும் செயல்பாடுகளின் ஊடாகவும் மறுத்துள்ளனர். புத்தர், வள்ளலார், காந்தி ஆகியோரது அணுகல்முறையின் பின்னணியில் ஒரு சிலவற்றை நான் புரிந்துகொண்ட வகையில் இங்கு முன்வைக்க முயலுகிறேன்.

நான் இந்த மூவரையும் இங்கு எடுத்துக் கொண்டதற்குக் காரணம் இவர்களை நாம் மதத்தை உருவாக்கியவர்களாகவும், பரப்பியவர்களாகவும் அல்லது ஏதேனும் ஒரு மதத்தை இறுக்கமாகக் கடைபிடித்தவர்களாகவும் நம்புகிறோம். உண்மை அதுவல்ல. இவர்கள் மூவரும் மதம் எவ்வாறு இங்கே புரிந்துகொள்ளப்படுகிறதோ அதை மறுத்தவர்கள். ஒருவர் பௌத்த மதத்தை உருவாக்கியவர். ஆனால் குறிப்பான கடவுள் என்பதற்குப் பதிலாக அறம் சார்ந்த வாழ்வை முன்வைத்தவர். வள்ளாலார் இந்து மதத்திற்குள் முற்றிலும் தனித்துவமான ஒரு வழிபாட்டு நெறியை உண்டாக்கியவர். அதை வைதீக இந்துத்துவம் ஏற்பதில்லை. காந்தி குண்டடிபட்டுச் சாகும்போதும் "ஹே ராம்" எனச் சொல்லி வீழ்ந்தவர் என்றாலும் பாரம்பரிய இந்துத்துவத்தை அழிக்க வந்தவர் எனக் குற்றம் சாட்டப்பட்டே கொல்லப்பட்டவர். இன்றுவரையும் அந்த அடிப்படையில் வெறுக்கப்படுபவர். இவர்கள் மதங்களை மறுத்தவர்கள் என்பதாக நான் முன்வைப்பது வியப்பை அளிக்கலாம். ஆனால் அதுதான் உண்மை என்பதோடு மதத்தையும் ஆன்மீகத்தையும் வேறுபடுத்திக் காட்டுவதற்கு இவர்கள் மிகச் சிறந்த எடுத்துக் காட்டுகளாக உள்ளார்கள் என்பதற்காகவே நான் இவர்களை இங்கு எடுத்துக் கொண்டுள்ளேன். இந்தக் கட்டுரைப் போக்கில் அதைச் சற்று விளக்கமாகப் பார்க்கலாம்.

மதவியலைப் பொருத்தமட்டில் நாம் ஒன்றைக் கவனத்தில் கொள்ள வேண்டும். மதத்தை உருவாக்கியவர்கள் ஞாநிகளாக இருக்கலாம். ஆனால் பின்பற்றுபவர்கள் வெகுமக்கள். அதோடு உருவாக்கியவர்களுக்கும் நமக்கும் இடையில் பல நூற்றாண்டு இடைவெளி உள்ளது. இடையில் பெரிய மாற்றங்கள் ஏற்பட்டுவிட்டன. கடவுளையும் ஆன்மாவையும் மறுத்த புத்தரே இன்று வணக்கத்திற்குரிய கடவுளாக்கப்பட்டுள்ளது கண்கூடு.

எனவே நாம் நம் முன் காணும் மதங்களைக் கட்டுடைத்துப் *(deconstruct)* பார்ப்பது அவசியம். *Hiddenness of God* என்றொரு கருத்தாக்கம் சீர்திருத்தக் கிறுஸ்துவத்தில் உண்டு.

"கடவுள் தன் விருப்புறுதிகளில் பலவற்றை வார்த்தைகளில்

வெளிப்படுத்தியதில்லை... கடவுள் தன் சுயத்தைச் சிலுவையில் அவர் அனுபவித்த வேதனையில்தான் வெளிப்படுத்தினார். புகழ்ந்தேற்றப்படும் சூழல்களிலோ இல்லை பிர்மாண்டமான ஆடம்பரங்களிலோ அல்ல"- என்பார்கள் (*Deus Abscanditus : Second Form of God's Hiddenness*). கடவுள் நாம் கையக்கப்படுத்தப்படக் கூடிய அளவிற்கு எளிமையானவர் அல்ல என்பதைச் சுட்டிக்காட்டி நவீன இறையியற் சிந்தனையாளர்களான மரியஸ் டிம்மான் ம்ஜாலந்த் போன்றவர்கள், "எனவே கடவுளைச் சரியாகப் புரிந்துகொள்ள தெரிதா போன்றவர்களின் *deconstruction* (கட்டவிழ்ப்பு) அணுகல்முறை தேவை" எனக் கூறுகின்றனர்.

*Spiritual Not Religious* என்கிற கருத்தாக்கம் இப்போது அதிகம் பேசப்படுகிறது. அமைப்பாக்கப்பட்ட மதங்களில் *Religion / Spiritual* என்கிற இரண்டையும் ஒன்றே போலப் பார்ப்பது இன்று விவாதத்திற்கு வந்துள்ளது. அமெரிக்கா போன்ற நாடுகளில் 9/11 க்குப் பின் சர்ச் வழிபாடுகளுக்கு இளைஞர்கள் போவது குறைந்துள்ளன எனச் சில புள்ளிவிவரங்களும் சுட்டிக் காட்டப்படுகின்றன. ஆனாலும் இப்படியான ஆன்மீக விசாரங்களைக் காட்டிலும் ஞாயிற்றுக் கிழமைகளில் சர்ச் வழிபாடுகளில் கலந்து கொண்டு மதக் கடன்களை நிறைவேற்றுவது ஒப்பீட்டளவில் எளிதானதால் அது முற்றாகக் குறையவும் இல்லை.

இந்தப் பின்னணியில் புத்தர், வள்ளலார், காந்தி என்கிற மூவரையும் இறுக்கமான மத அமைப்புகள் மற்றும் மதங்களுக்கான வழமையான சடங்கு சம்பிரதாயங்களிலிருந்து அகன்று நின்றவர்களாக. இங்கு முன்வைக்கிறேன். இன்னொன்றையும் இங்கு குறிப்பிடுவது அவசியம். சடங்கு, சம்பிரதாயங்கள், ஆலய வழிபாடுகள் ஒப்பீட்டளவில் எளிதானவை. ஆனால் அவற்றை மறுக்கும் ஆன்மீக நிலை என்பது அத்தனை எளிதானதல்ல. ஆனால் இன்று ஆன்மீகம் எனச் சொல்லிக் கொண்டு மத வழிபாடுகளிலிருந்து விலகி நிற்பவர்கள் எல்லோரையும் அப்படி அவர்கள் 'ஆன்மீகம்' எனக் கூறிக் கொள்வதாலேயே, அவர்கள் இன்றைய மத அரசியல் மற்றும் அப்படியான போக்குகளைக் கடுமையாக எதிர்ப்பவர்களாகவும் பார்க்க

இயலாது என்கிற எச்சரிக்கையுடன்தான் நாம் மத உணர்வுகளின் சிக்கல்களை நாம் காண வேண்டும். அந்த வகையில் மதம், பக்தி முதலான இந்தியக் கருத்தாக்கங்களை *deconstruct* செய்த வரலாற்று எடுத்துக்காட்டுகளாக நான் இந்த மூவரையும் இங்கு முன்வைக்கிறேன். மதவாதம், நாத்திகம், போலி ஆன்மீகம் ஆகிய மூன்றிலிருந்தும் விலகி நின்ற இறையியலாளர்கள் என இம்மூவரையும் பார்ப்பதை இவ்வாறு நுணுக்கமாகப் புரிந்து கொள்வது முக்கியம். இவர்கள் குறித்த புனைவுகளையும் அற்புதங்களையும் நீக்கி ஒரு சமூக சீர்திருத்தவாதிகளாகப் பார்ப்பது அவசியம்.

## இரண்டு

### *(i)* புத்தர்:

சாராம்சம் (*essence*), மாறாமை ஆகியவற்றை ஏற்காத புத்தர் ‘ஆத்மா’ வையும் ஏற்பதில்லை. பதிலாக ‘அனாத்மன்’ (ஆத்மா அல்லாதது) என்கிற ஒரு எதிர்மறைக் கருத்தாக்கத்தை அவர் முன்வைத்தார். புத்தரின் சாதுரியமான ஒரு மொழி விளையாட்டு இது. ‘துக்கம்’ எனும் கருத்தக்கத்திற்கு புத்தர் அழுத்தம் கொடுத்தார். அவரது கருத்தக்கத்தில் அதுவே பேருண்மை. துக்கம் என்பது திருப்தியின்மை. ஏதோ ஒரு வகையில் நிறைவற்றமை. வாழ்வின் இறுதியில் எஞ்சுவது அதுவே. துக்கத்தை வெல்வதற்கு வாழ்வனுபவங்களைத் தாண்ட வேண்டும்.

அப்படியானால் வாழ்வு என்பதென்ன? வாழ்வின் மூன்று கூறுகளாக பௌத்தம் முன்வைப்பவை:

அ. அநிச்ச - அநித்தியம் - வாழ்வு நிரந்தரமற்றது.

ஆ. துக்க - திருப்தி இன்மை - வாழ்வு திருப்தியற்றது.

இ. அனத்த - அனாத்மன் - வாழ்வு ஆன்மா அற்றது.

**விளக்கம்:**

உபநிடதங்களின்படி 'ஆத்மன்' மாறாதது (சாரம்-essence); ஆனால் புத்தருக்கு வாழ்வு அநித்தியமானது; மாறுவது. எனவே ஆத்மன் அல்லாதது அனாத்மன்

வேதங்கள் / உபநிடதங்களின்படி, உயிர் = பிரபஞ்சம் =சாரம் (1=1=1)

பௌத்தத்தின்படி, உயிர் = பிரபஞ்சம் = சாரமின்மை (0=0=0)

சாரங்கள் இல்லை என்கிறபோது சுயதர்மம் இல்லை. அதாவது வருணப் பண்பு இல்லை, வருணக் கடமையும் இல்லை; ஆன்மா இல்லை; சாதிப்புத்தி இல்லை; தீட்டு இல்லை; தீண்டாமை இல்லை; - என்பவற்றைக் காண்க. மொத்தத்தில் பௌத்தத்தைப் பொருத்தமட்டில் ஆத்மாவே இல்லை என்பதுதான் அதன் ஆத்மீகம்.

**(ii) வள்ளலார்:**

வள்ளலாரின் 'பேருபதேசம்' என்கிற அவரது அணுகல் முறை குறித்த சற்று விரிவான உரையை. முழுமையாக இணையத்தில் தரவிரக்கம் செய்யலாம். சுருக்கமாக அதில் வள்ளலார் சொல்வன:

அ: வீண்காலம் கழிக்காதீர்

ஆ: நல்ல விசாரணையில் இருந்து கொண்டிருங்கள். என்ன மாதிரி விசாரணை?

இ: நம்முடைய நிலை எப்படிப்பட்டது? நமக்கு மேல் நம்மை அனுஷ்டிக்கிற தெய்வத்தின் நிலை எப்படிப்பட்டது?

ஈ: அதற்குத்தக தனியாகவாவது, உங்கள் அறிவிற்கும் ஒழுக்கத்திற்கும் ஒத்த கருத்துள்ளவர்களைக் கூடியாவது அல்லது வேலாயுதம் முதலியாரைப்போல மனுஷ தரத்தில் போதுமானவரை சொல்பவர்களுடனாக நல்ல விசாரணையில் இருங்கள். அல்லது தனியாகவும் விசாரிக்கலாம்.

உ: இப்படி விசாரணையில் இருந்தால் நம்முடைய ஆன்ம அறிவை விளக்கமின்றி மூடிக் கிடக்கிற அனந்தத் திரையில் அழுத்தமாக இருக்கிற பச்சைத்திறை விலகும்..அது நீங்கினால் மற்ற திரைகள் விலகும்.

ஊ: இருக்கிறபோதும் படுக்கிறபோதும் ஆண்டவர் நமக்கு உண்மை தெரிவிக்கவேண்டும் என்கிற முயற்சியுடன் இருந்தால் தெரிய வேண்டியவற்ரைத் தெரிந்துகொள்ளலாம்.

ஆக வள்ளலாரின் பார்வையில் அறிதல் என்பது சுயமுயற்சியால் அமைய வேண்டும். முழுமையான சிந்தனை, கருத்தொருமிப்பு, தீரா முயற்சி, ஆகியவற்றினடியாக சுய முயற்சியில் ஆண்டவன் உதவியுடன் நீயே அறிதல் வேண்டும்.

ஆண்டவனை வள்ளலார் மறுக்கவில்லை. ஆனால், வேதம், உபநிடதம், அல்லது இறைவாக்குகள் என எதையும் அவர் ஏற்காமை கவனத்துக்குரியது.

எ. பக்தியால் அவற்றை நீக்க இயலாது. சுயசிந்தனையே துணை. இகலோகச் சிந்தனைகளும் விசாரங்களும் அனைத்தையும் நம் அறிவிலிருந்தும் பார்வையிலிருந்தும் தடுத்து வைத்துள்ளன, அவற்றை வெறும் பக்தியாலும் நீக்க முடியாது. வேதம், ஆகமம், புராணம், இதிகாசம் முதலிய கலைகள் எதனிலும் லட்சியம் வைக்க வேண்டாம். ஏனெனில் அவற்றில் ஒன்றிலாவது குழூஉக்குறி அன்றி தெய்வத்தை இன்னதென்றும் புறங்கவியச் சொல்லாமல் மண்ணைப் போட்டு மறைத்துவிட்டார்கள்.

கைலாசபதி என்றும், வைகுண்டதிபதி என்றும், சத்திய லோகாதிபதி என்றும் பெயரிட்டு, இடம், வாகனம், ஆயுதம், வடிவம், ரூபம் முதலியவையும் ஒரு மனுஷனுக்கு அமைப்பதுபோல அமைத்து உண்மையாக இருபதாகச் சொல்லி இருக்கிறார்கள். “தெய்வத்திற்குக் கைகால்கள் முதலியன இருக்குமா?” என்று கேட்ப்பவர்களுக்குப் பதில் சொல்ல இயலாது விழிக்கிறார்கள்..

(விளக்கம் தேவையில்லை. கூடியவரை வள்ளலார் அவர்களின் சொற்களிலேயே சுருக்கியுள்ளேன். தயவுசெய்து முழுமையாக

வாசிக்கவும். புத்தரும் இதையேதான் சொன்னார் : "உனக்கு நீயே விளக்கு")

***(iii) காந்தி:***

*(அ)* அவரவர் உணவுக்கு அவரவரே வேலை செய்ய வேண்டும் என்றே கடவுள் மானிடரை படைத்திருக்கிறார். வேலை செய்யாமல் சாப்பிடுகிறவர் திருடர். பசி என்ற ஒரே வாதம் தான் இந்தியாவை, நூற்கும் இராட்டைக்கு ஓடும்படி செய்திருக்கிறது. நூற்கும் தொழில் மற்றெல்லாத் தொழில்களிலும் மிகவும் மேன்மையானது. ஏனெனில், அன்புத் தொழில் இது. அன்பே சுயராஜ்யமாகும், அவசியமான உடலுழைப்பு வேலை மனதை அடக்கும் என்றால் நூற்கும் இராட்டை மனதை அடக்கும். அநேகமாக சாகும் நிலையில் இருந்து வருபவர்களான கோடிக்கணக்கான மக்களைக் குறித்தே நாம் சிந்தித்தாக வேண்டும். செத்துக் கொண்டிருக்கும் கோடிக்கணக்கான நம் நாட்டுப் பெண்களுக்கும், ஆண்களுக்கும் நூற்கும் இராட்டையே புத்துயிர் அளித்து நீர் வார்ப்பதாகும். "சாப்பாட்டுக்காக வேலை செய்ய வேண்டிய அவசியம் எனக்கு இல்லை. அப்படி இருக்க நான் ஏன் நூற்க வேண்டும் ?" என்ற கேள்வி எழலாம். "என்னுடையது அல்லாததை நான் தின்று கொண்டிருப்பதனால் தான் என்பதே" அக்கேள்விக்கான பதில்.

*(ஆ)* அந்நியத்துணியை எரித்துவிடவேண்டும் என்று நான் கூறும்பொழுது ஒவ்வொருவருவம் அவர்களது அந்நியத்துணியை எரித்துவிட வேண்டும் என்றுதான் கோருகிறேன். என் அந்நியத்துணியை நான் எரிக்கும் போது என் அவமானத்தையே நான் எரிக்கிறேன். நிர்வாணமாக இருப்பவர்களுக்கு வேண்டியது துணியல்ல. மாறாக அவர்களுக்கு இருக்கும் ஒரே தேவை பிழைப்புக்கு வேலை. அதைக் கொடுக்காமல் அவர்களுக்குத் துணி கொடுத்து அவர்களை அவமதிக்க நான் மறுத்துவிடுவேன். அவர்களுக்கு காப்பாளராக இருக்கும் பாவத்தை நான் செய்ய மாட்டேன். ஆனால், அவர்களை ஏழ்மைப்படுத்துவதற்கு நானும் உதவியாக இருந்திருக்கிறேன் என்பதை அறிந்ததால் அவர்களுக்கு உரிய இடத்தை அளிப்பேன். என் சாப்பாட்டில்

மிஞ்சியதையோ, வேண்டாமென்று எறிந்துவிடும் துணியையோ அவர்களுக்குக் கொடுக்கமாட்டேன். நான் உண்ண எடுத்து வைத்துள்ள நல்ல சாப்பாட்டையும், உடுத்த எடுத்த வைத்திருக்கும் நல்ல துணியையும் அவர்களுக்கு அளித்து வேலையிலும் அவர்களுடன் பங்கு கொள்வேன். *(யங் இந்தியா 13/10/1921)*

*(இ)* ஏழைகளின் கந்தல் துணியில் முடிபோட்டு வைத்திருந்த செப்புக் காசுகளை,களிம்பேறிய தம்படிகளை நான் அவர்களிடம் இந்தக் கைகளால் வாங்கியிருக்கிறேன். அவர்களிடம் நான் புது நாகரிகங்களைப் பற்றியும் முன்னேற்றங்களைப் பற்றியும் பேசவா? அவர்களிடம் போய் வேதாந்தம் பேசுவது அவர்களைப் புண்படுத்துவது அல்லவா. பேசினால் என்னையும் உங்களையும் கொடிய அரக்கர்களாகப் பாவிப்பார்கள். அவர்களறிந்த தெய்வம் கருணையற்ற கொடுங்கோல் தெய்வமெல்லவா?

*(ஈ)* கோபமும், பயங்கரமும் நிறைந்த தெய்வந்தான் அவர்கள் கண்டது. இவர்களிடம் நான் ஆண்டவனைப் பற்றி என்ன பேச முடியும்? பேச எனக்கு தைரியமில்லை. இந்த ஏழை மக்களின் ஒளியற்ற கண்களைப் பார்க்கும் போது அவர்களிடம் ஆண்டவனைப் பற்றிப் பேச எனக்கு எப்படி மனது வரும்? அதற்கு வழிவகுக்காமல் அவர்களிடம் தத்துவம் பேசுவது என்ன நியாயம். அதனால் எந்தப் பயனும் விளையாது. ரொட்டியே அவர்களுக்கு தெய்வம். (அவர்களிடம் நான் தெய்வீகம் பற்றிப் பேசுவதெல்லாம்) ஊமைப் பிராணிகளிடம் சாஸ்திரம் பேசுவதைப் போலவே ஆகும். அவர்களுக்குக் கூலிதரும் வேலையைக் காட்டிய பிறகே நான் அவர்களிடம் ஆண்டவனைப் பற்றி பேச முடியும். இங்கே நாம் உட்காந்து நன்றாகக் காலைப் பலகாரம் முடித்து மத்தியான சாப்பாடு என்னவாக இருக்கலாம் என்று யோசனை செய்யும் நிலையில் உள்ள நாம் தெய்வ ஆராய்ச்சி செய்யமுடியும். ஒரு வேளை ரொட்டிக்குத் திண்டாடும் நிலையில் வாழும் மக்களிடம் நான் தெய்வ ஆராய்ச்சி செய்ய முடியுமா? அவர்களுக்கு கடவுளின் அவதாரமே ரொட்டியும் வெண்ணையும் தான். ஏழைக் குடியாவனர்கள் நிலத்தை உழுது ரொட்டி சம்பாதித்துக்

கொள்வார்கள். அந்த ரொட்டிக்கு வெண்ணெய் கிடைக்க ராட்டையைக் கொடுத்தேன். இன்று நான் முழங்காலுக்கு மேல் வேட்டி கட்டிக்கொண்டு பசியில் தவிக்கும் அந்த ஏழை மக்களின் தனிப் பிரதிநிதியாக உங்கள் முன் நிற்கிறேன் *(யங் இந்தியா 15-10-1931- லண்டன்).*

*(உ)* "நான் உங்களுக்கெல்லாம் ஓர் மந்திரத் தாயத்து அளிக்கிறேன். முடிவெடுக்கையில் அது சரியா, தவறா என்கிற ஐயப்பாடு எழும்போதோ, அல்லது உமது அகந்தையோ சுயநலமோ தலைதூக்கும்போதோ இந்தச் சோதனையைப் பயன்படுத்துங்கள். நீங்கள் பார்த்துள்ள, ஏழ்மைமிக்க, மிக மிக நலிவுற்ற முகத்தை ஞாபகப்படுத்திக் கொள்ளுங்கள். நீங்கள் செய்யவிருக்கும் காரியம், எடுக்கவிருக்கும் நடவடிக்கை, தீட்டவிருக்கும் திட்டம், அந்த பரம ஏழைக்கு எவ்விதத்திலாவது பயன்படுமா? அவன் தன் அன்றாட வாழ்க்கையையும், வருங்கால வாழ்வையும் வளமாக்கி அவனது கட்டுப்பாட்டில் இருத்திக்கொள்ள வகைசெய்யுமா? இதையே வேறுவிதமாகச் சொல்லப்போனால், பசிப்பிணியாலும் ஆன்மிக வறட்சியாலும் வாடும் லட்சக்கணக்கான மக்களுக்கு உண்மையில் சுயராஜ்யம் (சுயதேவைப்பூர்த்தி) கிடைக்கச் செய்யுமா என்று உங்களையே கேட்டுக் கொள்ளுங்கள். அதன்பின் உங்களது ஐயங்களும் சுயநலமும் கரைந்து மறைந்து போவதைக் காண்பீர்கள்"

(1947 ஆகஸ்ட் மாதம் தேதி குறிப்பிடாமல் காந்தி ஆங்கிலத்தில் தம் கைப்பட எழுதிய குறிப்பு இது. ஆதாரம்: *"CWMG"* நூல் *89*, பக்கம் *125*- காந்தியியல் ஆய்வாளர் ராட்டை அவர்களின் பக்கத்தில் விரிவாக காந்தி குறித்து அறியலாம்.

மத எல்லைகளுக்கு அப்பாலான ஆன்மீகச் சிந்தனைகளின் அடையாளங்களாக இம் மூன்றையும் இங்கு முன்வைக்கிறேன்.

(ஓராண்டுக்கு முன் கிறிஸ்தவ மறைப் பணியாளர்கள் மத்தியில் இந்தத் தலைப்பில் பேச அழைக்கப்பட்டபோது நான் முன்வைத்த கருத்துக்கள் இவை. என்னுடன் மேலும் இருவர் பேசினர். கேள்வி நேரத்தில் ஒரு பாதிரியார், 'நீங்கள் சொன்னதை முழுமையாக ஏற்கிறேன். ஆனால் நீங்கள்

*இவர்களில் ஏன் ஏசுவைக் குறிப்பிடவில்லை?" எனக் கேட்டார். இந்திய எடுத்துக்காட்டுகளின் அடிப்படையில் இம்மூவரையும் எடுத்துக் கொண்டேன். ஏசுவை இந்த வகையில் முன்வைப்பதில் எனக்கு என்ன தயக்கம் இருக்க முடியும். மதவாதிகளை எதிர்த்து நின்றதால் கொடும் சித்திரவதைக்கு ஆளாகிக் கொல்லப்பட்டவரல்லவா அவர் என்றேன்.)*

# கெய்ல் ஓம்வெத் பார்வையில் இந்திய பௌத்தம்

## கெய்ல் ஓம்வெத் குறித்துச் சில

*அமெரிக்காவில் பிறந்து, ஒரு ஆய்வு மாணவியாக இந்தியாவுக்கு வந்து பொருள் நிறைந்த வாழ்வு ஒன்றை வாழ்ந்து இந்தியாவிலேய மறைந்தவர் கெய்ல் ஓம்வெத் (02 ஆக 1941 25 ஆக 2021) அவர்கள். ஆய்வை முடித்த அவருக்கு அங்குள்ள பல்கலைக் கழகம் ஒன்றிலேயே வேலை கிடைத்தும் அதை விட்டுவிட்டுத் தன் 30 வயதில் இந்தியாவிற்கு வந்து, இங்கேயே குடியுரிமை பெற்று வாழ்ந்து மறைந்தது இங்கேயே அடக்கமானவர் அவர்). புனே பல்கலைக் கழகத்தில் சமூகவியல் பேரசிரியர், ஒரிசாவில் உள்ள சமூக அறிவியல் நிறுவனமான NISWASS இல் டாகடர் அம்பேத்கர் அமர்வுப் பேராசிரியர் முதலான பதவிகளில் இருந்தவர். மகாத்மா புலேயின் 'சத்ய சோதக் மண்டல் இயக்கம்' குறித்து ஆய்வு செய்து டாக்டர் பட்டம் பெற்றவர். எல்லாவற்றிற்கும் மேலாக இந்தியாவில் வாழ்ந்த இந்த 50 ஆண்டுகளில் பெரும் திட்டங்களுக்காக எளிய மக்கள் இடப்பெயர்வு செய்யப்பப்படுவது, சாதி அரசியல், பஞ்சம் முதலானவற்றில் அடித்தள மக்கள் பாதிக்கப்படும்போது அவர்களோடு நின்று நீதிக்காகப் போராடிய களப் போராளி அவர். அதற்கென "ஷ்ராமிக் முக்திதள்" முதலான அமைப்புகளை உருவாக்கிச் செயல்பட்டவர். டாக்டர் அம்பேத்கர் சேட்னா*

விருது, சாவித்ரி புலே புரஸ்கார், உட்ரோ வில்சன் ஃபெலொஷிப் முதலான சுமார் 13 விருதுகளைப் பெற்ற அறிஞர்.

இடதுசாரிச் செயல்பாட்டாளரான பாரத் பதன்கரைத் திருமணம் செய்துகொண்டு அவரோடு மகாராஷ்டிரத்தின் சாங்லி மாவட்டத்தில் உள்ள கேசகோயான் எனும் இடத்தில் வாழ்ந்து மறைந்த கெய்ல் அவர்கள் தலித்தியம், பெண்ணியம், அம்பேத்கரியம், பார்ப்பனர் அல்லாதோர் இயக்கம், புதிய சமூக இயக்கங்கள் ஆகியவற்றிற்கு என்னாளும் ஆதரவாகவும், அவற்றில் முழுமையான பங்கேற்புடனும் இறுதிவரை வாழ்ந்தார். 2001- ஆக31 செப் 08 தேதிகளில் டர்பனில் நடைபெற்ற இனவாதத்திற்கு எதிரான மாநாட்டில் கலந்து கொண்டு இந்தியச் சமூகத்தின் தீண்டாமைக் கொடுமை, சாதீயம் பார்ப்பனரல்லாதோர் இயக்கம், தீண்டாமைக்கு எதிரான அம்பேத்கரின் பங்களிப்புகள் ஆகியவை குறித்து உலகத்தின் கவனத்தை ஈர்த்ததில் கெய்லின் பங்கு மிக முக்கியமானது.

அடித்தள மக்களோடு தன்னை அடையாளப்படுத்திக் கொண்டு, அவர்களோடு நின்றது மட்டுமின்றி அந்தப் பின்னணிகளில் அவர் சுமார் 25 முக்கிய நூல்களையும் எழுதி உள்ளார். அவற்றில் ஒன்றுதான் பார்ப்பனீயத்திற்கு எதிராக இந்த மண்ணில் உருவாகிய பௌத்த மதம் குறித்த “Buddhism in India :Challenging Brahminism and Caste” எனும் இந்நூல். “பார்ப்பனீயத்திற்கும் சாதிக்கும் சவாலாக அமைந்த இந்திய பௌத்தம்” என்பது இதன் பொருள்.இந்திய மண்ணில் 2600 ஆண்டுகளுக்கு முன் உருவான பௌத்தம் இன்று பல நாடுகளில் முக்கிய பெரும்பான்மை மதமாக விளங்குவதை அறிவோம். வரலாற்று ரீதியாக பௌத்தத்தின் தோற்றம், அதன் தனித்துவம், அது வீழ்த்தப்பட்ட பின்னணி ஆகியவற்றைச் சொல்லும் இந்நூலின் சில முக்கிய அம்சங்களைப் பார்க்கலாம்.

## இந்திய பௌத்தம் குறித்த கருத்துக்கள்

தலித் - பகுஜன் கண்ணோட்டத்தில் நின்று பௌத்தத்திற்கும், பார்ப்பனீயத்திற்கும் இடையிலான மோதலை ஆய்வு செய்து எழுதப்பட்ட நூல் இது. வருண சாதி அமைப்பையும், படிநிலை

ஏற்றத் தாழ்வுகளையும், தீண்டாமையையும் உருவாக்கி மக்களைக் கூறுபோட்ட இந்தக் கொடிய அமைப்பை எந்த வன்முறையும் இன்றி வேரறுக்கும் பணியைத் தொடங்கி வைத்தவர்தான் புத்தர்.

புத்தருக்கு முன்பிருந்தே இந்தத் திசையில் செயல்பாடுகள் தொடங்கி இருந்ததையும் கெய்ல் சுட்டிக் காட்டுவார். காடுகளிலும் மலைகளிலும் தங்கி அலைந்து திரிந்த "நாடோடித் துறவிகள்" *(wandering ascetics)* இவர்கள். 'சமணா' என்கிற பொதுச் சொல்லால் இவர்கள் விளிக்கப்பட்டனர். ஒழுங்கும் எளிமையும் மிக்க துறவு வாழ்வை மேற்கொண்டவர்கள் இவர்கள். 'சமணா' என்பது இப்படியான துறவிகளின் பொதுப் பெயராக அக்காலத்தில் இருந்தது. மறு பிறவியிலிருந்து விடுதலை அடைவதை நோக்கமாகக் கொண்டோர் இவர்கள்.

இப்படியாக உருவாகிய இந்தப் பார்ப்பனீய எதிர்ப்பை ஒரு நிறுவனமாக்கியவர் புத்தர் என்பார் கெய்ல். புத்தரின் காலத்தில் கங்கைச் சமவெளியில் பார்ப்பனீயம் வலுவாக வேரூன்றி இருந்தது. பார்ப்பனீயத்தின் எதேச்சாதிகாரத்தைக் கேள்விக்குள்ளாகும் யாரையும் உள்வாங்கவும், உள்வாங்க இயலாது சவாலாக விளங்கும் யாரானாலும் அவர்களை அழித்தொழிக்கவும் வல்லமை மிக்கதாகக் கி.மு முதலாம் நூற்றாண்டின் மத்திய காலத்தில் உருப்பெற்றிருந்தது அது. அதற்குரிய வகையில் 'வருணாசிரமம்' எனும் கருத்தியல், சாதி அடிப்படையிலான தொழிற் பிரிவுகள், பிராமண சத்திரிய மேலாண்மை *(supremacy)*, 'சமஸ்கிருதம்' எனும் ஒரு ஒற்றைப் புனித மொழி, பிரபஞ்சத் தோற்றம் குறித்த விரிவான கதையாடல்கள் ஆகியவற்றின் ஊடாகத் தன் மேலாண்மையை வெற்றிகரமாக நிலைநாட்டிக் கொண்டிருந்த தருணத்தில் உருவானதுதான் பௌத்தம். அப்படி அதை உருவாக்கியவர்தான் புத்தர்.

பார்ப்பனியத்தை ஏற்காத துறவிகள் புத்தருக்கு முன்னும் இருந்தனர் என்றேன். நிறுவன அமைப்பேதும் இல்லாது மலைக்குகைகளில் வாழ்ந்து திரிந்த எளிமை மிக்க அந்தத் துறவிகளால் பார்ப்பனீயத்தை எதிர்கொள்ள இயலவில்லை.

இந்நிலையில், பார்ப்பனீயத்தை அறம் சார்ந்த நெறிமுறைகளின் ஊடாக மிக நுணுக்கமாக எதிர்கொண்டவர்தான் புத்தர்.

**புத்தர் என்னும் நிறுவனர்**

பார்ப்பனீயத்தின் ஆக அடிப்படையான கருத்தாகிய பிறவியால் ஒருவர் மேன்மை அடைகிறார் என்பதை பௌத்தம் முற்றாக மறுத்தது. அந்த இடத்தில் அறம் சார்ந்த வாழ்வை முன்வைத்தது. அந்த வகையில் புத்தரின் ஆக நுட்பமான அணுல்முறையாக அமைந்தது அவர் உருவாக்கிய ‘சங்கம்’ எனும் கருத்தாக்கம். புத்தர் ஒரு வெறும் தத்துவ வித்தகர் அல்ல. மாறாக அவர் அறம் சார்ந்த நிறுவனம் ஒன்றை உருவாக்கியவர் *(institution builder)*.

இப்படி உருவான பௌத்தம் எதேச்சாதிகாரத்திற்கும் பேரரசு உருவாக்கத்திற்கும் முக்கியத்துவம் அளிக்கவில்லை. பௌத்தம் முன்வைத்த சங்கம் எனும் கருத்தாக்கத்தில் பிறவி, வருணம், பாலியல் வேறுபாடுகள் என ஏதுமில்லை.. ‘கண சங்கம்’ எனப்படும் ‘பழங்குடிக் குடியரசுகள்’ *(tribal republics)* பின்னாளில் எதேசாதிகார முடியரசுகளால் அழிக்கப்பட்ட போதும் புத்தர் உருவாக்கிய ‘பிக்கு சங்கங்கள்’ நிலைத்தன என்பார் கெய்ல் ஓம்வெத்.

இவ்வாறு இந்துத்துவத்தின் ஆக அடிப்படையான “பிறவி அடிப்படையில் தொழில்” எனும் வருணாசிரம தத்துவத்தை எதிர்கொண்டது பௌத்தம். இதனூடாகப் பார்ப்பன, சத்திரிய மேலாண்மை மற்றும் வைசிய, சூத்திரத் தாழ்ச்சி எனும் பார்ப்பனீய அடிப்படைக்கு ஒரு சவாலாக அது வெளிப்பட்டது. எல்லாம் வல்ல இறை மற்றும் பக்தி எனும் கருத்தாக்கங்கள் பின்னுக்குத் தள்ளப்பட்டன.

“நீயே உனக்கு விளக்கும் வழிகாட்டியும், நீயே உனக்கு அடைக்கலம்” என்கிற பௌத்தக் கோட்பாடு இதனைச் சுருக்கமாக விளக்குகிறது. இப்படி பௌத்தத்தில் ‘இறைமை’ என்பது முக்கியமற்றதாக ஆக்கப்பட்டது. அதனிடத்தில் அறம் சார்ந்த வாழ்வு என்பது வைக்கப்பட்டது.

'ஆன்மா (ஆத்மா)', 'பக்தி' எனும் கருத்தாக்கங்களை பௌத்தம் கேள்விக்குள்ளாக்கியது. 'ஆத்மா' எனும் கோட்பாட்டிற்கு எதிராக புத்தர் 'ஆத்மா அல்லாதது' எனப் பொருள்படும்' 'அனாத்மா' எனும் கருத்தாக்கத்தையும், 'பக்தி' எனும் இடத்தில் 'விருப்பு', 'அன்பு', 'கருணை' எனப் பொருள்படும் 'மெத்தா' எனும் கருத்தாக்கத்தையும் முன்வைத்தார். இவ்வாறு பௌத்தம் எல்லாவற்றிற்கும் இடைப்பட்ட 'மஜ்ஜிம பதிபாதம்' எனும் நடுநிலைப் பாதை ஒன்றை முன்வைத்தது. சுருக்கமாகச் சொல்வதானால் விருப்பு வெறுப்பற்ற அறம் சார்ந்த 'சுயம்' (தன்முயற்சி - *self*) என்பதற்கு அது முக்கியத்துவம் அளித்தது. பார்ப்பனீயத்தில் "தன் முயற்சி"க்கு இடமில்லை. ஆனால் பௌத்தம் அதையே பிரதானம் ஆக்கியது. அதாவது அறம் சார்ந்த, அறத்துக்குரிய "சுயம்" என்பதே இங்கு முக்கியம். "பிறவி" எனும் கருத்தாக்கத்தை பௌத்தம் ஒரு வகையில் ஏற்றுக் கொண்டாலும் "பிறவிப் பெருங்கடல் நீந்துவது" என்பதை அது இவ்வுலகில், இப்பிறப்பில் அறம் சார்ந்த வாழ்வின் ஊடாக நிலைபெறுவதாக முன்வைத்தது. யாரும் எந்தப் பிறவி ஆனாலும் 'அறம்' மற்றும் 'அறிவுறுதல்' (*morality / learning*) ஆகியவற்றின் ஊடாக மேன்மை அடையமுடியும் என்றது. "நீயே உனக்கு விளக்கும் வழிகாட்டியும் ! நீயே உனக்கு அடைக்கலம்!" என்பது புத்த வாக்கு.

சுருக்கமாகச் சொல்வதனால் கர்ம மோட்ச இறுதி விடுதலை எனும் கருத்தாக்கத்தை பௌத்தம் மறுத்து, அதனிடத்தில் விருப்பு வெறுப்பற்ற அறம் சார்ந்த நடுநிலைத் தன்மைக்கும் அதன் அடிப்படையிலான வாழ்வுக்கும் அது முன்னுரிமை அளித்தது. 'கர்ம வினை' எனக் கூறி பிறவியை விளக்குவதற்கு எதிராக அது இருந்தது.

இப்படிச் செல்கிறது கெய்ல் ஓம்வெத் அவர்களின் இந்நூல்.

புத்தர் ஒரு நிறுவன உருவாக்குனர் (*institution builder*) என்றோம். பேரரசுகளுக்குப் பதிலாக பழங்குடிச் சமூகங்களையே (கண சங்கங்கள்) பௌத்தம் முன்னிலைப் படுத்தியது. பழங்குடி அரசுகள் வீழ்த்தப்பட்டுப் பேரரசுகளால் உள்வாங்கப்பட்டபோதும் பிக்கு மற்றும் பிக்குணிகள் சங்கங்கள்

என்பன பௌத்த வரலாற்றில் தொடந்தன.

**மக்கள் மொழிக்கு முன்னுரிமை**

புனித நூல்களின் உருவாக்கத்தில் பௌத்தத்திற்கும் இந்துத்துவத்திற்கும் உள்ள ஒரு முக்கிய வேறுபாட்டையும் கெய்ல் சுட்டிக் காட்டுவார். இந்துத்துவப் புனித வேதங்கள் இறைவனால் படைக்கப்பட்டவை எனக் கருதப்படுவன.. ஆனால் புத்தர் காலத்திலும் அதற்குப் பின்னும் வந்த பௌத்த தத்துவ நூல்கள் அனைத்தும் புத்தர், சாரிபுத்தர் முதலானோர் உள்ளிட்ட பிக்குகளாலும், தத்துவ அறிஞர்களாலும் உருவாகப்பட்டவை. புத்தர் வாழ்ந்த காலத்தில் எழுத்து வடிவங்கள் உருப்பெற்றிராவிட்டாலும் வழி வழியாகப் போதிக்கப்பட்டு நினைவுகளின் ஊடாகச் சுமந்து வந்து பின்னாளில் தொகுக்கப்பட்டவை. அறிவு புகட்டும் நோக்கில் உருவாக்கப்பட்டவை அவை. அவற்றைப் பாராயணம் செய்தால் புண்ணியம் என்கிற ரீதியில் உருவாக்கப்பட்டவை அல்ல. எழுத்துக்கள் எல்லாம் தோன்றிய பின்னும் கூட தொடக்க காலப் பௌத்த நூல்கள் எல்லாமும் பாலி அல்லது பிராகிருதம் முதலான மக்கள் மொழிகளிலேயே எழுதப்பட்டன. இந்துத்துவத்தைப் போல அதற்கெனப் புனித மொழி என ஏதும் உருவாக்கப்படவில்லை. மிகப் பிற்காலத்தில்தான் சமஸ்கிருதத்தையும் பயன்படுத்தும் நிலை பௌத்தத்தில் உருவானது.

சமணத்தில் ஒரு வரலாறு உண்டு. சித்தசேன திவாகரர் என்கிற ஒரு சமண முனிவர் மக்கள் மொழியாகிய அர்த்தமாகதியில் எழுதப்பட்டிருந்த சமண சமய நூல்களை சமஸ்கிருதத்தில் பெயர்க்கக் கருதித் தம் குருவான விருத்தவாதி முனிவரிடம் அனுமதி கேட்டார்.

வடமொழியில் எழுதிப் பொது மக்கள் அறியவொண்ணாமல் செய்தல் பெரும்பாவம் என்றார் குரு. தவறுணர்ந்த சித்தசேனர், தாம் அப்படி நினைத்ததற்குப் பிராயச்சித்தமாகப் பன்னிரண்டாண்டு காலம் வாய் பேசாதிருந்தார் என்பது சமண வரலாறு.

## இந்திய பௌத்தத்தின் வீழ்ச்சி

தொடக்ககால இலக்கியங்கள் மற்றும் விகாரைகள், தூபங்கள், சைத்தியங்கள், முதலான கட்டுமானங்கள் எல்லாமும் பௌத்தம் சார்ந்தனதான் என்கிறார் கெய்ல். அசோகரின் தூபங்கள் ஆப்கானிஸ்தான் வரைக்கும் பரவிக் கிடப்பதை அறிவோம். இந்தியத் துணைக் கண்டத்தில் தக்காணம் வரை அசோகரின் ஆட்சி இருந்தது. ஹர்ஷனுக்குப் பின்னரே, அதாவது சுமார் கி.பி ஏழாம் நூற்றாண்டுக்குப் பின்னர்தான் இந்து அடையாளங்களுடன் ஆட்சிகள் தம்மை இங்கு வெளிப்படுத்திக் கொண்டன. குப்தர் காலத்திற்குப் பின்பே (கி.பி.3ம் நூ) இங்கு இந்து ஆலயங்கள் உருவாயின. கி.பி ஏழாம் நூற்றாண்டில் பௌத்தம் இங்கு பெரிய அளவில் வீழ்ந்திருந்ததை யுவான் சுவாங் போன்றோர் குறிப்பிடுகின்றனர். தொடர்ந்து பௌத்தம் இங்கு பெரிய வீழ்ச்சியைச் சந்தித்து. எட்டாம் நூற்றாண்டு வாக்கில் அது பிற நாடுகளில் பரவி இருந்தபோதும் தோன்றிய மண்ணில் அது வீழ்ச்சி அடந்தது குறித்து அறிஞர்கள் பலரையும் மேற்கோள் காட்டி விரிவாகப் பேசுகிறார் கெய்ல்.

## பௌத்தத்தை வீழ்த்தியதில் இந்துத்துவத்தின் பங்கு

பௌத்தத்தை வீழ்த்துவதில் எல்லாவிதமான தந்திரங்களையும் இந்துத்துவம் பயன்படுத்தியது. அவதாரக் கோட்பாட்டின் அடியாக புத்தரையே விஷ்ணுவின் அவதாரம் என்பதாக இந்துத்துவம் முன்வைத்தது. சங்கரர் முதலானோரின் எதிர்ப் பிரச்சாரங்கள் ஒருபக்கம். பௌத்தத்திற்கு எதிராக அவர்கள் மேற்கொண்ட மாற்று நிறுவன உருவாக்கங்களுக்கும் இதில் ஒரு முக்கிய பங்குண்டு. இந்திய மண்ணில் பௌத்தம் வீழ்ந்தமைக்கு சங்கரருக்குப் பிந்திய பார்ப்பனீயத்தில் தீவிர எதிர்ப்பையும் பவுத்த விகாரைகளும், பிக்குகளும் தாக்கப்பட்டதையும் ஒரு முக்கிய காரணமாகச் சுட்டிக் காட்டும் கெய்ல் 9 ஆம் நூற்றாண்டில் பௌத்தச் சின்னங்கள் சைவ அரசுகளால் இடித்து நொறுக்கப்பட்டதையும் சுட்டிக் காடுகிறார். பிடிட்டிஷ் ஆட்சிக் காலம்வரை இது தொடர்ந்தது. அஜந்தா, எல்லோரா முதலான இடங்களில் இருந்த சிற்பங்கள் மற்றும் வண்ண

ஓவியங்கள் காலனிய சக்திகளால் கொள்ளை கொண்டு செல்லப்பட்டதைஉம் பதிவு செய்கிறார்.

பௌத்த ஆட்சிகளின் வீழ்ச்சி என்பது பௌத்தத்திற்கு மட்டுமின்றி ஒட்டு மொத்தமாக இந்தியத் துணைக் கண்டத்தில் ஏற்படுத்திய பாதிப்புகளாகக் கெய்ல் குறிப்பிடும் சில முக்கியமானவை. பௌத்த ஆட்சியில் விவசாயம் வணிகம் எல்லாம் செழித்திருந்தது. பார்ப்பனீயம் மேலுக்கு வந்தபின் வெளி நாட்டு வணிகர்கள் 'மிலேச்சர்களாக' கருதப்பட்டமை, இந்தியர்கள் கடல் கடந்து செல்வது கூடாது எனும் கருத்து நிலை இங்கு உருவாக்கப்பட்டது ஆகியன இந்தியப் பொருளாதாரத்தைப் பெரிய அளவில் பாதித்தன. இப்படிப் பார்ப்பனீயத்தின் வெற்றி என்பது அதற்கு முன்னதாக இந்திய மண்ணில் உருவாகி இருந்த அகன்ற பார்வையை அழித்து ஒரு வகையான கட்டுபெட்டித் தனமான உள் நோக்கிய பார்வைக்கு வழி வகுத்தது. இது ஒரு வகையான நிலப்பிரபுத்துவ சமுதாய உருவாக்கத்திற்கே இது வழி வகுத்தது என்கிறார் கெய்ல்.

**பௌத்த இயக்கத்தின் பிழைகள்**

பௌத்தத்தின் தவறுகளையும் சுட்டிக் காட்டுகிறார். பிற்காலங்களில் பௌத்தம் மக்கள் மத்தியில் இல்லாமல் பௌத்த விகாரைகளுக்குள் முடங்கிப்போனதையும் ஒரு முக்கிய காரணமாக கெய்ல் குறிப்பிடுகிறார். அதோடு பெரும் பௌத்த விகாரைகள் *(Buddhist monasteries)* என்பன மிகப் பெரிய பொருளாதார நெருக்கடிகளுக்குக் காரணமாயின. சாதாரண மக்களிடமிருந்து விலகும் நிலையும் ஏற்பட்டது.

குறிப்பு: பவுத்தம் குறித்த கெய்ல் ஓம்வெத்தின் 120 பக்க நூலில் மிகச்சில முக்கியமான கருத்துக்கள் மட்டுமே இங்கே இங்கே சுருக்கித் தரப்பட்டுள்ளன. ஜோதிபாபுலே, அம்பேத்கர். தேசியம் குறித்த பெரியாரின் கருத்துக்கள், இந்துத்துவத்தின் எதிர்ப்புரட்சி முதலான பல கட்டுரைகளைகொள்ளடகிய இந்நூலில் பி.ரதியை நீங்கள் தரவிரக்கம் செய்ய முடியும். முழுமையாக வாசித்தல் நலம்.

www.ingramcontent.com/pod-product-compliance
Ingram Content Group UK Ltd.
Pitfield, Milton Keynes, MK11 3LW, UK
UKHW042133021026
15589UKWH00003B/789

9 789390 884131